ರವಿ ಕೃಷ್ಣಾರೆಡ್ಡಿ

ಊರು ಬೆಂಗಳೂರಿನ ಬಳಿಯ ಬೊಮ್ಮಸಂದ್ರ ಗ್ರಾಮ. ಓದಿದ್ದು ಕಂಪ್ಯೂಟರ್ ಸೈನ್ಸ್ ಮತ್ತು ಇಂಜಿನಿಯರಿಂಗ್‌ನಲ್ಲಿ ಎಂ.ಇ. ಪದವಿ. ಸುಮಾರು ಹತ್ತು ವರ್ಷಗಳ ಕಾಲ ಅಮೆರಿಕದಲ್ಲಿ ಸಾಫ್ಟ್‌ವೇರ್ ಇಂಜಿನಿಯರ್ ಆಗಿ ಕೆಲಸ. ಅದೇ ಸಮಯದಲ್ಲಿ ಅಂತರ್ಜಾಲದಲ್ಲಿ ಲೇಖನ-ಕತೆ-ಕವನಗಳ ಬರವಣಿಗೆ ಆರಂಭ. ಇಲ್ಲಿಯವರೆಗೆ ಪ್ರಕಟಿಸಿದ್ದು ಲೇಖನ-ಕತೆ-ಕವನಗಳ ಸಂಗ್ರಹ 'ಜಿಜ್ಞಾಸಾ ಗಂಗೆಯ ದಡದ ಕಲ್ಲಾದರಿಯಲ್ಲಿ', ಲೇಖನ ಸಂಗ್ರಹ 'ದೇಶ-ಕಾಲ-ಶ್ರಮ', ಅನುವಾದಿತ ಕಾದಂಬರಿ 'ಎದೆಯ ಕೂಗನು ಮೀರಿ', ಅನುವಾದಿತ ಕೃತಿ 'ಏನೇ ಆಗಲಿ, ಒಳ್ಳೆಯದನ್ನೇ ಮಾಡಿ; ಮಾಡುತ್ತಲೇ ಇರಿ.' 2006ರಲ್ಲಿ 'ವಿಕ್ರಾಂತ ಕರ್ನಾಟಕ' ವಾರಪತ್ರಿಕೆ ಆರಂಭಿಸಿದ್ದು, ಅದರಲ್ಲಿ ಸುಮಾರು ಮೂರು ವರ್ಷಗಳ ಕಾಲ 'ಅಮೆರಿಕದಿಂದ ರವಿ' ಅಂಕಣ ಬರವಣಿಗೆ, 'ಮೌಲ್ಯಾಗ್ರಹ'ದ ಹೆಸರಿನಲ್ಲಿ ಸಾರ್ವಜನಿಕ ಜೀವನದಲ್ಲಿರುವವರಿಂದ ಮೌಲ್ಯಗಳನ್ನು ಆಗ್ರಹಿಸಿ 2008ರಲ್ಲಿ ಮೂರು ದಿನಗಳ ಉಪವಾಸ ಸತ್ಯಾಗ್ರಹ ಮತ್ತು ಜನರ ಹಣದಿಂದ ಚುನಾವಣಾ ಆಯೋಗದ ವೆಚ್ಚದ ಮಿತಿಯೊಳಗೆ ವಿಧಾನಸಭಾ ಚುನಾವಣೆಗೆ ಸ್ಪರ್ಧೆ.

2011ರಲ್ಲಿ ಭಾರತಕ್ಕೆ ವಾಪಸಾದ ನಂತರ ಸಾಮಾಜಿಕ ಮತ್ತು ರಾಜಕೀಯ ಹೋರಾಟಗಳಲ್ಲಿ ತೊಡಗಿಸಿಕೊಂಡು ಮೂರು ಚುನಾವಣೆಗಳಲ್ಲಿ ಸ್ಪರ್ಧಿಸಿದ್ದರು. ಈಗ ಜೀವನವನ್ನು ಸಂಪೂರ್ಣವಾಗಿ ಮೌಲ್ಯಾಧಾರಿತ ರಾಜಕೀಯಕ್ಕೆ ಅರ್ಪಿಸಿಕೊಂಡಿದ್ದು, ಪ್ರಸಕ್ತ ಕರ್ನಾಟಕ ರಾಷ್ಟ್ರ ಸಮಿತಿ ಪಕ್ಷದ ಅಧ್ಯಕ್ಷರಾಗಿದ್ದಾರೆ.

ಸಹಜ ಜೀವನ

ಆರೋಗ್ಯಪೂರ್ಣ ದೀರ್ಘಾಯುಷ್ಯಕ್ಕಾಗಿ...
ಯೋಗ, ಆಹಾರ, ಧ್ಯಾನ, ಸಮಾಧಾನ

ರವಿ ಕೃಷ್ಣಾರೆಡ್ಡಿ

ವೀರಲೋಕ

ವೀರಲೋಕ ಬುಕ್ಸ್ ಪ್ರೈ.ಲಿ.
207, 2ನೇ ಮಹಡಿ, 3ನೇ ಮೇನ್, ಚಾಮರಾಜಪೇಟೆ
ಬೆಂಗಳೂರು–560018. ಮೊಬೈಲ್: 70221 22121
ಇಮೇಲ್: veeralokabooks@gmail.com
ವೆಬ್‌ಸೈಟ್: www.veeralokabooks.com

SAHAJA JEEVANA
A book written by **Ravi Krishna Reddy**

Published by:
VEERALOKA BOOKS PVT. LTD.
207, 2nd Floor, 3rd Main
Chamarajpet, Bengaluru-560018

Mobile: +91 7022122121
E-mail: veeralokabooks@gmail.com
Website: www.veeralokabooks.com

Price: Rs. 160/-
Pages: 136
First Impression: 2024

Paper used: 70 GSM NS Maplitho
Book size: 1/8th Demy

ISBN: 978-93-94942-80-6

Cover page illustration by:
Prashanth Vitla

Inner pages design by:
Vijaya Vikram

crew

Anand Rach
Anantha Kunigal
RajVishnu
Govind Vishnu
Vishwajith
Mamatha
Parvathi
Punith

ಅರ್ಪಣೆ

ನನ್ನ ಅರಿವನ್ನು ವಿಸ್ತರಿಸಿದ ಸಕಲೆಂಟು
ಭಾಷೆ ಮತ್ತು ದೇಶಗಳ ನೂರಾರು
ವಸ್ತುನಿಷ್ಠ ಲೇಖಕರಿಗೆ...

ಸತ್ಯಶೋಧನೆಯ ಹಾದಿಯಲ್ಲಿ ತಮ್ಮನ್ನೇ ತಾವು
ಪ್ರಯೋಗಕ್ಕೆ ಒಡ್ಡಿಕೊಂಡ ಪೂಜ್ಯರಿಗೆ...

ವಿಜ್ಞಾನಿಗಳಿಗೆ...

ನನಗೆ ಯೋಗ ಮತ್ತು ಧ್ಯಾನವನ್ನು ಕಲಿಸಿದ
ಹತ್ತಾರು ಗುರುಗಳಿಗೆ...

ಜೀವನಾನುಭವ ಕಲಿಸಿದ ಮತ್ತು ಈಗಲೂ
ಕಲಿಸುತ್ತಿರುವ ಪರೋಕ್ಷ ಗುರುಗಳಿಗೆ...

ಪ್ರಕಾಶಕರ ಮಾತು

ಸಹಜ ಜೀವನ ಕೃತಿ ಕುರಿತು ನಾನು ಹೆಚ್ಚೇನು ಹೇಳುವುದಿಲ್ಲ. ಆರಂಭದ ಪುಟಗಳಲ್ಲಿ ಲೇಖಕರು ಉಲ್ಲೇಖಿಸಿರುವ ಖ್ಯಾತ ಈಜುಗಾರ್ತಿ ಡಯಾನ ನ್ಯಾಡ್, ಹಿರಿಯ ಸ್ವಾತಂತ್ರ್ಯ ಹೋರಾಟಗಾರ ಹೆಚ್.ಎಸ್. ದೊರೆಸ್ವಾಮಿ ಮತ್ತು ಕ್ಯಾನ್ಸರ್ ಪೀಡಿತರೊಬ್ಬರ ಕುರಿತಾದ ಬರಹವನ್ನು ನೀವು ಓದಿದರೆ ಈ ಪುಸ್ತಕವನ್ನು ಕೆಳಗಿಡದಂತೆ ಓದಲು ಪ್ರೇರಣೆಯಂತೂ ದೊರಕುತ್ತದೆ. ಇಂದಿನ ಯುಗದವರ ಬಹುದೊಡ್ಡ ಆಕರ್ಷಣೆ, ಆದ್ಯತೆ ಮತ್ತು ಉದ್ಯಮಗಳೆಂದರೆ ಹಣ, ಆಹಾರ ಮತ್ತು ಆರೋಗ್ಯ. ಮೊದಲೆರಡನ್ನಾದರೂ ಅಲ್ಪಸ್ವಲ್ಪ ಬಿಟ್ಟು ಬದುಕಬಹುದು ಆದರೆ ಆರೋಗ್ಯವಿಲ್ಲದೆ ನೆಮ್ಮದಿಯ ಬದುಕು ಅಸಾಧ್ಯ. ಹಾಗಾದರೆ ಅಂತಹ ಆರೋಗ್ಯವಂತ ಬದುಕು ಹೇಗೆ ಸಾಧ್ಯವಾಗುತ್ತೆ ಎಂಬುದರ ಕುರಿತಾಗಿ ಟಿವಿ, ಪತ್ರಿಕೆ, ಪುಸ್ತಕ, ಸೋಶಿಯಲ್ ಮೀಡಿಯಾ ಸಹಿತವಾಗಿ ಪುಂಖಾನುಪುಂಖವಾಗಿ ಸಲಹೆಗಳನ್ನು ನೀಡುತ್ತಲೇ ಇವೆ. ಅದೂ ಒಂದು ಉದ್ಯಮ ರೂಪವನ್ನು ಪಡೆದು ಕೂತಿದೆ. ಆದರೆ ಆ ಎಲ್ಲದಕ್ಕಿಂತ ಭಿನ್ನವಾಗಿ ಈ ಸಹಜ ಜೀವನ ಕೃತಿ ಮೂಡಿಬಂದಿದೆ. ರವಿ ಕೃಷ್ಣಾರೆಡ್ಡಿಯವರು ನನಗೆ ಬಹುದೊಡ್ಡ ಮಾದರಿ ವ್ಯಕ್ತಿ. ಕೋಟಿಗಳ ಸಂಪಾದನೆಯನ್ನು ಬಿಟ್ಟು ಸಮಾಜದ ಒಳಿತಿಗಾಗಿ ತಮ್ಮನ್ನು ಅರ್ಪಿಸಿಕೊಂಡವರು. ಪ್ರಜ್ಞಾಪೂರ್ವಕವಾಗಿ ಎಂದೂ ಸುಳ್ಳು ಹೇಳದ, ಆದರ್ಶಗಳ ವಿಷಯದಲ್ಲಿ ರಾಜಿಯಾಗದ ಅವರ ವ್ಯಕ್ತಿತ್ವ ನನ್ನಂತಹವರಿಗೆ ಭರವಸೆ. ಅವರು ಇಂತಹದ್ದೊಂದು ಕೃತಿ ಬರೆಯುತ್ತಿರುವುದನ್ನು ತಿಳಿಸಿದಾಗ ಅದನ್ನು ಪ್ರಕಟಿಸಲು ಅವರಿಗಿಂತ ನಾನೇ ಹೆಚ್ಚು ಆತುರ ತೋರಿಸಿದೆ. ಇದಕ್ಕೆ ಕಾರಣಗಳೂ ಇಲ್ಲದಿಲ್ಲ; ನನ್ನ ಮಗಳು ಕನಸು, ಅವರದೇ ಯೋಗ ಶಿಬಿರದಲ್ಲಿ ಒಂದು ವಾರ ತರಬೇತಿಯನ್ನು ಪಡೆದು ಬಂದಿದ್ದಾಳೆ. ಅಲ್ಲಿಂದ ಬಂದ ಮೇಲೆ ಅವಳ ದೈನಂದಿನ ಚಟುವಟಿಕೆಗಳು, ಆಹಾರ ಪದ್ಧತಿ ಮತ್ತು ದೈಹಿಕ ಚಟುವಟಿಕೆಗಳು ಬದಲಾಗಿ ಹೋದವು. ಈಗ ಅವಳು ಮೊದಲಿಗಿಂತ ಚುರುಕು ಮತ್ತು ಗುಣ ಸಂಪನ್ನೆಯೆನಿಸುತ್ತಿದ್ದಾಳೆ. ಒಂದು

ಯೋಗ ಶಿಬಿರದಿಂದ ಇದು ಸಾಧ್ಯವಾಗುವುದಾದರೆ ಪುಸ್ತಕದ ಮೂಲಕವೂ ಇದು ಸಾಧ್ಯವಾಗಬಹುದು ಎಂಬ ಭರವಸೆ ನನ್ನದು. ಆದ್ದರಿಂದಲೇ ಈ ಕೃತಿ ನನ್ನ ಮೆಚ್ಚಿನದು. ಇಂತಹದ್ದೊಂದು ಕೃತಿ ನಿಮ್ಮ ಓದಿಗಿರಲಿ. ಓದಲು ಬಾರದ ಮಕ್ಕಳಿಗೆ ನೀವೇ ಓದಿ ಹೇಳಿ. ಇಲ್ಲಿ ಉಲ್ಲೇಖಿಸಿರುವ ಸಂಗತಿಗಳು ಹೊಸ ತಲೆಮಾರಿನವರ ಬದುಕಿನ ಗತಿಯನ್ನು ಬದಲಾಯಿಸಲಿ.

ಈ ಕೃತಿ ಓದುವ ಸುಖ ನಿಮ್ಮದಾಗಲಿ.

ನಿಮ್ಮ

ವೀರಕಪುತ್ರ ಶ್ರೀನಿವಾಸ

ಪ್ರಕಾಶಕ

ವೀರಲೋಕ ಬುಕ್ಸ್

ಅಧ್ಯಾಯಗಳು

ಪೀಠಿಕೆ

ಇತ್ತೀಚಿನ ವೈಜ್ಞಾನಿಕ ಸಂಶೋಧನೆಗಳ ಪ್ರಕಾರ, ದೀರ್ಘಾಯುಷ್ಯ ಮತ್ತು ಆರೋಗ್ಯಪೂರ್ಣ ಜೀವನಕ್ಕಾಗಿ ಮನುಷ್ಯನಿಗೆ ಬೇಕಿರುವುದು ಎರಡು, ಮತ್ತೊಂದು. ಮೊದಲನೆಯದು ಸತ್ವಪೂರ್ಣ, ಹಿತಮಿತ ಆಹಾರ; ಎರಡನೆಯದು ಸಾಕಷ್ಟು ದೈಹಿಕ ವ್ಯಾಯಾಮ. ಇವೆರಡರಷ್ಟೇ ಮುಖ್ಯವಾದ ಮತ್ತೊಂದು, ಮಾನಸಿಕ ಶಾಂತಿ, ನೆಮ್ಮದಿ ಅಥವ ಮಾನಸಿಕ ಆರೋಗ್ಯ.

ಭಾರತೀಯರು ಹೆಮ್ಮೆ ಪಡಬಹುದಾದ ವಿಚಾರವೆಂದರೆ, ಈ ಮೂರರ ವಿಷಯದಲ್ಲಿಯೂ ಭಾರತೀಯ ಪರಂಪರೆಯಲ್ಲಿ ನಿರ್ದಿಷ್ಟ ಪರಿಹಾರಗಳಿವೆ. ಯಾವ ರೀತಿಯ ಕೆಲಸ ಕಾರ್ಯಗಳಲ್ಲಿ ತೊಡಗಿರುವವರಿಗೆ ಯಾವ ರೀತಿಯ ಆಹಾರ ಒಳ್ಳೆಯದು ಎನ್ನುವುದರಿಂದ ಹಿಡಿದು, ಕೆಲವು ತರಹದ ಕಾಯಿಲೆಗಳ ನಿಯಂತ್ರಣಕ್ಕೆ ಯಾವ ರೀತಿಯ ಪಥ್ಯ ಇರಬೇಕು ಎಂದು ಆಯುರ್ವೇದದಲ್ಲಿ ಮತ್ತು ಹಿರಿಯರಿಂದ ಮುಂದಿನ ತಲೆಮಾರುಗಳಿಗೆ ಸಾಗಿಸಿದ ಜ್ಞಾನದಲ್ಲಿ ಇದೆ. ಇತ್ತೀಚಿನ ತನಕವೂ ಕಾಯಿಲೆಗಳಿಗೂ ಆಹಾರಕ್ಕೂ ಸಂಬಂಧವಿಲ್ಲ ಎನ್ನುವುದನ್ನು ಪ್ರತಿಪಾದಿಸುತ್ತ, ಎಲ್ಲಕ್ಕೂ ಆಧುನಿಕ ಮತ್ತು ರಾಸಾಯನಿಕ ಔಷಧಿಗಳೇ ಪರಿಹಾರ ಎಂದು ಭಾವಿಸಿದ್ದ ಆಧುನಿಕ ಅಲೋಪತಿ ವೈದ್ಯಕೀಯ ಪದ್ಧತಿ, ಕಾಯಿಲೆಗಳು ಬಾರದೇ ಇರುವಂತೆ ಮತ್ತು ಈಗಾಗಲೆ ಬಂದಿರುವ ಕಾಯಿಲೆಗಳ ನಿಯಂತ್ರಣಕ್ಕೆ ಪಥ್ಯಾಹಾರ ಎಷ್ಟು ಮುಖ್ಯ ಎಂದು ಈಗ ಒಪ್ಪಿಕೊಳ್ಳುತ್ತಿದೆ.

ಇನ್ನು ತಿಂದದ್ದನ್ನು ದೇಹಕ್ಕೆ ಎಷ್ಟು ಬೇಕೋ ಅಷ್ಟು ಜೀರ್ಣಿಸಿಕೊಂಡು, ಹೆಚ್ಚುವರಿಯಾದದ್ದನ್ನು ಹೊರಗೆ ಹಾಕುವ ದೈಹಿಕ ವ್ಯಾಯಾಮದ ಬಗ್ಗೆ ಹೇಳುವುದಾದರೆ, ಕೃಷಿ ಮತ್ತು ಬೇಟೆಯ ಮೂಲಕವೇ ಬಹುತೇಕರ ಜೀವನ

ನಡೆಯುತ್ತಿದ್ದ ಸಂದರ್ಭದಲ್ಲಿ ನಮ್ಮ ಹಿಂದಿನ ಬಹುತೇಕ ತಲೆಮಾರುಗಳ ಜನ ಪ್ರತಿದಿನವೂ ಒಂದಲ್ಲ ಒಂದು ರೀತಿಯ ದೈಹಿಕ ದುಡಿಮೆಯಲ್ಲಿ ತೊಡಗಿರುತ್ತಿದ್ದರು. ಅವರಿಗೆ ಹೆಚ್ಚುವರಿ ವ್ಯಾಯಾಮಗಳ ಅಗತ್ಯವಿರಲಿಲ್ಲ. ಆದರೆ ಅಧ್ಯಾಪನ, ಪೌರೋಹಿತ್ಯ, ವ್ಯಾಪಾರದಂತಹ ವೃತ್ತಿಯಲ್ಲಿ ತೊಡಗಿದ್ದವರು, ಸಂಗೀತಗಾರರೂ ಸೇರಿದಂತೆ ಕೆಲವು ರೀತಿಯ ಕಲಾವಿದರು, ಸಾಹಿತ್ಯ ಮತ್ತು ಲೆಕ್ಕಣಿಕೆ ಮುಂತಾದ ಬರವಣಿಗೆಯಲ್ಲಿ ನಿರತರಾಗಿದ್ದವರು, ವೈರಾಗ್ಯದ ಜೀವನಕ್ಕೆ ಹೊರಳಿಕೊಂಡು ಕಡಿಮೆ ಶ್ರಮ ಅಥವ ಭಿಕ್ಷಾಟನೆ ಮೂಲಕ ಜೀವನ ನಡೆಸುತ್ತಿದ್ದ ಭೈರಾಗಿಗಳು, ಆಶ್ರಮ ಅಥವ ಮಠಗಳನ್ನು ಕಟ್ಟಿಕೊಂಡು ಆಧ್ಯಾತ್ಮಿಕ ಚಿಂತನೆಯನ್ನು ಜನರಿಗೆ ತಿಳಿಸಲು ಮತ್ತು ಸಮಾಜ ಸುಧಾರಣೆಗಾಗಿ ಪ್ರವಚನ ಮಾಡುತ್ತಿದ್ದ ಮಠ/ವಿಹಾರ/ಆಶ್ರಮವಾಸಿಗಳೂ ಸೇರಿದಂತೆ, ಇಂತಹ ಬಹುತೇಕರಿಗೆ ನಿರ್ದಿಷ್ಟವಾಗಿ ದೈಹಿಕ ದುಡಿಮೆ ಇರಲಿಲ್ಲ. ಆದರೆ ಇವರೂ ತಮ್ಮ ಆರೋಗ್ಯ ಕಾಪಾಡಿಕೊಳ್ಳಬೇಕಾದರೆ ಅವರಿಗೆ ಸರಳವಾಗಿ ಯಾವುದೇ ರೀತಿಯ ಬಾಹ್ಯ ಸಾಧನದ ಅಗತ್ಯವಿಲ್ಲದೆ ದೈಹಿಕ ಕಸರತ್ತು ಮಾಡುವ ಪದ್ಧತಿಯೊಂದರ ಅಗತ್ಯವಿತ್ತು. ಅದಕ್ಕೆ ಭಾರತೀಯ ಪರಂಪರೆಯಲ್ಲಿ ರೂಪುಗೊಂಡದ್ದು ಯೋಗಾಸನ.

ಯೋಗಾಸನವು ವಿಶೇಷವಾಗಿ ಯೋಗಿಗಳು–ಅಂದರೆ ದಿನದ ಬಹುತೇಕ ಸಮಯವನ್ನು ಧ್ಯಾನ, ಅಧ್ಯಯನ, ಪಾರಮಾರ್ಥಿಕ ಚಿಂತನೆಯಲ್ಲಿ ತೊಡಗಿಸಿಕೊಂಡಿದ್ದ ಸನ್ಯಾಸಿಗಳು, ಭೈರಾಗಿಗಳು–ಮಾಡುತ್ತಿದ್ದ ದೈಹಿಕ ವ್ಯಾಯಾಮ ಪದ್ಧತಿ. ಇದು ಕೇವಲ ಮೈಯ್ಯನ್ನು ಬಗ್ಗಿಸುವ, ಬಾಗಿಸುವ, ದಂಡಿಸುವ ಕಸರತ್ತು ಮಾತ್ರವಾಗಿರದೆ, ದೇಹದ ಎಲ್ಲಾ ಅಂಗಗಳನ್ನು ಬಲಗೊಳಿಸುವ, ಚುರುಕುಗೊಳಿಸುವ, ನಿಯಮಬದ್ಧ ಉಸಿರಾಟದ ಮೂಲಕ ಶ್ವಾಸಕೋಶಗಳನ್ನೂ ಬಲಿಷ್ಟಗೊಳಿಸುವ ಮತ್ತು ಆ ಮೂಲಕ ರಕ್ತದಲ್ಲಿ ಆಮ್ಲಜನಕದ ಪ್ರಮಾಣ ಹೆಚ್ಚಿಸುವ ಅತ್ಯುತ್ತಮ ವ್ಯಾಯಾಮ ಪದ್ಧತಿ. ಈ ಕಸರತ್ತಿನ ವಿವಿಧ ಭಂಗಿ ಮತ್ತು ರೀತಿಗಳ ವರ್ಗೀಕರಣವೇ ಯೋಗಾಸನಗಳು.

ಇವೆರಡೇ, ಅಂದರೆ ಸೂಕ್ತ ಆಹಾರ ಮತ್ತು ವ್ಯಾಯಾಮ, ಮನುಷ್ಯನ ಆರೋಗ್ಯಪೂರ್ಣ ಬದುಕಿಗೆ ಸಾಧ್ಯವಾಗುವುದಿಲ್ಲ. ಅವನ ಜೀವನದಲ್ಲಿ ನಡೆದ ಅಥವ ನಡೆಯುವ ಆಘಾತಕಾರಿ ಅನುಭವಗಳನ್ನು ಎದುರಿಸುವ ಮತ್ತು ಮಾನಸಿಕ ಶಾಂತಿಯನ್ನು ಕಾಪಾಡಿಕೊಳ್ಳುವ, ಹಾಗೆಯೇ ಸಾಧ್ಯವಾದರೆ ಯಾವುದೋ ಒಂದು ವಿಚಾರದ ಬಗ್ಗೆ ಆಳವಾಗಿ ಜಿಜ್ಞಾಸೆ ಮಾಡಿ ಈ ಪ್ರಕೃತಿಯ ಸತ್ಯ ಮತ್ತು ಸೂಕ್ಷ್ಮಗಳನ್ನು ಅರ್ಥೈಸಿಕೊಳ್ಳಲು ಬೇಕಾದ ಮನಃಶಾಂತಿ ಮತ್ತು

ಮಾನಸಿಕ ಏಕಾಗ್ರತೆಯನ್ನು ಸಾಧಿಸಲು ನಮ್ಮ ಪೂರ್ವಿಕರು "ಧ್ಯಾನ"ವನ್ನು ಕಂಡುಕೊಂಡರು. ಅಥವ ಧ್ಯಾನದಿಂದ ಇದೆಲ್ಲವೂ ಸಾಧ್ಯವಾಯಿತು. ಇದರ ಜೊತೆಗೆ ಕುಟುಂಬದ ಎಲ್ಲಾ ಸದಸ್ಯರೂ ಸೇರಿ ಮತ್ತು ಆಗಾಗ ನೆಂಟರು ಹಾಗೂ ಇಷ್ಟಮಿತ್ರರ ಜೊತೆಗೂಡಿ ಆಚರಿಸುವ ಹಬ್ಬ, ಜಾತ್ರೆ, ಭಜನೆ, ಜಾನಪದ ಕಲೆಗಳು, ಹುಟ್ಟು ಮತ್ತು ಮದುವೆಯನ್ನು ಸಂಭ್ರಮಿಸುವ ಹಾಗೂ ಸಾವನ್ನು ಶೋಕಿಸುವ ಆಚರಣೆಗಳು ಜನರಲ್ಲಿ ಸಾಮುದಾಯಿಕ ಪ್ರಜ್ಞೆಯನ್ನು ಮೂಡಿಸುತ್ತಿದ್ದವು. ಇವು ಏಕಾಂಗಿತನ ಮತ್ತು ಅಸಹಾಯಕತೆಯಿಂದ ಮೂಡುವ ಖಿನ್ನತೆ ಮೊದಲಾದ ಮಾನಸಿಕ ಕಾಯಿಲೆಗಳನ್ನು ಗುಣಪಡಿಸುತ್ತಿದ್ದವು ಅಥವ ನಿಯಂತ್ರಿಸುತ್ತಿದ್ದವು. ಯಾವುದಾದರೂ ಕುಟುಂಬ ಸದಸ್ಯರು ತೀವ್ರ ಮಾನಸಿಕ ಆಘಾತಗಳಿಂದ (Trauma) ಬಳಲುತ್ತಿದ್ದರೆ ಅಂತಹವರು ಅದರಿಂದ ಗುಣಮುಖರಾಗುವ ಅವಕಾಶವನ್ನು ಆಪ್ತವಾದ ಕೌಟುಂಬಿಕ ವ್ಯವಸ್ಥೆಯಲ್ಲಿ ಇದ್ದಿರಬಹುದಾದ ಬೆಂಬಲ ವ್ಯವಸ್ಥೆಯು (Support System) ಕಲ್ಪಿಸುತ್ತಿತ್ತು.

ಈಗ ಎಲ್ಲವೂ ಅಯೋಮಯ. ಇಂದು ವಿಶ್ವದ ಬಹುತೇಕ ಕಡೆ ಆಹಾರ ಪದಾರ್ಥಗಳಿಗೆ ಅಭಾವವಿಲ್ಲ. ಈ ಶತಮಾನದ ಮಾನವ ತನ್ನ ದೈನಂದಿನ ಆಹಾರಕ್ಕಾಗಿ ಹಿಂದಿನ ಎಲ್ಲಾ ತಲೆಮಾರುಗಳ ಪೂರ್ವಿಕರಿಗಿಂತಲೂ ಕಡಿಮೆ ಶ್ರಮ ಮತ್ತು ಸಮಯ ವ್ಯಯಿಸುತ್ತಿದ್ದಾನೆ. ಒಳ್ಳೆಯ ಆರೋಗ್ಯಪೂರ್ಣ ಆಹಾರ ತಿನ್ನುತ್ತಿದ್ದಾನೋ ಇಲ್ಲವೋ, ಆದರೆ ಆಹಾರ ಸಾಮಗ್ರಿಗಳು ಯಥೇಚ್ಛವಾಗಿ ಮತ್ತು ಅಗ್ಗವಾಗಿ ಸಿಗುವ ಕಡೆ ಬಹುತೇಕರು ಹೊಟ್ಟೆಬಿರಿಯುವಷ್ಟು ತಿನ್ನುತ್ತಿದ್ದಾರೆ. ಅದೇ ರೀತಿ, ಇಂದಿನ ಜೀವನೋಪಾಯವು ಹಿಂದಿನ ತಲೆಮಾರುಗಳಿಗಿಂತ ಕಡಿಮೆ ದೈಹಿಕ ಶ್ರಮವನ್ನು ಕೇಳುತ್ತಿದೆ. ಹಿಂದಿನ ದಿನಗಳಲ್ಲಿ ತಾನೇ ಮಾಡಬೇಕಿದ್ದ ಕೆಲಸಗಳನ್ನು ಇಂದಿನ ಮನುಷ್ಯ ಆಧುನಿಕ ತಂತ್ರಜ್ಞಾನಗಳ ಮೂಲಕ ನೈಸರ್ಗಿಕ ಸಂಪನ್ಮೂಲಗಳನ್ನು ಬಳಸಿ ಬೆರಳ ತುದಿಯಿಂದ ಅಥವ ಕುಳಿತೇ ಮಾಡುತ್ತಿದ್ದಾನೆ. ಕುಟುಂಬಗಳು ಚಿಕ್ಕವಾಗುತ್ತಿದ್ದಂತೆ ಹಾಗೂ ಇತರರ ಮೇಲೆ ಅವಲಂಬನೆ ಕಡಿಮೆ ಆಗುತ್ತಿದಂತೆ ಸಮುದಾಯದಲ್ಲಿ ಬೆರೆತು ಬದುಕಬೇಕಾದ ಅನಿವಾರ್ಯತೆ ಇಲ್ಲವಾಗುತ್ತಿದೆ. ಆದ ಕಾರಣ ಜೀವನದಲ್ಲಿ ಎದುರಾಗುವ ಗಂಭೀರ ಸಮಸ್ಯೆಗಳನ್ನು ಮತ್ತು ಮಾನಸಿಕ ಆಘಾತಗಳನ್ನು ಎದುರಿಸಲು ಬೇಕಾದ ಮನಸ್ಥಿತಿ ಅಥವ ವಾತಾವರಣ ಈಗ ಇಲ್ಲವಾಗಿದೆ.

ಮನುಷ್ಯನ ಈ ಕಾಲದ ಇಂತಹ ಕ್ಲಿಷ್ಟಕರ ಪರಿಸ್ಥಿತಿಯನ್ನು ಬಳಸಿಕೊಂಡು ಇವೆಲ್ಲಕ್ಕೂ ಆಹಾರ, ಯೋಗ, ಧ್ಯಾನದಲ್ಲಿ ಪರಿಹಾರಗಳಿವೆ ಎಂದು ಹೇಳುವ

ಒಂದು ವರ್ಗ ಈಗ ಮುನ್ನೆಲೆಗೆ ಬಂದಿದೆ. ಆದರೆ ಇವರಲ್ಲಿ ಬಹಳ ಜನ ತಮಗೆ ಸಿಕ್ಕಿದ ಮಾನ್ಯತೆಯನ್ನು ದುರ್ಬಳಕೆ ಮಾಡಿಕೊಳ್ಳುವವರು, ವೈಜ್ಞಾನಿಕ ಚಿಂತನೆ ಇಲ್ಲದವರು, ಕಾಗಕ್ಕ-ಗೂಬಕ್ಕ ಕತೆಯನ್ನು ವರ್ಣರಂಜಿತವಾಗಿ ವರ್ಣಿಸಿ ಜನರನ್ನು ಮರಳು ಮಾಡುವವರು, ತಾವು ಸರ್ವಜ್ಞರು ಎಂದು ಭಾವಿಸಿ ತಮ್ಮ ಜ್ಞಾನಶಿಸ್ತಿನ ಹೊರಗೂ ಮಾತನಾಡಿ ಮೌಢ್ಯಗಳನ್ನು ಮತ್ತು ಅಜ್ಞಾನವನ್ನು ವಿಸ್ತರಿಸುವವರೂ ಆಗಿದ್ದಾರೆ. ಇದೊಂದು ಅಪಾಯಕಾರಿ ಬೆಳವಣಿಗೆಯಾಗಿದ್ದು, ಇವರ ಪ್ರಭಾವ ಸಾಮಾಜಿಕ ಮತ್ತು ರಾಜಕೀಯ ಕ್ಷೇತ್ರಗಳಿಗೂ ಹರಡಿ ಅದು ಸಾಮಾಜಿಕ ಸ್ವಾಸ್ಥ್ಯವನ್ನು ಹಾಳು ಮಾಡುತ್ತಿರುವುದು ಸೂಕ್ಷ್ಮವಾಗಿ ಗಮನಿಸುವ ಎಲ್ಲರಿಗೂ ಗೊತ್ತಾಗುತ್ತಿದೆ.

ಮನುಷ್ಯನ ಆರೋಗ್ಯ ಮತ್ತು ಬದುಕೆಂದರೆ ಅದು ಕೇವಲ ಅವನ ಖಾಸಗಿ ವೈಯಕ್ತಿಕ ಬದುಕಿಗೆ ಮಾತ್ರ ಸಂಬಂಧಿಸಿಲ್ಲ. ಸಂಘಜೀವಿ ಮತ್ತು ಸಮುದಾಯಜೀವಿಯಾದ ಮನುಷ್ಯನ ಬದುಕಿನ ಮೇಲೆ ಸಮಾಜದಲ್ಲಿಯ ಆಗುಹೋಗುಗಳೂ ಪರಿಣಾಮ ಬೀರುವ ಕಾರಣ ಆತನ ಆರೋಗ್ಯ ಸರಿ ಇರಬೇಕೆಂದರೆ ಸಾಮಾಜಿಕ ಸ್ವಾಸ್ಥ್ಯವೂ ಸರಿ ಇರಬೇಕು. ಹಾಗಾಗಿ, ಯೋಗ, ಧ್ಯಾನ, ಪಥ್ಯಾಹಾರದಂತಹ ವಿಚಾರಗಳನ್ನು ನಾವು ಅರೆಬರೆ ಜ್ಞಾನಿಗಳ ಮತ್ತು ಸಂಕುಚಿತ ಮನೋಭಾವದ ವ್ಯಕ್ತಿಗಳ ಪರಿಧಿಯಿಂದ ಹೊರತಂದು, ವೈಜ್ಞಾನಿಕ ಮತ್ತು ವೈಚಾರಿಕ ಮನೋಭಾವದ ಸಜ್ಜನರೂ ಅದನ್ನು ಅಳವಡಿಸಿಕೊಳ್ಳುವ ಮತ್ತು ಆದರ ಕುರಿತು ಹಿಂಜರಿಕೆಗಳಿಲ್ಲದ ಸಕಾರಾತ್ಮಕವಾಗಿ ಮಾತನಾಡುವ ವಾತಾವರಣ ರೂಪಿಸಬೇಕಿದೆ. ಪರ್ಯಾಯಗಳನ್ನು ಕಟ್ಟಬೇಕಿದೆ.

ಅದಕ್ಕಾಗಿ ಈ ಪುಸ್ತಕ.

ಕಳೆದ ಐದಾರು ವರ್ಷಗಳಲ್ಲಿ ನಾನೇ ಖುದ್ದು ಭಾಗವಹಿಸಿ ಪಡೆದ ತರಬೇತಿಗಳು, ತೀವ್ರವಾಗಿ ಆದ ಅನುಭವಗಳು, ಸ್ವತಃ ಮಾಡಿದ ಪ್ರಯೋಗಗಳ ಮೂಲಕ ಕಂಡುಕೊಂಡ ವಿಚಾರಗಳು, ಹತ್ತಾರು ವೈಜ್ಞಾನಿಕ ಲೇಖನ ಮತ್ತು ಪುಸ್ತಕಗಳ ಓದಿನಿಂದ ಗಳಿಸಿದ ತಿಳಿವುಗಳ ಆಧಾರದ ಮೇಲೆ ಈ ಪುಸ್ತಕ ಅಥವ ಕೈಪಿಡಿಯನ್ನು ಬರೆಯಲಾಗಿದೆ. ಇದಕ್ಕೆ ಸ್ವಾಮಿ ಸತ್ಯಾನಂದ ಸರಸ್ವತಿಯವರ "ಆಸನ ಪ್ರಾಣಾಯಾಮ ಮುದ್ರಾ ಬಂಧ" ಹಾಗೂ "ಯೋಗ ನಿದ್ರಾ", ಪೀಟರ್ ಅಟ್ಟಿಯ ಎನ್ನುವ ಅಮೇರಿಕದ ವೈದ್ಯರು ಬರೆದಿರುವ "OUTLIVE–The Science & Art of Longevity", ಖ್ಯಾತ ಮನೋವೈದ್ಯ ಬೆಸ್ಸೆಲ್ ವ್ಯಾನ್ ಡರ್ ಕೊಲ್ಕ್ ಬರೆದಿರುವ "The Body Keeps the Score–Brain, Mind, and Body in the Healing of Trauma" ಹಾಗೂ ವಿಶ್ವವಿಖ್ಯಾತ ಲೇಖಕ ಯುವಾಲ್ ನೋಹ ಹರಾರಿ ಬರೆದಿರುವ "21

Lessons for the 21st Century" ಗ್ರಂಥಗಳನ್ನು ಪ್ರಮುಖ ಆಕರಗಳಾಗಿ ಬಳಸಲಾಗಿದೆ. ಇವೆಲ್ಲವೂ ವೈಚಾರಿಕತೆ, ವೈಜ್ಞಾನಿಕತೆ ಮತ್ತು ವಸ್ತುನಿಷ್ಠತೆಯ ಕಾರಣಕ್ಕೆ ತಮ್ಮ ವಿಭಾಗಗಳಲ್ಲಿ ಗೌರವ ಮತ್ತು ಮೆಚ್ಚುಗೆ ಸಂಪಾದಿಸಿರುವ ಪುಸ್ತಕಗಳು.

ಭಾರತೀಯ ಪರಂಪರೆಯ ಆಧ್ಯಾತ್ಮಿಕ ಮತ್ತು ವೈರಾಗ್ಯ ಜೀವನಪದ್ಧತಿಗೆ ಯೋಗ ಎನ್ನುತ್ತಾರೆ. ಆದರೆ ಈಗ ಪ್ರಸ್ತುತ ಉಸಿರಾಟಗಳ ವ್ಯಾಯಾಮದ **ಪ್ರಾಣಾಯಾಮ,** ನಿರ್ದಿಷ್ಟ ದೈಹಿಕ ವ್ಯಾಯಾಮ ಭಂಗಿಗಳ **ಆಸನಗಳು** ಮತ್ತು ಮನಸ್ಸನ್ನು ಶಾಂತಗೊಳಿಸುವ, ಸಂತಪ್ತ ಮನಸ್ಸನ್ನು ಹತೋಟಿಗೆ ತರಲು ಹಾಗೂ ಏಕಾಗ್ರತೆ ಸಾಧಿಸಲು ಸಹಕರಿಸುವ **ಧ್ಯಾನ,** ಈ ಮೂರೂ ಸೇರಿದ ದೈಹಿಕ ಮತ್ತು ಮಾನಸಿಕ ವ್ಯಾಯಾಮಗಳಿಗೆ **ಯೋಗ** ಎಂದು ಕರೆಯಲಾಗುತ್ತದೆ. ಯೋಗದಲ್ಲಿ ವ್ಯಾಯಾಮ ಮತ್ತು ಧ್ಯಾನವು ಸೇರಿದ್ದರೂ, ದೈಹಿಕ ಆರೋಗ್ಯಕ್ಕೆ ಮತ್ತು ಮಾನಸಿಕ ನೆಮ್ಮದಿಗೆ ಇದಿಷ್ಟೇ ಸಾಕಾಗುವುದಿಲ್ಲ. ಹಾಗಾಗಿ ಈ ಪುಸ್ತಕದಲ್ಲಿ ಯೋಗದ ಜೊತೆಗೆ ಆಹಾರ ಹಾಗೂ ಸಮುದಾಯದೊಂದಿಗೆ ಯಾವೆಲ್ಲಾ ಕ್ರಿಯೆಗಳಲ್ಲಿ ನಾವು ಸಾಂಘಿಕವಾಗಿ ತೊಡಗಿಕೊಳ್ಳಬೇಕು ಎನ್ನುವುದನ್ನೂ ಇಂದಿನ ನನ್ನ ತಿಳಿವಿನ ಇತಿಮಿತಿಯಲ್ಲಿ ತಿಳಿಸಲು ಪ್ರಯತ್ನಿಸಿದ್ದೇನೆ.

ಇದನ್ನು ಪುಸ್ತಕ ಎಂದು ಕರೆಯಬಹುದಾದರೂ, ಇದನ್ನು ಓದುಗರು ತಮ್ಮ ದೈಹಿಕ ಮತ್ತು ಮಾನಸಿಕ ಅರೋಗ್ಯ ವೃದ್ಧಿಗೆ ಕೈಪಿಡಿಯ ರೀತಿ ಬಳಸಬೇಕು ಮತ್ತು ಅದು ಅವರ ಅರ್ಥಪೂರ್ಣ ಹಾಗೂ ಸಾರ್ಥಕ ಬದುಕಿಗೆ ಸಹಾಯಕವಾಗಬೇಕು ಎನ್ನುವುದು ನನ್ನ ಆಶಯ. ಅದು ಮಾತ್ರ ನಾನು ಇದಕ್ಕೆ ವಿನಿಯೋಗಿಸಿರುವ ಶ್ರಮ ಸಾರ್ಥಕವಾಗುತ್ತದೆ. ದಯವಿಟ್ಟು ಇದನ್ನು ಆಗಾಗ ಓದಿ ಹಾಗೂ ಕೈಪಿಡಿಯಂತೆ ಬಳಸಿ ಎನ್ನುವುದು ನನ್ನ ಮನವಿ.

ದೀರ್ಘಾಯುಷ್ಯ (Life span) ಮತ್ತು ಆರೋಗ್ಯಾಯುಷ್ಯ (Health span)

ಕಳೆದೊಂದು ಶತಮಾನದಲ್ಲಿ ಮನುಷ್ಯರ ಒಟ್ಟಾರೆ ಸರಾಸರಿ ಆಯಸ್ಸು ದ್ವಿಗುಣವಾಗಿದೆ. ನೂರು ವರ್ಷಗಳ ಹಿಂದಿನ ತನಕವೂ ವಿಶ್ವಾದ್ಯಂತ ಮನುಷ್ಯರ ಜನನ ಸಮಯದ ಸರಾಸರಿ ಆಯಸ್ಸು (Life Expectancy at Birth) 25ರ ಆಸುಪಾಸಿನಲ್ಲಿ ಇತ್ತು. ಇಷ್ಟು ಕಡಿಮೆ ಇದ್ದದ್ದಕ್ಕೆ ಬಹಳ ಮುಖ್ಯ ಕಾರಣ ಎಂದರೆ ಶಿಶುಮರಣದ ಪ್ರಮಾಣ ಜಾಸ್ತಿ ಇದ್ದದ್ದು. ಶಿಶುಮರಣವನ್ನು ಪರಿಗಣಿಸದೆ ನೋಡಿದರೆ ಸರಾಸರಿ ಆಯಸ್ಸು ಕೇವಲ 55ರ ಆಸುಪಾಸಿನಲ್ಲಿ ಇತ್ತು. ಈಗ ಅ ಪ್ರಮಾಣ 73 ವರ್ಷಕ್ಕೆ ಏರಿದೆ.

ಅಂದರೆ ಈಗಿನ ಮನುಷ್ಯರು ತಮ್ಮ ಹಿಂದಿನ ಎಲ್ಲಾ ಪೂರ್ವಿಕರಿಗಿಂತ ಹೆಚ್ಚು ಕಾಲ ಬದುಕುತ್ತಿದ್ದಾರೆ ಮತ್ತು ಶಿಶುಮರಣದ ಪ್ರಮಾಣ ಕನಿಷ್ಠ ಮಟ್ಟದಲ್ಲಿದ್ದು, ಹುಟ್ಟುವ ಬಹುತೇಕ ಎಲ್ಲಾ ಮಕ್ಕಳು ಯೌವನದ ತನಕ ಬದುಕುಳಿಯುತ್ತಿವೆ. ಹಾಗಾಗಿ ಇದು ದೀರ್ಘಾಯುಷಿಗಳ ಯುಗ.

ಆದರೆ ಈ ದೀರ್ಘಾಯುಷಿಗಳೆಲ್ಲ ಆರೋಗ್ಯವಾಗಿ ಬದುಕುತ್ತಿದ್ದಾರೆಯೇ ಎಂದು ಗಮನಿಸಿದಾಗ ಉತ್ತರ ಕೇವಲ ನಿರಾಶಾದಾಯಕ ಮಾತ್ರವಲ್ಲ, ಕಳವಳಕಾರಿಯೂ ಹೌದು. ಯಾಕೆಂದರೆ ಇಂದಿನ ಬಹುತೇಕ ದೀರ್ಘಾಯುಷಿಗಳ ಆರೋಗ್ಯಾಯುಷ್ಯ ಚೆನ್ನಾಗಿಲ್ಲ. ದೈಹಿಕ ಮತ್ತು ಮಾನಸಿಕ ಕಾಯಿಲೆಗಳಿಂದ ಬಳಲುತ್ತ, ಪ್ರತಿದಿನವೂ ಔಷಧಗಳನ್ನು ಸೇವಿಸುತ್ತ, ವೃದ್ಧಾಶ್ರಮ ಅಥವ ಆಸ್ಪತ್ರೆಗಳಲ್ಲಿ ಇನ್ನೊಬ್ಬರ ಆರೈಕೆಯಲ್ಲಿ ದಿನದೂಡುತ್ತ ಉಸಿರಾಡುತ್ತಿದ್ದಾರೆ.

ಪೌಷ್ಟಿಕ ಆಹಾರದ ಲಭ್ಯತೆ, ಆಧುನಿಕ ವೈದ್ಯಪದ್ಧತಿ ಮತ್ತು ಚಿಕಿತ್ಸೆಗಳೂ ಸೇರಿದಂತೆ ಹಲವು ಕಾರಣಗಳಿಂದಾಗಿ ಈಗ ದೀರ್ಘಾಯುಷ್ಯ ಎನ್ನುವುದು ಸುಲಭವೂ ಸಾಧ್ಯವೂ ಆಗಿದೆ. ಆದರೆ ಆ ದೀರ್ಘಾಯುಷ್ಯದ ಅಂತಿಮ ವರ್ಷಗಳಲ್ಲಿ ಮೇಲೆ ವಿವರಿಸಿರುವಂತಹ ಕಾಯಿಲೆಗಳಿಂದ ಕೂಡಿದ, ನೋವಿನ, ಪರಾವಲಂಬನೆಯ ದಿನಗಳು ಅನಿವಾರ್ಯವಾಗುವುದು ಹಾಗೂ ಸುದೀರ್ಘವಾಗುವುದು ಅವಶ್ಯಕವೇ ಎನ್ನುವುದು ಈಗ ಬಹಳ ದೊಡ್ಡ ಮಟ್ಟದಲ್ಲಿ ಚರ್ಚೆವಾಗುತ್ತಿರುವ ವಿಷಯ. 2023ರಲ್ಲಿ ಪ್ರಕಟವಾದ ಅಮೆರಿಕನ್ ವೈದ್ಯ ಮತ್ತು ಲೇಖಕ ಪೀಟರ್ ಅಟ್ಟಿಯ ಬರೆದಿರುವ "Outlive–The Science and Art of Longevity" ಎನ್ನುವ ಪುಸ್ತಕ ಈ ವಿಷಯವನ್ನು ಬಹಳ ವಿಷದವಾಗಿ ಚರ್ಚಿಸುತ್ತದೆ. ಮತ್ತು ಅತ್ಯಂತ ಜನಪ್ರಿಯವೂ ಆಗಿದೆ.

ವಿಕಾಸದ ಹಾದಿಯಲ್ಲಿ ಲಕ್ಷಾಂತರ ವರ್ಷಗಳ ಕಾಲದಲ್ಲಿ ರೂಪುಗೊಂಡಿರುವ ಶರೀರ ನಮ್ಮದು. ಪ್ರಕೃತಿಸಹಜವಾಗಿ ಎದುರಾಗುವ ಕಾಯಿಲೆಕಸಾಲೆಗಳನ್ನು ಸಶಕ್ತವಾಗಿ ಎದುರಿಸಿ ದೇಹವನ್ನು ರಕ್ಷಿಸುವ ರೋಗನಿರೋಧಕ ಶಕ್ತಿಯನ್ನು ನಮ್ಮ ದೇಹ ಸಹಜವಾಗಿಯೇ ರೂಪಿಸಿಕೊಂಡಿದೆ. ಆದರೆ ಬದಲಾಗುತ್ತಿರುವ ಪ್ರಾಕೃತಿಕ ವಾತಾವರಣ, ವಲಸೆ, ಆಹಾರದ ಅಲಭ್ಯತೆ, ದೈಹಿಕ ಆರೋಗ್ಯ ಕಾಪಾಡಿಕೊಳ್ಳಲಾಗದ ಜೀವನ ಶೈಲಿ, ವೈಯಕ್ತಿಕ ಬದುಕಿನ ಸಮಸ್ಯೆಗಳು ಉಂಟು ಮಾಡುವ ಮಾನಸಿಕ ಕ್ಲೇಶ, ದುರಭ್ಯಾಸ ಮುಂತಾದುವುಗಳಿಂದಾಗಿ ಆ ರೋಗನಿರೋಧಕ ಕ್ಷೀಣಿಸುತ್ತಿದೆ. ಸಜಹವಾಗಿಯೇ ಅದು ನಮ್ಮ ಆರೋಗ್ಯಾಯುಷ್ಯದ ಮೇಲೆ ದುಷ್ಪರಿಣಾಮ ಬೀರುತ್ತಿದೆ.

ನಮ್ಮ ದೇಹ, ಅದು ಎಷ್ಟೇ ಹಿರಿಯ ವಯಸ್ಸಿನಲ್ಲಾಗಲಿ, ಏನೆಲ್ಲ ಮಾಡಬಲ್ಲದು ಮತ್ತು ಆರೋಗ್ಯ ಸುಧಾರಿಸಿಕೊಳ್ಳಬಹುದು ಹಾಗೂ ಅದಕ್ಕೆ ಎಂತಹ ಅದಮ್ಯ ಚೈತನ್ಯ ಇರುತ್ತದೆ ಎನ್ನುವುದು ಬಹಳ ಜನರಿಗೆ ಅರಿವಿಲ್ಲ. ವಯಸ್ಸಾಗುತ್ತ ಬಂದ ಹಾಗೆ ನಮ್ಮ ಶಕ್ತಿಯೂ ಕುಂದುತ್ತದೆ ಎನ್ನುವುದನ್ನು ನಂಬುವ ನಾವು, ಅದೇ ಮನಸ್ಥಿತಿಯಲ್ಲಿ ಸಶಕ್ತವಾಗಿರುವ ನಮ್ಮ ದೇಹವನ್ನು ಬೇಗನೆ ದುರ್ಬಲ ಮಾಡುವ ಪರಿಸ್ಥಿತಿಯನ್ನು ಕೈಯಾರೆ ಸೃಷ್ಟಿಸಿಕೊಳ್ಳುತ್ತೇವೆ.

ಡಯಾನ ನ್ಯಾಡ್ (1949) ಅಮೆರಿಕದ ಖ್ಯಾತ ಈಜುಗಾರ್ತಿ. ಚಿಕ್ಕ ವಯಸ್ಸಿನಲ್ಲಿಯೇ ಈಜಿಗೆ ಆಕರ್ಷಿತಳಾದ ಡಯಾನ ಅನಾರೋಗ್ಯದ ಕಾರಣ ಒಲಿಂಪಿಕ್ಸ್‌ನಲ್ಲಿ ಭಾಗವಹಿಸುವ ಅವಕಾಶದಿಂದ ವಂಚಿತಳಾಗುತ್ತಾಳೆ. ಮುಂದಕ್ಕೆ ದೂರ ಈಜಿನ ಅಭ್ಯಾಸಕ್ಕೆ ಒಗ್ಗಿಕೊಳ್ಳುವ ಈಕೆ, ತನ್ನ 24ನೇ ವಯಸ್ಸಿನಲ್ಲಿ ನೇಪಲ್ಸ್ ಕೊಲ್ಲಿ ಈಜು ಸ್ಪರ್ಧೆಯಲ್ಲಿ 36 ಕಿಲೋಮೀಟರ್ ದೂರವನ್ನು ಕೇವಲ 8 ಗಂಟೆ 11 ನಿಮಿಷದಲ್ಲಿ ಈಜಿ ದಾಖಲೆ ನಿರ್ಮಿಸುತ್ತಾಳೆ. ಮುಂದಿನ ಐದು ವರ್ಷಗಳಲ್ಲಿ ಇಂತಹ ಅನೇಕ ದೂರ ಈಜಿನ ಪಂದ್ಯಾವಳಿಗಳಲ್ಲಿ ಪಾಲ್ಗೊಂಡು ದಾಖಲೆಗಳನ್ನು ನಿರ್ಮಿಸಿ ಅಮೆರಿಕದ ಅತ್ಯಂತ ಜನಪ್ರಿಯ ಈಜುಗಾರ್ತಿ ಆಗುತ್ತಾಳೆ. ತನ್ನ 30ನೆಯ ಹುಟ್ಟುಹಬ್ಬದ ಹಿಂದಿನ ದಿನ ಆಕೆ ಬಹಾಮಾಸ್'ನಿಂದ ಅಮೆರಿಕದ ಫ್ಲೋರಿಡಾ ತನಕ ಸಮುದ್ರದಲ್ಲಿ ಶಾರ್ಕ್‌ಗಳಿಂದ ರಕ್ಷಿಸಿಕೊಳ್ಳಲು ಯಾವುದೇ ಪಂಜರ ಇಲ್ಲದೆ 164 ಕಿಲೋಮೀಟರ್ ದೂರವನ್ನು ಇಪ್ಪತ್ತೇಳೂವರೆ ಗಂಟೆಯಲ್ಲಿ ಈಜಿ ವಿಶ್ವದಾಖಲೆ ನಿರ್ಮಿಸುತ್ತಾಳೆ.

ಇದಕ್ಕಿಂತ ಒಂದು ವರ್ಷ ಮೊದಲು ಆಕೆ ಕ್ಯೂಬಾ ದೇಶದ ಹವಾನ ನಗರದ ಕಡಲುದಂಡೆಯಿಂದ ಅಮೆರಿಕಾದ ಫ್ಲೋರಿಡಾ ರಾಜ್ಯದ ಕೀ ವೆಸ್ಟ್ ದ್ವೀಪ ಸಮೂಹದ ತನಕ ಈಜಲು ಪ್ರಯತ್ನಿಸಿರುತ್ತಾಳೆ. ಕಡಲಿನಲ್ಲಿ ಈಜುವಾಗ ಅಲ್ಲಿ ಎದುರಾಗುವ ಶಾರ್ಕ್‌ಗಳಿಂದ ರಕ್ಷಿಸಿಕೊಳ್ಳಲು ಅದಕ್ಕಾಗಿಯೇ ನಿರ್ಮಿಸಿದ್ದ 20x40 ಅಡಿಯ ಉಕ್ಕಿನ ಪಂಜರದ ಒಳಗೆ ಆಗ ಈಜುತ್ತಾಳೆ. ಆ ಈಜಿನ ಸಮಯದಲ್ಲಿ ಸಮುದ್ರದಲ್ಲಿ ಅಲೆಗಳು ಹೆಚ್ಚಿದ್ದ ಕಾರಣ ಮತ್ತು ಒಳಸುಳಿಯ ಸೆಳೆತಗಳು ವಿರುದ್ಧ ದಿಕ್ಕಿನಲ್ಲಿ ಇದ್ದ ಕಾರಣ ಆ ಈಜು ಬಹಳ ಪ್ರಯಾಸದಾಯಕವಾಗುತ್ತದೆ ಹಾಗೂ ಆಕೆಯನ್ನು ಹೋಗಬೇಕಾದ ದಿಕ್ಕಿಗೆ ಬದಲಾಗಿ ಇನ್ನೊಂದು ದಿಕ್ಕಿಗೆ ಎಳೆಯುತ್ತಿರುತ್ತದೆ. ಸುಮಾರು 42 ಗಂಟೆಗಳ ಕಾಲ ಹೀಗೆ ತಡೆರಹಿತವಾಗಿ ಈಜಿದ ಬಳಿಕ, ವಾತಾವರಣ ಪ್ರತಿಕೂಲವಾಗಿದ್ದ ಕಾರಣ ಹಾಗೂ ಸಮುದ್ರದ ಸೆಳೆತ ಆಕೆಯನ್ನು ಗುರಿಯಿಂದ ಬೇರೆ ಕಡೆಗೆ ಎಳೆದೊಯ್ದಿದ್ದ ಕಾರಣ ಜೊತೆಗಿದ್ದ ವೈದ್ಯರು ಇನ್ನು ಮುಂದಕ್ಕೆ ಇದು ವಿಫಲ ಪ್ರಯತ್ನ ಎಂದು ತೀರ್ಮಾನಿಸಿ ಆಕೆಯನ್ನು ದೋಣಿಗೆ ಎಳೆದುಕೊಂಡು

ಈಜನ್ನು ಮೊಟಕುಗೊಳಿಸುತ್ತಾರೆ. ಆ 42 ಗಂಟೆಗಳಲ್ಲಿ ಆಕೆ 122 ಕಿಲೋಮೀಟರ್ ಕ್ರಮಿಸಿರುತ್ತಾಳೆ.

ಈ ಸಮುದ್ರದ ಈಜು ಬಹಳ ಅಪಾಯಕಾರಿಯಾದದ್ದು ಮತ್ತು ನಿಯಮಗಳಂತೂ ಬಹಳ ಕಠಿಣ. ಒಮ್ಮೆ ಈಜಲು ನೀರಿಗಿಳಿದ ಮೇಲೆ ಪಂದ್ಯ ಮುಗಿಯುವ ತನಕ ಅಥವ ಗುರಿ ಮುಟ್ಟುವ ತನಕ ಈಜುಗಾರರು ಇನ್ನೊಬ್ಬರನ್ನು ಮುಟ್ಟುವುದಾಗಲಿ, ಅವರನ್ನು ಮತ್ತೊಬ್ಬರು ಮುಟ್ಟುವುದಾಗಲಿ ಮಾಡುವಂತಿಲ್ಲ. ಹಾಗೆಯೇ ಯಾವುದೇ ಸಂದರ್ಭದಲ್ಲಿ ದೋಣಿ ಸಹ ಹತ್ತುವಂತಿಲ್ಲ. ಊಟ, ತಿಂಡಿ, ನೀರು ಎಲ್ಲವೂ ನೀರಿನಲ್ಲಿ ತೇಲಿಕೊಂಡೇ ಮಾಡಬೇಕು. ಅವನ್ನು ತೆಗೆದುಕೊಳ್ಳುವಾಗಲೂ ಯಾರನ್ನೂ ಮುಟ್ಟುವಂತಿಲ್ಲ. ಕೊಳವೆ ಅಥವ ಬಾಟಲ್ ಮೂಲಕವೊ, ಬಾಯಿಗೆ ಎಸೆಯಿಸಿಕೊಂಡೊ ಕುಡಿಯಬೇಕು, ತಿನ್ನಬೇಕು. ಮಲಮೂತ್ರಗಳ ವಿಸರ್ಜನೆ ಸಹ ನೀರಿನಲ್ಲಿಯೇ ಮಾಡಿಕೊಳ್ಳಬೇಕು. ನಿದ್ದೆಯಂತೂ ಇಲ್ಲವೇ ಇಲ್ಲ. ತೀರಾ ಸುಸ್ತಾದಾಗ ಸುಧಾರಿಸಿಕೊಳ್ಳಬೇಕು ಎನ್ನಿಸಿದರೆ ಕೈಬೀಸದೇ ನೀರಿನಲ್ಲಿ ತೇಲುತ್ತ ದಣಿವಾರಿಸಿಕೊಳ್ಳಬಹುದು. ಗುರಿ ಮುಟ್ಟಿ ದಡ ಸಿಕ್ಕಾಗ ಈಜಿನ ಬದಲಿಗೆ ನಡೆಯಬಹುದು ಎಂದಾಗಲೂ ನೀರು ಈಜುಗಾರರ ಹಿಮ್ಮಡಿಗಿಂತ ಮೇಲೆ (ankle-deep) ಇರುವ ತನಕವೂ ಈ ನಿಯಮಗಳು ಅನ್ವಯಿಸುತ್ತವೆ.

ಇಂತಹ ಕಠಿಣ ನಿಯಮಗಳ ಈಜಿನಲ್ಲಿ ಕ್ಯೂಬಾದಿಂದ ಅಮೆರಿಕದ ತನಕ ಈಜಬೇಕು ಎನ್ನುವ ಮಹತ್ವಾಕಾಂಕ್ಷೆಯ ಪ್ರಯತ್ನದಲ್ಲಿ ಡಯಾನ ನ್ಯಾಡ್ ತನ್ನ 28ನೇ ವಯಸ್ಸಿನಲ್ಲಿ 42 ಗಂಟೆಗಳ ಕಾಲ ಈಜಿ ವಿಫಲವಾಗುತ್ತಾಳೆ. ಅದಾದ ಒಂದು ವರ್ಷದ ಬಳಿಕ ಇನ್ನೊಂದು ಪಂದ್ಯಾವಳಿಯಲ್ಲಿ ವಿಶ್ವದಾಖಲೆ ಸ್ಥಾಪಿಸುತಾಳೆ. ನಂತರ ಒಂದು ರೀತಿಯಲ್ಲಿ ಈಜಿಗೆ ವಿರಾಮ ನೀಡಿ ಇಂಥ ಸ್ಪರ್ಧೆಗಳಿಂದ ಹೊರಗುಳಿಯುತ್ತಾಳೆ.

ಆದರೆ ಆಕೆಯ ಭಗ್ನಗೊಂಡ ಕನಸು ಆಕೆಯನ್ನು ಹತ್ತಾರು ವರ್ಷವಲ್ಲ, ನಿರಂತರವಾಗಿ 30 ವರ್ಷ ಕಾಡುತ್ತದೆ. ಹೀಗೆಯೇ ಕಾಲ ಗತಿಸಿ ಆಕೆಯ ವಯಸ್ಸು 60 ಆಗಿಬಿಡುತ್ತದೆ. ಆ ವಯಸ್ಸಿನಲ್ಲಿ ಆಕೆ ಮತ್ತೆ ಎದ್ದು ನಿಲ್ಲುತ್ತಾಳೆ, ಅಥವ ನೀರಿಗೆ ಇಳಿಯುತ್ತಾಳೆ. 30 ವರ್ಷಗಳ ಹಿಂದಿನ ತನ್ನ ಭಗ್ನ ಕನಸನ್ನು ಈಗ ನನಸು ಮಾಡಿಕೊಳ್ಳಲು ಕಠಿಣ ಅಭ್ಯಾಸ ಆರಂಭಿಸುತ್ತಾಳೆ. ಅದಕ್ಕಾಗಿ ತನ್ನ ಆಪ್ತಸ್ನೇಹಿತೆಯ ಸಹಾಯ ಪಡೆಯುತ್ತಾಳೆ ಮತ್ತು ತನ್ನ ಉಳಿತಾಯದ ಹಣವನ್ನೆಲ್ಲ ಇದರಲ್ಲಿ ತೊಡಗಿಸಲು ಆರಂಭಿಸುತ್ತಾಳೆ.

ತನ್ನ ಮೊದಲ ವಿಫಲ ಪ್ರಯತ್ನದ 33 ವರ್ಷಗಳ ನಂತರ, ತನ್ನ 62ನೇ ಹುಟ್ಟುಹಬ್ಬಕ್ಕೆ ಹದಿನೈದು ದಿನ ಇದೆ ಎನ್ನುವಾಗ, 2011ರ

ಆಗಸ್ಟ್‌ನಲ್ಲಿ ಎರಡನೆಯ ಬಾರಿಗೆ ಡಯಾನ ನ್ಯಾಡ್ ಕ್ಯೂಬಾ ದೇಶದ ಹವಾನದಲ್ಲಿ ಸಮುದ್ರಕ್ಕೆ ಹಾರುತ್ತಾಳೆ. ಈ ಬಾರಿ ಯಾವುದೇ ಪಂಜರದ ರಕ್ಷಣೆ ಇರುವುದಿಲ್ಲ. ಆದರೆ ನುಗ್ಗಿಬರುವ ಶಾರ್ಕ್‌ಗಳನ್ನು ಹಿಮ್ಮೆಟ್ಟಿಸಲು ಸಹಾಯಕರ ಬಳಿ ಎಲೆಕ್ಟ್ರಾನಿಕ್ ಶಾರ್ಕ್ ಗುರಾಣಿ ಇರುತ್ತವೆ. ಈ ಬಾರಿಯೂ ಸಮುದ್ರದ ಸೆಳೆತ ಮತ್ತು ಬಿರುಗಾಳಿ ಆಕೆಯನ್ನು ಗುರಿಯಿಂದ ಇನ್ನೊಂದು ಕಡೆಗೆ ಎಳೆದುಕೊಂಡು ಹೋಗಿದ್ದು, ಅಸ್ತಮಾದ ಕಾರಣಕ್ಕಾದ ಉಸಿರಾಟದ ತೊಂದರೆ ಹಾಗೂ ಆರಂಭದಲ್ಲಿಯೇ ಕಾಣಿಸಿಕೊಂಡಿದ್ದ ಭುಜದ ನೋವು ಕೊಡುತ್ತಿದ್ದ ಕಾಟಗಳಿಂದಾಗಿ ಇದೂ ಸಹ ವಿಫಲ ಪ್ರಯತ್ನ ಎಂದು ಅರಿವಾಗಿ 29 ಗಂಟೆಗಳ ಅವಿಶ್ರಾಂತ ಈಜಿನ ನಂತರ ಡಯಾನ ಈಜು ನಿಲ್ಲಿಸುತ್ತಾಳೆ. ಎರಡನೆಯ ಬಾರಿಗೂ ಸೋಲುತ್ತಾಳೆ.

ಆದರೆ ಆಕೆ ಸೋಲನ್ನು ಒಪ್ಪಿಕೊಳ್ಳುವುದಿಲ್ಲ. ಅದಾದ ಒಂದೂವರೆ ತಿಂಗಳಿಗೆ ಮತ್ತೆ ನೀರಿಗೆ ಇಳಿಯುತ್ತಾಳೆ. ಈ ಈಜಿನ ಸಂದರ್ಭದಲ್ಲಿ ಆಕೆಯನ್ನು ಜೆಲ್ಲಿಫ಼ಿಷ್ ಮತ್ತು ಅದೇ ತರಹದ Portuguese man o' war ಎನ್ನುವ ಜಲಚರಗಳು ಕಡಿಯಲು ಆರಂಭಿಸುತ್ತವೆ. ಮತ್ತೆ ಸಮುದ್ರದ ಸೆಳೆತ ದಿಕ್ಕುತಪ್ಪಿಸುತ್ತದೆ. ಮೊಣಕೈ ಮತ್ತು ಕತ್ತಿನ ಮೇಲೆ ಜೆಲ್ಲಿಫ಼ಿಷ್‌ಗಳ ಕಡಿತದಿಂದ ಕಾಣಿಸಿಕೊಂಡ ಉಸಿರಾಟದ ತೊಂದರೆ ಮತ್ತು ಗುರಿಯತ್ತ ಸಾಗಲಾಗದೆ ಮತ್ತೆ ದಿಕ್ಕು ತಪ್ಪಿದ್ದ ಕಾರಣಕ್ಕೆ ಡಯಾನ, ಈ ಬಾರಿ 41 ಗಂಟೆಗಳ ಕಾಲ, 124 ಕಿಲೋಮೀಟರ್ ಈಜಿದ ನಂತರ ಈಜು ನಿಲ್ಲಿಸುತ್ತಾಳೆ. ಮೂರನೆಯ ಬಾರಿಗೂ ಸೋಲುತ್ತಾಳೆ.

ಆದರೆ ಆಗಲೂ ಆಕೆ ಸೋಲನ್ನು ಒಪ್ಪಿಕೊಳ್ಳುವುದಿಲ್ಲ. ಮತ್ತೆ ಮುಂದಿನ ವರ್ಷ ಬರುತ್ತಾಳೆ. ಸಮುದ್ರಕ್ಕೆ ಧುಮುಕುತ್ತಾಳೆ. ಹಿಂದಿನ ಮೂರೂ ಈಜುಗಳಿಗಿಂತ ಹೆಚ್ಚಿನ ಹಾದಿ ಕ್ರಮಿಸುತ್ತಾಳೆ. ಜೆಲ್ಲಿಫ಼ಿಷ್‌ಗಳಿಂದ ಒಂಬತ್ತು ಸಲ ಕಡಿಸಿಕೊಂಡು, ಎರಡು ಚಂಡಮಾರುತಗಳನ್ನು ಎದುರಿಸಿ, ಮತ್ತೊಮ್ಮೆಯೂ ದಿಕ್ಕು ತಪ್ಪಿ ಗುರಿ ಅಗಮ್ಯವಾದಾಗ ಈಜು ನಿಲ್ಲಿಸುತ್ತಾಳೆ. ನಾಲ್ಕನೆಯ ಬಾರಿಗೂ ಸೋಲುತ್ತಾಳೆ.

ಆದರೆ ಆಗಲೂ ಆಕೆ ಸೋಲನ್ನು ಒಪ್ಪಿಕೊಳ್ಳುವುದಿಲ್ಲ. ಮತ್ತೆ ಮುಂದಿನ ವರ್ಷ, ತನ್ನ 64ನೆಯ ಹುಟ್ಟುಹಬ್ಬವನ್ನು ಆಚರಿಸಿಕೊಂಡ ಕೆಲವೇ ದಿನಗಳಲ್ಲಿ ಮತ್ತೆ ಸಮುದ್ರಕ್ಕೆ ಧುಮುಕುತ್ತಾಳೆ. ಜೆಲ್ಲಿಫ಼ಿಷ್‌ಗಳಿಂದ ರಕ್ಷಿಸಿಕೊಳ್ಳಲು ಈ ಬಾರಿ ರಕ್ಷಣಾತ್ಮಕ ಸೂಟ್ ಜೊತೆಗೆ ಮುಖಕ್ಕೆ ಸಿಲಿಕಾನ್ ಮಾಸ್ಕ್, ಕೈಗವಸುಗಳು, ಕಾಲಿಗೆ ಬೂಟು ಹಾಕಿಕೊಂಡು ಇಳಿದಿರುತ್ತಾಳೆ. ಶಾರ್ಕ್‌ಗಳಿಂದ ರಕ್ಷಿಸಲು ಸಹಾಯಕ ಸಿಬ್ಬಂದಿಯ ಬಳಿ ಎಲೆಕ್ಟ್ರಾನಿಕ್ ಶಾರ್ಕ್ ಗುರಾಣಿ ಇರುತ್ತವೆ.

ಈಜುತ್ತಾಳೆ. ಈಜುತ್ತಾಳೆ. ಈಜುತ್ತಾಳೆ. ಈ ಬಾರಿ 53 ಗಂಟೆಗಳ ಕಾಲ ಈಜುತ್ತಾಳೆ. 180 ಕಿಲೋಮೀಟರ್ ಈಜುತ್ತಾಳೆ. ದಡ ಮುಟ್ಟುತ್ತಾಳೆ. ಈ ಹಿರಿಯ ಮಹಿಳೆಯ ಹಠ ಮತ್ತು ಪರಿಶ್ರಮಕ್ಕೆ ಮಣಿದು, ಒಲಿದು, ಈ ಬಾರಿ ಪ್ರಕೃತಿಯೂ ಸಹಕರಿಸಿರುತ್ತಾಳೆ.

ಡಯಾನ ನ್ಯಾಡ್ ಈಗ ದಂತಕಥೆ. ಈಕೆಯ ಸಾಧನೆ ಆಧರಿಸಿ 2023ರಲ್ಲಿ NYAD ಎನ್ನುವ ಸಿನೆಮಾ ನಿರ್ಮಾಣವಾಗಿದೆ. ಖ್ಯಾತ ಹಾಲಿವುಡ್ ನಟಿಯರಾದ ಅನ್ನೆಟ್ ಬೆನಿಂಗ್ ಮತ್ತು ಜೋಡೀ ಫಾಸ್ಟರ್ ನಟಿಸಿರುವ ಈ ಸಿನೆಮಾ ಬಹಳ ಜನಪ್ರಿಯವಾಗಿದೆ. ಈ ಇಬ್ಬರೂ ತಮ್ಮ ನಟನೆಗಾಗಿ ಆಸ್ಕರ್ ಪ್ರಶಸ್ತಿಗೆ ನಾಮನಿರ್ದೇಶನಗೊಂಡಿದ್ದಾರೆ. (ಈ ಪುಸ್ತಕ ಮುದ್ರಣಕ್ಕೆ ಹೋಗುತ್ತಿದ್ದ ಸಂದರ್ಭದಲ್ಲಿ ಇನ್ನೂ ಆಸ್ಕರ್ ಪ್ರಶಸ್ತಿ ಘೋಷಣೆ ಆಗಿರಲಿಲ್ಲ.)

ನಮ್ಮ ಮನಸ್ಸು ಅಥವ ಇಚ್ಚಾಶಕ್ತಿಯ ಆಧಾರದ ಮೇಲೆ ಹಾಗೂ ನಾವು ಅದಕ್ಕೆ ಕೊಡುವ ಆಹಾರ ಮತ್ತು ತರಬೇತಿಯ ಮೇಲೆ ನಮ್ಮ ಈ ದೇಹವು (ಬಹುತೇಕವಾಗಿ) ಯಾವುದೇ ಸಂದರ್ಭಕ್ಕೆ ಯಾವುದೇ ಸಂದರ್ಭದಲ್ಲಿ ಸಿದ್ಧವಾಗುತ್ತದೆ ಅಥವ ರೂಪುಗೊಳ್ಳುತ್ತದೆ ಎನ್ನುವುದಕ್ಕೆ ಡಯಾನ ನ್ಯಾಡ್ ಜೀವಂತ ಉದಾಹರಣೆ.

1918ರಲ್ಲಿ ಜನಿಸಿದ ಎಚ್.ಎಸ್. ದೊರೆಸ್ವಾಮಿಯವರು ಕರ್ನಾಟಕದ ಖ್ಯಾತ ಸ್ವಾತಂತ್ರ್ಯ ಹೋರಾಟಗಾರರು. ಸ್ವಾತಂತ್ರ್ಯಾನಂತರ ಅವರು ರಾಜ್ಯದ ಅತ್ಯಂತ ಪ್ರಮುಖ ಸಾಮಾಜಿಕ ಹೋರಾಟಗಾರರಾಗಿ ರೂಪುಗೊಂಡರು. ದೀರ್ಘಾಯುಷಿ. ಶತಾಯುಷಿ. ಅವರು ತೀರಿಕೊಂಡಾಗ ಅವರಿಗೆ 103 ವರ್ಷಗಳು ತುಂಬಿದ್ದವು. ಅರ್ಥಪೂರ್ಣ, ಸಾರ್ಥಕ, ಸಕ್ರಿಯ, ಮಾದರಿ ಬದುಕು ಅವರದು. 26.05.2021ರಂದು ಅವರು ತೀರಿಕೊಂಡಾಗ ಅವರಿಗೆ ಕೋವಿಡ್-19 ಇತ್ತು. ಅದರೆ ಅವರ ಸಾವಿಗೆ ಅದು ಕಾರಣವಾಗಿರಲಿಲ್ಲ.

ದೊರೆಸ್ವಾಮಿಯವರ ಪತ್ನಿ ಶ್ರೀಮತಿ ಲಲಿತಮ್ಮನವರು ದೊರೆಸ್ವಾಮಿಯವರ ಜೊತೆ 70 ವರ್ಷಗಳ ಸುದೀರ್ಘ ದಾಂಪತ್ಯವನ್ನು ಮುಗಿಸಿ ತಮ್ಮ 89ನೆಯ ವಯಸ್ಸಿನಲ್ಲಿ ತೀರಿಕೊಂಡಾಗ ದೊರೆಸ್ವಾಮಿಯವರು ಆಗಲೇ ಶತಾಯುಷಿಗಳಾಗಿದ್ದರು. ಲಲಿತಮ್ಮನವರ ಪಾರ್ಥಿವ ಶರೀವನ್ನು ವೈದ್ಯಕೀಯ ಆಸ್ಪತ್ರೆಗೆ ದೇಹದಾನ ಮಾಡುವುದೆಂದು ದೊರೆಸ್ವಾಮಿಯವರು ಮೊದಲೇ ತೀರ್ಮಾನಿಸಿದ್ದರು. ಅವರ ಶ್ರೀಮತಿಯವರ ಪಾರ್ಥಿವ ಶರೀರವನ್ನು ಮನೆಯಿಂದ ಆಸ್ಪತ್ರೆಗೆ ಹೊತ್ತೊಯ್ಯಲು ಆಂಬುಲೆನ್ಸ್ ವಾಹನ ಸಿದ್ಧವಾಗಿ ಹೊರಡಲು ಅನುವಾಗಿದ್ದಾಗ ಮನೆಯಿಂದ ಹೊರಗೆ ಬಂದ

ದೊರೆಸ್ವಾಮಿಯವರು ಆ ವಾಹನದಲ್ಲಿದ್ದ ತಮ್ಮ ನಿರ್ಜೀವ ಪತ್ನಿಗೆ ಎರಡೂ ಕೈಮುಗಿದು ನಮಸ್ಕರಿಸಿದ್ದರು. ಆ ದೃಶ್ಯಕ್ಕೆ ನಾನೂ ಒಬ್ಬ ಸಾಕ್ಷಿ.

ಇದಾದ ಕೆಲವೇ ದಿನಗಳಲ್ಲಿ ವಿಶ್ವದಾದ್ಯಂತ ಕೋವಿಡ್ ಕಾಣಿಸಿಕೊಂಡಿತು. ಮೂರು ತಿಂಗಳ ನಂತರ ದೇಶದಲ್ಲಿ ಮೊದಲ ಲಾಕ್‌ಡೌನ್ ಘೋಷಣೆ ಆಯಿತು. ಬಹಳ ವರ್ಷಗಳಿಂದ ಶ್ವಾಸಕೋಶ ಮತ್ತು ಉಸಿರಾಟದ ಸಮಸ್ಯೆಯಿಂದ ಬಾಧಿತರಾಗಿದ್ದ ದೊರೆಸ್ವಾಮಿಯವರೂ ಒಂದೆರಡು ಬಾರಿ ಕೋವಿಡ್ ಪೀಡಿತರಾದರು. ಆಸ್ಪತ್ರೆಗೆ ದಾಖಲಾಗಿ ಗುಣಮುಖರಾದ ನಂತರ ಬಿಡುಗಡೆ ಆಗಿದ್ದರು. ಹತ್ತಾರು ವರ್ಷಗಳ ಕಾಲ ಒಂದೇ ಬಾಡಿಗೆ ಮನೆಯಲ್ಲಿ ತಮ್ಮ ಪತ್ನಿಯೊಂದಿಗೆ ವಾಸವಿದ್ದ ದೊರೆಸ್ವಾಮಿಯವರು ಪತ್ನಿಯ ಮರಣದ ನಂತರ ಆ ಮನೆ ಬದಲಿಸಬೇಕಾದ ಅನಿವಾರ್ಯ ಪರಿಸ್ಥಿತಿ ಬಂತು. ಕೆಲವು ತಿಂಗಳ ನಂತರ ಮತ್ತೆ ಮನೆ ಬದಲಾಯಿಸಿ ತಾವು ಹಿಂದೆ ವಾಸವಿದ್ದ ಅದೇ ಹಳೆಯ ಬಾಡಿಗೆ ಮನೆಗೆ ಬಂದರು. ಆ ಹಿರಿಯ ವಯಸ್ಸಿನಲ್ಲಿ ಇದು ಅವರ ಮನಸ್ಸಿಗೆ ಖಂಡಿತ ಬೇಸರ ತರಿಸಿರುತ್ತದೆ. ಆದರೆ ಅದನ್ನು ವ್ಯಕ್ತಪಡಿಸಲಿಲ್ಲ.

ರಾಜ್ಯ, ದೇಶ, ವಿಶ್ವದ ವಿದ್ಯಮಾನಗಳನ್ನೆಲ್ಲ ಪತ್ರಿಕೆಗಳಲ್ಲಿ ಓದುತ್ತ, ಟಿವಿಯಲ್ಲಿ ನೋಡುತ್ತ, ಪತ್ರಿಕೆಗಳಿಗೆ ತಮ್ಮ ಅಭಿಪ್ರಾಯಗಳನ್ನು ಆಗಾಗ್ಗೆ ಸ್ವತಃ ಕೈಯ್ಯಾರೆ ಬರೆದು ತಿಳಿಸುತ್ತಿದ್ದ ದೊರೆಸ್ವಾಮಿಯವರು, ಕೊರೋನಾ ಕಾಲದಲ್ಲಿ ಆದ ಅವ್ಯವಸ್ಥೆ, ಕೆಟ್ಟ ರಾಜಕಾರಣ, ಭ್ರಷ್ಟಾಚಾರ, ಸಾವುನೋವು ಎಲ್ಲವನ್ನೂ ಗಮನಿಸಿದರು. ಲಾಕ್‌ಡೌನ್ ಇಲ್ಲದ ಸಂದರ್ಭದಲ್ಲಿ ಎಂದಿನಂತೆ ಸಾಮಾಜಿಕವಾಗಿ ಸಕ್ರಿಯವಾಗಿಯೇ ಇದ್ದರು. ಅನುಕೂಲವಾದರೆ ಕಾರ್ಯಕ್ರಮಗಳಿಗೂ ಹೋಗುತ್ತಿದ್ದರು. ಪತ್ನಿಯ ಅಗಲಿಕೆಯ ನಂತರ ಇತರೆ ಕುಟುಂಬಸ್ಥರು ಜೊತೆಗಿಲ್ಲದೆ ಒಬ್ಬಂಟಿಯಾಗಿದ್ದ (ಮನೆಯಲ್ಲಿ ಯಾರೋ ಒಬ್ಬರು ಸಹಾಯಕರು ಇರುವ ಹಾಗೆ ಅವರ ಹೋರಾಟದ ಸಂಗಾತಿಗಳು ನೋಡಿಕೊಂಡಿದ್ದರು) ಅವರನ್ನು ನೋಡಲು, ಮಾತನಾಡಿಸಲು, ಅವರ ಅಭಿಪ್ರಾಯ ಮತ್ತು ಬೆಂಬಲ ಪಡೆಯಲು ಹೋರಾಟಗಾರರು ಮನೆಗೆ ಎಂದಿನಂತೆ ಬರುತ್ತಲೂ ಇದ್ದರು.

ಆದರೆ ತಮ್ಮ 103ನೆಯ ಹುಟ್ಟುಹಬ್ಬ ಆಚರಿಸಿಕೊಂಡ ಕೆಲವೇ ದಿನಗಳಿಗೆ, 2021ರ ಮೇ ತಿಂಗಳಿನಲ್ಲಿ, ಅನಾರೋಗ್ಯದ ಕಾರಣ ದೊರೆಸ್ವಾಮಿಯವರು ಜಯದೇವ ಹೃದ್ರೋಗ ಆಸ್ಪತ್ರೆಗೆ ದಾಖಲಾದರು. ಕಳೆದ ಒಂದೆರಡು ವರ್ಷಗಳಿಂದ ನಡೆದಿದ್ದ ಸಾಮಾಜಿಕ ಮತ್ತು ರಾಜಕೀಯ ವಿದ್ಯಮಾನಗಳಿಂದ ಬಹುಶಃ ಬೇಸತ್ತಿದ್ದ ಹಾಗೂ ಒಂಟಿಯಾಗಿದ್ದ ದೊರೆಸ್ವಾಮಿಯವರಿಗೆ ಇನ್ನು ಜೀವನ ಸಾಕು ಅನ್ನಿಸಿರಬೇಕು. ತಮಗೆ ದಯಾಮರಣ ನೀಡಬೇಕೆಂದು ಆ

ಸಮಯದಲ್ಲಿ ಜಯದೇವ ಆಸ್ಪತ್ರೆಯ ವೈದ್ಯರನ್ನು ವಿನಂತಿಸಿಕೊಂಡರು. ಆದರೆ ಅದಕ್ಕೆ ನಮ್ಮ ದೇಶದಲ್ಲಿ ಅವಕಾಶ ಇಲ್ಲದ ಕಾರಣ ವೈದ್ಯರು ಆ ಮಾತು ಮರೆಸಿ ಚಿಕಿತ್ಸೆ ಮುಂದುವರೆಸಿದರು. ತಮ್ಮ ಮನವಿಗೆ ವೈದ್ಯರಿಂದ ನಕರಾತ್ಮಕ ಪ್ರತಿಕ್ರಿಯೆ ಬಂದಾಗ ಅವರಿಗೆ ನೆನಪಾಗಿದ್ದು ನಾನು.

ಆಸ್ಪತ್ರೆಯಲ್ಲಿದ್ದ ದೊರೆಸ್ವಾಮಿಯವರನ್ನು ನೋಡಿಬರಲು ಅವರ ದೀರ್ಘಕಾಲದ ಅನುಯಾಯಿ ಮತ್ತು ಆತ್ಮೀಯ ಬಿ.ಎಚ್. ಸುರೇಶ್ ಅದೇ ಸಮಯದಲ್ಲಿ ಆಸ್ಪತ್ರೆಗೆ ಹೋಗಿದ್ದರು. ಅವರಿಗೆ ನನ್ನನ್ನು ಬರಹೇಳಲು ತಿಳಿಸಿದರು. ಸುರೇಶರು ನನಗೆ ಕರೆ ಮಾಡಿದ ದಿನವೋ ಅಥವ ಮಾರನೆಯ ದಿನವೋ ನಾನು ಆಸ್ಪತ್ರೆಗೆ ಹೋದೆ. ಅವರ ಆರೋಗ್ಯ ಸ್ಥಿತಿ ಹಿಂದಿಗಿಂತ ಗಂಭೀರವಾಗಿತ್ತು. ಊಟ ಮಾಡುವುದನ್ನು ಬಹುತೇಕ ನಿಲ್ಲಿಸಿದ್ದರು. ಮೂತ್ರ ಸರಿಯಾಗಿ ಆಗುತ್ತಿರಲಿಲ್ಲ. ಕಿಬ್ಬೊಟ್ಟೆಯ ಭಾಗದಲ್ಲಿ ಹರ್ನಿಯಾ ಆಗಿತ್ತು. ನೋವುನಿವಾರಕ ಔಷಧಿ ಕೆಲಸ ಮಾಡುತ್ತಿದ್ದಾಗ ಲವಲವಿಕೆಯಿಂದ ಮಾತನಾಡುತ್ತಿದ್ದರು. ನೋವು ತೀವ್ರವಾದಾಗ ಮಾತ್ರ ಸ್ವಲ್ಪ ನರಳುತ್ತಿದ್ದರು. ಆರು ಅಡಿಗೂ ಎತ್ತರದ ಅವರ ಆಜಾನುಬಾಹು ದೇಹ ಸ್ವಲ್ಪ ಕೃಶವಾಗಿತ್ತು. ಇಂಜೆಕ್ಷನ್ ಮತ್ತು ಡ್ರಿಪ್ಸ್ ಹಾಕಲು ರಕ್ತನಾಳ ಹುಡುಕುವುದಕ್ಕಾಗಿ ಅವರ ಮುಂಗೈ ಮತ್ತು ಮೊಣಕೈಗಳಲ್ಲಿ ಎಲ್ಲೆಂದರಲ್ಲಿ ಚುಚ್ಚಿದ ಗುರುತುಗಳಿದ್ದವು.

ನನ್ನನ್ನು ಕಂಡಿದ್ದೇ ಅವರಿಗೆ ಹುರುಪು ಬಂದಿತು. ಎದ್ದು ಓಡಾಡಲು ಅಗುತ್ತಿಲ್ಲ ಎನ್ನುವುದು ಬಿಟ್ಟರೆ ಕಣ್ಣು, ಕಿವಿ, ಮೂಗು ಎಲ್ಲವೂ ಚೆನ್ನಾಗಿಯೇ ಕೆಲಸ ಮಾಡುತ್ತಿದ್ದವು. ನನ್ನನ್ನು ಬಳಿಗೆ ಕರೆಸಿಕೊಂಡು, 'ಸಾಕಿನ್ನು. ವೈದ್ಯರಿಗೆ ಹೇಳಿ ನನಗೆ ದಯಾಮರಣ ಕೊಡಿಸಿಬಿಡು. ಸುಮ್ಮನೆ ಯಾಕೆ ಹಿಂಸೆ. ಎಲ್ಲರಿಗೂ ಅನಗತ್ಯ ತೊಂದರೆ' ಎಂದರು. ನಾನು ಮೆಲ್ಲಗಿನ ದನಿಯಲ್ಲಿ, ನೋಡೋಣ, ಮಾಡೋಣ, ಮಾತನಾಡುತ್ತೇನೆ, ಅದೆಲ್ಲ ಆಗುವುದಿಲ್ಲ ಎಂದು ಮಾತು ಎಳೆಯುತ್ತಾ ಹೋದೆ. ಮೂರ್ನಾಲ್ಕು ಗಂಟೆ ಜೊತೆಗೇ ಇದ್ದು ಅವರ ಬೇಡಿಕೆ ಈಡೇರಿಸಲು ಅಸಾಧ್ಯ ಎಂದು ಮನವರಿಕೆ ಮಾಡಿಸಿದೆ. (ಅದೂ ನಿಜವಲ್ಲ. ದಯಾಮರಣ ನೀಡಲಾಗುವುದಿಲ್ಲ ಎನ್ನುವ ವಿಚಾರ ಗೊತ್ತಿಲ್ಲದ ಮುಗ್ಧರಲ್ಲ ಅವರು. ಆದರೂ ಅವರು ಅದನ್ನು ಯಾಕೆ ಬಯಸಿದರು ಮತ್ತು ಒತ್ತಾಯಿಸಿದರು ಎಂದು ಈಗಲೂ ನನಗೆ ಅರ್ಥವಾಗಿಲ್ಲ.)

ಕೆಲವು ದಿನಗಳಿಂದ ಆಸ್ಪತ್ರೆಯಲ್ಲಿ ಏನನ್ನೂ ತಿನ್ನದೆ ಅವರು ಉಪವಾಸ ಇದ್ದರು. ನಾನು ಅವರ ಜೊತೆ ಮಾತನಾಡುತ್ತ ಒಂದಿಷ್ಟು ತಿನ್ನಲು ಒತ್ತಾಯಿಸಿದೆ. ನನ್ನ ಬಲವಂತಕ್ಕೆ ತಿಂದರು. ಮುಂದಿನ ಹತ್ತು ದಿನಗಳ ಕಾಲ ನಾನು ಮನೆಯಿಂದ ಅವರಿಗೆ ಅನ್ನ, ಸಾರು, ತುಪ್ಪ ಒಯ್ಯುತ್ತಿದ್ದೆ.

ಬೇರೆ ಯಾರು ಹೇಳಿದರೂ ನಿರಾಕರಿಸುತ್ತಿದ್ದ ಅವರು ನಾನು ತೆಗೆದುಕೊಂಡ ಹೋದ ಅನ್ನಕ್ಕೆ ಸ್ವಲ್ಪವೇ ಉಪ್ಪು ಅಥವ ಸಾರು ಕಲಸಿಕೊಡಲು ಹೇಳಿ ಅದನ್ನು ಒಂದೆರಡು ತುತ್ತು ತಿನ್ನುತ್ತಿದ್ದರು. ಒಮ್ಮೊಮ್ಮೆ ನಾನೇ ತಿನ್ನಿಸುತ್ತಿದ್ದೆ. ಅವರ ಇಷ್ಟದ ಕಾಫಿಯನ್ನು ಸಹ ಆಗಾಗ ಕುಡಿಯುತ್ತಿದ್ದರು ಎನ್ನಿಸುತ್ತದೆ. ದೇಹಕ್ಕೆ ಬೇಕಾದ ಒಂದಷ್ಟು ಶಕ್ತಿ ಡ್ರಿಪ್ಸ್ ಮೂಲಕ ದೊರೆಯುತ್ತಿತ್ತು,

ಕೋವಿಡ್ ನಿಯಮಾವಳಿಗಳ ಕಾಲ ಅದು. ಆಸ್ಪತ್ರೆಗೆ ಪ್ರವೇಶಿಸಲು ಎಲ್ಲರಿಗೂ ಅವಕಾಶ ಇರಲಿಲ್ಲ. ಜೊತೆಗೆ ದೊರೆಸ್ವಾಮಿಯವರಿಗೆ ಕೋವಿಡ್ ಇರಬಹುದು ಎನ್ನುವ ಸಂಶಯ ಇದ್ದ ಕಾರಣ ಭೇಟಿಗೆ ಇನ್ನೂ ಹೆಚ್ಚಿನ ನಿರ್ಬಂಧಗಳಿದ್ದವು. ರಾತ್ರಿ ಹೊತ್ತು ದೊರೆಸ್ವಾಮಿಯವರ ಜೊತೆಗೆ ಒಬ್ಬರಾದರೂ ಹೋರಾಟದ ಸಂಗಾತಿಗಳಾದ ಯುವಮಿತ್ರರು ಇರುತ್ತಿದ್ದರು. ಆದರೆ ಅವರಿಗೆ ದೊರೆಸ್ವಾಮಿಯವರ ಜೊತೆಗೆ ಅಷ್ಟು ಸಲಿಗೆ ಅಥವ ಆಪ್ತತೆ ಸಾಧ್ಯವಿರಲಿಲ್ಲ. ಹಾಗಾಗಿ ನಾನಿಲ್ಲದ ಸಮಯ ಅವರಿಗೆ ಏಕಾಂಗಿತನ ಮತ್ತು ನೋವು ಬಾಧಿಸಿರಬೇಕು. ಬದುಕು ಸಾಕು ಎಂದು ಮನಸ್ಸಿಗೆ ತೀವ್ರವಾಗಿ ಅನ್ನಿಸಿರಬೇಕು. ನಾನು ಮರುದಿನ ಹೋದಾಗ ಅವರ ಮಾತಿನಲ್ಲಿ ಇಣುಕುತ್ತಿದ್ದ ಬೇಸರದಲ್ಲಿ ಇದು ನನಗೆ ಗೊತ್ತಾಗುತ್ತಿತ್ತು. ಆಗ ನನಗೆ ಅನ್ನಿಸಿದ್ದೇನೆಂದರೆ, ಮಾನಸಿಕವಾಗಿ ದೊರೆಸ್ವಾಮಿಯವರಿಗೆ ಬದುಕು ಸಾಕಾಗಿದೆ, ಆದರೆ ಅವರ ದೇಹ ಇನ್ನೂ ಬಿಟ್ಟುಕೊಡುತ್ತಿಲ್ಲ.

ದೊರೆಸ್ವಾಮಿಯವರು ತೀರಿಕೊಂಡ ಹಿಂದಿನ ದಿನ ಸುಮಾರು ಎರಡು ಗಂಟೆಗೂ ಹೆಚ್ಚು ಕಾಲ ವಿನೋಬಾ ಭಾವೆ, ಜಯಪ್ರಕಾಶ್ ನಾರಾಯಣ್, ಭೂದಾನ ಚಳವಳಿ ಸೇರಿದಂತೆ ಹಲವು ವಿಚಾರಗಳ ಬಗ್ಗೆ ನನ್ನೊಡನೆ ಮಾತನಾಡಿದರು. ನಾನು ಫೋನಿನಲ್ಲಿ ಅವರ ಮಾತುಗಳ ಧ್ವನಿಮುದ್ರಣ ಮಾಡಿಕೊಳ್ಳುತ್ತಿದ್ದೆ. ಹಾಗೆ ಗಂಟೆಗಟ್ಟಲೆ ಲಹರಿಯಲ್ಲಿ ಮಾತನಾಡಿದ್ದು ಸಾಕು ಅನ್ನಿಸಿದಾಗ, “ವಿಠ್ಠಲಭಟ್ಟರ ಪುರಾಣ ಬಿಟ್ಟಲ್ಲಿಗೇ ಸೈ” ಎಂದು ತಮಾಷೆ ಮಾಡಿ, ಬಾಯ್ತುಂಬ ನಕ್ಕು ಸುಮ್ಮನಾದರು. ನನ್ನೊಂದಿಗೆ ಆ ವಿಚಾರಗಳನ್ನು ಹಂಚಿಕೊಂಡಿದ್ದಕ್ಕೆ ಅವರಿಗೆ ಸಂತೋಷವಾಗಿದೆ ಎಂದು ನನಗನ್ನಿಸಿತು.

ಆದರೆ ಅದಾದ ಎಂಟತ್ತು ಗಂಟೆಗಳಿಗೆ ಆರೋಗ್ಯ ಹದಗೆಟ್ಟಿತು. ಮಾರನೆಯ ದಿನ (26.05.2021) ನಾನು ಆಸ್ಪತ್ರೆಗೆ ಹೋಗುವಷ್ಟೊತ್ತಿಗೆ ಪರಿಸ್ಥಿತಿ ಬಿಗಡಾಯಿಸಿತ್ತು. ಹೃದಯಬಡಿತ ವಿಪರೀತ ಹೆಚ್ಚಾಗಿತ್ತು. ಉಸಿರಾಟಕ್ಕೆ ತೊಂದರೆ ಆಗುತ್ತಿತ್ತು. ಸಾಕಷ್ಟು ಔಷಧಿ ಕೊಟ್ಟರೂ ದೇಹ ಸ್ಪಂದಿಸಲಿಲ್ಲ. ಐಸಿಯು'ಗೆ ಸಾಗಿಸಿ ಅಲ್ಲಿ ವೆಂಟಿಲೇಟರ್ ಅಳವಡಿಸಿದ ಕೆಲವೇ ನಿಮಿಷಗಳಲ್ಲಿ ಹೃದಯಾಘಾತ ಆಯಿತು. ದೇಹ ನಿಶ್ಚಲವಾಯಿತು.

ಆದರೆ ಕೊನೆಯ ತನಕವೂ ಅವರಿಗೆ ಪ್ರಜ್ಞೆ ಇತ್ತು. ಸಾವಿಗೆ ಒಂದೂವರೆ ಗಂಟೆ ಮೊದಲು, ಅಂದರೆ ಅವರನ್ನು ತೀವ್ರ ನಿಗಾ ಘಟಕಕ್ಕೆ ಕರೆದೊಯ್ಯುವ ಸ್ವಲ್ಪ ಹೊತ್ತಿಗೆ ಮೊದಲು, "ಏನಾದರೂ ತಿನ್ನುತ್ತೀರಾ ಸರ್?" ಅಂದಿದ್ದಕ್ಕೆ ಬೇಡ ಎಂದರು. ಬಾಯಿ ಒಣಗುತ್ತಿದ್ದ ಕಾರಣ ಕೆಮ್ಮಿಗೋ ಅಥವಾ ಮತ್ಯಾವುದಕ್ಕೊ ಆಸ್ಪತ್ರೆಯಲ್ಲಿ ಪ್ರತಿದಿನ ನೀಡುತ್ತಿದ್ದ ಸಿಹಿಯಾದ ಚೀಪುವ ಮಾತ್ರೆ ಬೇಕು ಎಂದರು. ಅದನ್ನು ಸ್ವಲ್ಪ ಚೀಪಿ ಉಗುಳಿದರು. ತೀವ್ರ ನಿಗಾ ಘಟಕಕ್ಕೆ ಒಯ್ಯುತ್ತಿದ್ದಾರೆ ಎಂದು ಅವರಿಗೆ ಅರಿವಾಗುತ್ತಿದ್ದ ಹಾಗೆ ಒಂದು ರೀತಿಯ ಮಾನಸಿಕ ಸ್ಥಿಮಿತಕ್ಕೆ ಜಾರಿಬಿಟ್ಟರು. ಬಯಸಿದ್ದು ಆಗುತ್ತಿದೆ ಎನ್ನುವ ಭಾವನೆ ಬಂದಿತ್ತೇನೋ!

ಅದಾದ ಒಂದು ಒಂದೂವರೆ ಗಂಟೆಯ ನಂತರ ವೈದ್ಯರು ದೊರೆಸ್ವಾಮಿಯವರ ಮರಣವನ್ನು ಅಧಿಕೃತವಾಗಿ ಘೋಷಿಸಿದರು.

ಅವರ ಮರಣದ ನಂತರ ನಾನು ಬರೆದ ಲೇಖನದಲ್ಲಿ ಹೀಗೆ ದಾಖಲಿಸಿದ್ದೇನೆ: "ಕೊನೆಗೂ ಮಹಾಚೈತನ್ಯವೊಂದು ಇಷ್ಟೊ ದಿನಗಳ ಕಾಲ ತಾನು ಹೊತ್ತು ಮೆರೆದಿದ್ದ ಸುಂದರ ಮತ್ತು ಆಜಾನುಬಾಹು ದೇಹವನ್ನು ತ್ಯಜಿಸಿತು." ಅವರ ದೇಹ ಕೊನೆಯವರೆಗೂ ಚೈತನ್ಯವನ್ನು ಬಿಟ್ಟುಕೊಡಲಿಲ್ಲ. ಗಟ್ಟಿಯಾಗಿಯೇ ಇತ್ತು. ಆದರೆ ಚೈತನ್ಯಕ್ಕೆ ಸಾಕಾಗಿತ್ತು.

ದೇಹದ ಅಪರಿಮಿತ ಶಕ್ತಿ ಮತ್ತು ಸಾಮರ್ಥ್ಯದ ಬಗ್ಗೆ ಯೋಚಿಸಿದಾಗಲೆಲ್ಲ ನನಗೆ ದೊರೆಸ್ವಾಮಿಯವರ ದೇಹ ನೆನಪಾಗುತ್ತದೆ. ಅತ್ಯಂತ ಕ್ರಿಯಾಶೀಲರಾಗಿದ್ದ ಅವರು ಸಸ್ಯಾಹಾರಿ ಆಗಿದ್ದರು. ಅವರಿಗೆ ಯಾವುದೇ ರೀತಿಯ ವ್ಯಸನ ಅಥವ ದುಶ್ಚಟ ಇರಲಿಲ್ಲ. ಸಾಯುವ ತನಕವೂ ಕಾಫಿಯನ್ನು ಬಹಳ ಇಷ್ಟಪಟ್ಟು ಆಸ್ವಾದಿಸುತ್ತಿದ್ದರು, ಅದೂ ಮಿತವಾಗಿ, ದಿನಕ್ಕೆ ಒಂದೆರಡು ಲೋಟ. ಸಿಕ್ಕರೆ ಜಿಲೇಬಿಯನ್ನೂ ಇಷ್ಟಪಟ್ಟು ತಿನ್ನುತ್ತಿದ್ದರು. ಅವರಿಗೆ ಸಕ್ಕರೆಕಾಯಿಲೆಯಾಗಲಿ, ರಕ್ತದೊತ್ತಡವಾಗಲಿ ಇರಲಿಲ್ಲ. ಓದಲು ಮಾತ್ರ ಕನ್ನಡಕ ಬಳಸುತ್ತಿದ್ದರು. ಕಿವಿ ಚೆನ್ನಾಗಿ ಕೇಳಿಸುತ್ತಿತ್ತು. ಕೊನೆಯ ದಿನಗಳವರೆಗೂ ಪತ್ರಗಳನ್ನು ತಮ್ಮ ಕೈಯಾರೆ ಬರೆಯುತ್ತಿದ್ದರು. ಸದಾ ಹಸನ್ಮುಖಿ.

ನನ್ನ ಪ್ರಕಾರ ಅವರ ದೀರ್ಘ ಆರೋಗ್ಯಾಯುಷ್ಯದ ಗುಟ್ಟು ಅವರ ಜೀವನಶೈಲಿಯಲ್ಲಿ ಇತ್ತು. ಸಾಮಾಜಿಕ ಹೋರಾಟಗಳಲ್ಲಿ ತೊಡಗಿದ್ದ ಅವರು ಅನ್ಯಾಯವನ್ನು ನಿಷ್ಠುರವಾಗಿ ಖಂಡಿಸುತ್ತಿದ್ದರೂ, ಆಂತರ್ಯದಲ್ಲಿ ಸಮಾಧಾನ, ಸಂತೃಪ್ತಿಯಿಂದ ಇದ್ದರು. ಊಟತಿಂಡಿಯಲ್ಲಿ ಸಂಯಮ ಇತ್ತು. ತೊಂಬತ್ತನೆಯ ವಯಸ್ಸಿನ ತನಕವೂ ಸರ್ಕಾರಿ ಸಾರಿಗೆ ಸಂಸ್ಥೆಯ ಬಸ್ಸುಗಳಲ್ಲಿ ಓಡಾಡುತ್ತಿದ್ದ ಅವರು, ಕೊನೆಯವರೆಗೂ ದೈಹಿಕವಾಗಿ

ಕ್ರಿಯಾಶೀಲರಾಗಿದ್ದರು. ಅವರ ದೇಹ ಯಾವಾಗಲೂ ಆರೋಗ್ಯಪೂರ್ಣವಾಗಿ ಕಳೆಕಳೆಯಿಂದ ಕೂಡಿತ್ತು. ಚಳಿಗಾಲದಲ್ಲಿ ಶ್ವಾಸಕೋಶದ ಮತ್ತು ಉಸಿರಾಟದ ಸಮಸ್ಯೆ ಬಿಟ್ಟರೆ ಅವರಿಗೆ ಇತರೆ ಯಾವುದೇ ಗಂಭೀರ ಕಾಯಿಲೆ ಬಾಧಿಸಲಿಲ್ಲ. ಅವರ ದೇಹದಲ್ಲಿ ಅನಗತ್ಯವಾಗಿ ಎಂದೂ ಕೊಬ್ಬು ಶೇಖರಣೆ ಆಗಿರಲಿಲ್ಲ. ಅಂದರೆ ಅವರು ಯಾವಾಗಲೂ ಆರೋಗ್ಯಪೂರ್ಣ ತೂಕ ಹೊಂದಿದ್ದರು. ಸತ್ವಪೂರ್ಣ ಮತ್ತು ಸಂಯಮಪೂರ್ಣ ಆಹಾರ ಸೇವನೆ, ದೈಹಿಕವಾಗಿ ಸಕ್ರಿಯವಾಗಿದ್ದದ್ದು, ಕ್ರಿಯಾಶೀಲ ಬದುಕು, ಮಾನಸಿಕ ನೆಮ್ಮದಿ; ನನ್ನ ಪ್ರಕಾರ ಇವಿಷ್ಟೇ ದೊರೆಸ್ವಾಮಿಯವರ ಆರೋಗ್ಯಾಯುಷ್ಯದ ಗುಟ್ಟು.

ಆದರೆ, **ಇವಿಷ್ಟೇ** ಎನ್ನುವುದು ಇಲ್ಲಿ ಬಹಳ ತೂಕದ, ಬಹುತೇಕರಿಗೆ ಅಸಾಧ್ಯವಾದ ವಿಚಾರ.

Outlive ಪುಸ್ತಕದ 8ನೇ ಅಧ್ಯಾಯದಲ್ಲಿ ಒಬ್ಬ ರೋಗಿಯ ವಿಚಾರ ಪ್ರಸ್ತಾಪ ಆಗಿದೆ. ಮಾಜಿ ಸೈನಿಕರಿಗೆ ಮೀಸಲಾದ ಅಮೆರಿಕದ ಆಸ್ಪತ್ರೆಯೊಂದಕ್ಕೆ 1956ರ ಸುಮಾರಿನಲ್ಲಿ ಜೇಮ್ಸ್ ಡಿಏಂಜೆಲೋ ಎನ್ನುವ ವ್ಯಕ್ತಿ ತೀವ್ರ ಅಸ್ವಸ್ಥತೆ ಮತ್ತು ನಿಶ್ಶಕ್ತಿಯ ಕಾರಣ ಭೇಟಿ ಕೊಡುತ್ತಾನೆ. ಆತನನ್ನು ಪರೀಕ್ಷೆ ಮಾಡಿದ ವೈದ್ಯರಿಗೆ ಆತನಿಗೆ ಆಗ ಎರಡು ಕಡೆ ಕ್ಯಾನ್ಸರ್ ಇರುವುದು ಗೊತ್ತಾಗುತ್ತದೆ. ಒಂದು ಆತನ ಜಠರದಲ್ಲಿದ್ದ ಮುಷ್ಟಿಗಾತ್ರದ ಕ್ಯಾನ್ಸರ್ ಗೆಡ್ಡೆಯಾದರೆ, ಮತ್ತೊಂದು ಆತನ ಯಕೃತ್ತು/ ಪಿತ್ತಜನಕಾಂಗಕ್ಕೆ ಹರಡಿದ್ದ ಸಣ್ಣಸಣ್ಣ ಕ್ಯಾನ್ಸರ್ ಗೆಡ್ಡೆಗಳು (smaller metastatic tumors). ತಕ್ಷಣವೇ ಚಿಕಿತ್ಸೆ ನೀಡಿದ ವೈದ್ಯರು ಶಸ್ತ್ರಚಿಕಿತ್ಸೆ ಮಾಡಿ ಆತನ ಜಠರದಲ್ಲಿದ್ದ ಕ್ಯಾನ್ಸರ್ ಗೆಡ್ಡೆಯನ್ನು ತೆಗೆಯುತ್ತಾರೆ. ಅದರ ಭಾಗವಾಗಿ ಆತನ ಅರ್ಧಕ್ಕರ್ಧ ಜಠರವನ್ನೂ ತೆಗೆಯಬೇಕಾಗಿ ಬರುತ್ತದೆ. ಆದರೆ ಅದೇ ಸಮಯದಲ್ಲಿ ಯಕೃತ್ತಿಗೂ ಹರಡಿದ್ದ ಆ ಕ್ಯಾನ್ಸರ್ ಗೆಡ್ಡೆಗಳನ್ನೂ ತೆಗೆಯುವುದು ಪ್ರಾಣಕ್ಕೆ ಅಪಾಯಕಾರಿಯಾಗಿದ್ದ ಕಾರಣ ಅವುಗಳನ್ನು ಹಾಗೆಯೇ ಬಿಡುತ್ತಾರೆ. ಹಾಗೆ ಉಳಿದುಕೊಂಡ ಆ ಕ್ಯಾನ್ಸರ್ ಗೆಡ್ಡೆಗಳಿಂದ ಆತ ಬಹುಶಃ ಮುಂದಿನ ಕೆಲವು ತಿಂಗಳುಗಳಲ್ಲಿಯೇ ಸಾಯುವುದು ಖಚಿತ ಎಂದುಕೊಂಡ ವೈದ್ಯರು, ಶಸ್ತ್ರಚಿಕಿತ್ಸೆಗಾಗಿ ಕುಯ್ದ ಹೊಟ್ಟೆಯ ಭಾಗಕ್ಕೆ ಹೊಲಿಗೆ ಹಾಕಿ ರೋಗಿಯನ್ನು ಆಸ್ಪತ್ರೆಯಿಂದ ಮನೆಗೆ ಕಳುಹಿಸುತ್ತಾರೆ, ಆತ ಮನೆಯಲ್ಲಿಯೇ ಶಾಂತವಾಗಿ ಸಾಯಲು. ಆದರೆ ಆತ ಬೇಗ ಸತ್ತನೇ?

ಇಲ್ಲ. ಅದಾದ ಹನ್ನೆರಡು ವರ್ಷದ ನಂತರ ಡಿಏಂಜೆಲೋ ಮತ್ತೆ ಅದೇ ಆಸ್ಪತ್ರೆಗೆ, ಈ ಬಾರಿ ಪಿತ್ತಕೋಶದ ಸಮಸ್ಯೆಯ ಕಾರಣಕ್ಕೆ ಬರುತ್ತಾನೆ. ಆಗ ಆತನನ್ನು ಪರೀಕ್ಷೆ ಮಾಡಿದ ಸ್ಟೀವ್ ರೊಸೆನ್‌ಬರ್ಗ್ ಎನ್ನುವ

ವೈದ್ಯ ಅತನ ಹೊಟ್ಟೆಯ ಮೇಲಿದ್ದ ಶಸ್ತ್ರಚಿಕಿತ್ಸೆಗಾಗಿ ಕುಯ್ದಿದ್ದ ಗಾಯದ ಕಲೆಯ ಕುರಿತು ವಿಚಾರಿಸಿದಾಗ, ಆತ ಹನ್ನೆರಡು ವರ್ಷದ ಹಿಂದೆ ಆಗಿದ್ದ ಶಸ್ತ್ರಚಿಕಿತ್ಸೆ ಕುರಿತು ಮತ್ತು ಹಾಗೆಯೇ ಬಿಟ್ಟಿದ್ದ ಯಕೃತ್ತಿನ ಕ್ಯಾನ್ಸರ್ ಗೆಡ್ಡೆಗಳ ಕುರಿತು ಹೇಳುತ್ತಾನೆ. ಅದು ನಿಜವಾಗಿದ್ದರೆ ಆತ ಬದುಕುವುದೇ ಅಸಂಭವ ಎಂದು ಭಾವಿಸಿದ ಈ ವೈದ್ಯ, ಆತನ ಹಿಂದಿನ ದಾಖಲೆಗಳನ್ನು ತೆಗೆಸಿ ನೋಡಿದಾಗ ಅದು ನಿಜವಾಗಿರುತ್ತದೆ. ಈಗ ಆತ ಚಿಕಿತ್ಸೆಗೆ ಬಂದಿರುವ ಪಿತ್ತಕೋಶದ ಶಸ್ತ್ರಚಿಕಿತ್ಸೆ ಅಷ್ಟೇನೂ ಸಂಕೀರ್ಣವಾಗಿರದೆ ಸರಳ ಶಸ್ತ್ರಚಿಕಿತ್ಸೆಯದ್ದಾಗಿರುತ್ತದೆ. ಆ ಶಸ್ತ್ರಚಿಕಿತ್ಸೆ ಮಾಡುವ ಸಂದರ್ಭದಲ್ಲಿ ಸ್ಟೀವ್ ರೊಸೆನ್‌ಬರ್ಗ್ ಕುತೂಹಲದಿಂದ ತನ್ನ ಬೆರಳುಗಳಿಂದ ಯಕೃತ್ತನ್ನು ಮುಟ್ಟಿ ಅಲ್ಲಿ ಕ್ಯಾನ್ಸರ್ ಗೆಡ್ಡೆಗಳಿಗೆ ತಡಕಾಡುತ್ತಾನೆ. ಆದರೆ ಅಲ್ಲಿ ಯಾವುದೇ ಗೆಡ್ಡೆಗಳು ಸಿಗುವುದಿಲ್ಲ.

ಈ ಆಶ್ಚರ್ಯಕಾರಿ ಘಟನೆಯ ಕುರಿತು ತನ್ನ "The Transformed Cell" ಎನ್ನುವ ಕೃತಿಯಲ್ಲಿ ಪ್ರಸ್ತಾಪಿಸುವ ಸ್ಟೀವ್ ರೊಸೆನ್‌ಬರ್ಗ್, "ಈ ವ್ಯಕ್ತಿ ಅತ್ಯಂತ ತೀಕ್ಷ್ಣವಾದ ಮತ್ತು ಗುಣಪಡಿಸಲಾಗದಂತಹ ಕ್ಯಾನ್ಸರ್ ಹೊಂದಿದ್ದ. ಅದು ಅವನನ್ನು ಆಗಲೇ ಬೇಗನೆ ಕೊಂದುಹಾಕಬೇಕಿತ್ತು. ಅದಕ್ಕೆ ಆತ ಯಾವುದೇ ತರಹದ ಚಿಕಿತ್ಸೆಯನ್ನು ನಮ್ಮ ಆಸ್ಪತ್ರೆಯಿಂದಾಗಲಿ ಅಥವ ಇನ್ನೆಲ್ಲಿಯೇ ಆಗಲಿ ಪಡೆದಿರಲಿಲ್ಲ." ಎಂದು ಹೇಳುತ್ತಾನೆ. ಹಾಗಾದಾರೆ ಆತ ಹೇಗೆ ಉಳಿದ ಎನ್ನುವ ಪ್ರಶ್ನೆಗೆ ವೈದ್ಯ ರೊಸೆನ್‌ಬರ್ಗ್ ಈ ರೀತಿ ಊಹೆ ಮಾಡುತ್ತಾನೆ: ಡಿಏಂಜೆಲೋ'ವಿನ ದೇಹದ ರೋಗನಿರೋಧಕ ಶಕ್ತಿಯೇ ಆ ಕ್ಯಾನ್ಸರ್ ಅನ್ನು ನಿರೋಧಿಸಿತು ಮತ್ತು ಆ ಉಳಿಕೆ ಗೆಡ್ಡೆಗಳನ್ನು ಕೊಂದುಹಾಕಿತು. ಆತನ ದೇಹವೇ, ಹೇಗೋ, ಆತನ ಕ್ಯಾನ್ಸರ್ ಅನ್ನು ಗುಣಪಡಿಸಿತು.

ಇದು ನಮ್ಮ ದೇಹಕ್ಕೆ ರೋಗನಿರೋಧಕ ಶಕ್ತಿ ಎಷ್ಟು ಮುಖ್ಯವಾದದ್ದು ಎನ್ನುವುದನ್ನು ಮಾತ್ರವಲ್ಲದೆ, ತನ್ನನ್ನೇ ತಾನು ಸರಿಪಡಿಸಿಕೊಳ್ಳುವಲ್ಲಿ ನಮ್ಮ ದೇಹಕ್ಕೆ ಇರುವ ಅನೂಹ್ಯ ಮತ್ತು ನೈಸರ್ಗಿಕ ಸಾಮರ್ಥ್ಯದ ಬಗ್ಗೆಯೂ ಹೇಳುತ್ತದೆ.

ಆದರೆ, ಇದೆಲ್ಲವೂ, ಅಂದರೆ ರೋಗನಿರೋಧಕ ಶಕ್ತಿ, ಹೇಗೆ ಹೆಚ್ಚುತ್ತದೆ? ಅಮೆರಿಕದ ಪ್ರತಿಷ್ಠಿತ Centers for Disease Control and Prevention (CDC) ಸಂಸ್ಥೆಯ ಪ್ರಕಾರ:

- ಒಳ್ಳೆಯ ಅಹಾರ ಸೇವನೆ.
- ದೈಹಿಕವಾಗಿ ಕ್ರಿಯಾಶೀಲರಾಗಿರುವುದು.

- ಆರೋಗ್ಯಕರ ತೂಕವನ್ನು ಕಾಪಾಡಿಕೊಳ್ಳುವುದು.
- ಸಾಕಷ್ಟು ನಿದ್ರೆ ಮಾಡುವುದು
- ಧೂಮಪಾನ ಮಾಡದಿರುವುದು.
- (ಅತಿಯಾದ) ಮದ್ಯಪಾನ ಮಾಡದಿರುವುದು.

(ಆಕರ: https://www.cdc.gov/nccdphp/dnpao/features/enhance-immunity/index.html)

ಈ ಮೇಲಿನ ಅಂಶಗಳಿಗೆ ಅನುಗುಣವಾಗಿ ನಮ್ಮ ಜೀವನಶೈಲಿಯನ್ನು ರೂಢಿಸಿಕೊಳ್ಳುವುದರಿಂದ ದೇಹದ ಆರೋಗ್ಯ ಚೆನ್ನಾಗಿರುತ್ತದೆ ಮತ್ತು ತನ್ನ ಮೇಲಾಗುವ ಬಹುತೇಕ ದಾಳಿಗಳನ್ನು, ಅಂದರೆ ಕಾಯಿಲೆಗಳನ್ನು, ದೇಹವೇ ತನ್ನ ನಿರೋಧಕ ಶಕ್ತಿಯಿಂದ ಕಾಲಕಾಲಕ್ಕೆ ನಿವಾರಿಸಿಕೊಳ್ಳುತ್ತಿರುತ್ತದೆ.

ಈ ಎಲ್ಲ ಕಾರಣಗಳಿಂದಾಗಿಯೇ ಈ ಪುಸ್ತಕದಲ್ಲಿ ಆಹಾರ, ವ್ಯಾಯಾಮ, ಮಾನಸಿಕ ಶಕ್ತಿಗೆ ಅಗತ್ಯವಾದ ಧ್ಯಾನ, ನೆಮ್ಮದಿ ಮತ್ತು ಸಮಾಧಾನದ ಮನಸ್ಥಿತಿಗೆ ಬೇಕಾದ ಸದ್ವಿಚಾರ ಮತ್ತು ಸದಾಲೋಚನೆಗಳ ಕುರಿತು ಸೂಕ್ತ ಮತ್ತು ವಿವರವಾದ ಮಾಹಿತಿ ನೀಡಲು ಪ್ರಯತ್ನಿಸಲಾಗಿದೆ.

ಮುಂದಿನ ನಾಲ್ಕು ಅಧ್ಯಾಯಗಳಲ್ಲಿ ದೈಹಿಕ ಮತ್ತು ಮಾನಸಿಕ ವ್ಯಾಯಾಮಕ್ಕೆ ಸಂಬಂಧಿಸಿದ ವಿಚಾರಗಳಿವೆ. ಕೆಲವು ಪ್ರಮುಖ ಪ್ರಾಣಾಯಾಮಗಳನ್ನು ಮಾಡುವುದು ಹೇಗೆ ಎಂದು ಹಂತಹಂತವಾಗಿ (Step by step) ವಿವರಿಸಲಾಗಿದೆ. ಸೂರ್ಯನಮಸ್ಕಾರವೂ ಸೇರಿದಂತೆ ಸುಮಾರು ಇಪ್ಪತ್ತು ಯೋಗಾಸನಗಳನ್ನು ಅಭ್ಯಾಸ ಮಾಡುವುದು ಹೇಗೆ ಮತ್ತು ಯಾವ ಅನುಕ್ರಮಣಿಕೆಯಲ್ಲಿ ಮಾಡಿದರೆ ಸುಲಭವಾಗಿ ಕಲಿಯಬಹುದು ಎಂದು ಒಂದು ಅಧ್ಯಾಯದಲ್ಲಿ ತಿಳಿಸಲಾಗಿದೆ. ಹಾಗೆಯೇ ಇದನ್ನು ಓದಿ ಮನೆಯಲ್ಲಿಯೇ ಕಲಿಯಬಹುದಾದ ಕೆಲವು ಧ್ಯಾನದ ಅಭ್ಯಾಸಗಳನ್ನು ಪ್ರತ್ಯೇಕ ಅಧ್ಯಾಯದಲ್ಲಿ ಕೊಡಲಾಗಿದೆ.

ವಿಶೇಷ ಸೂಚನೆ: *ಪ್ರಾಣಾಯಾಮ ಮತ್ತು ಯೋಗಾಸನಗಳನ್ನು ಸುಮಾರು ಒಂದರಿಂದ ಒಂದೂವರೆ ಗಂಟೆಯ ಅವಧಿಯಲ್ಲಿ ಮುಗಿಸಲು ಅನುವಾಗುವಂತೆ ಕಟ್ಟಿಕೊಡಲಾಗಿದೆ. ಇಲ್ಲಿ ನೀಡಿರುವ ಅನುಕ್ರಮಣಿಕೆಯಲ್ಲಿಯೇ ನೀವು ಪ್ರಾಣಾಯಾಮ ಮತ್ತು ಯೋಗಾಸನಗಳನ್ನು ಮಾಡಿ, ಕೊನೆಯಲ್ಲಿ ದೀರ್ಘವಾಗಿ ವಿಶ್ರಮಿಸಿ. ಧ್ಯಾನದ ವಿಚಾರಕ್ಕೆ ಬಂದಾಗ, ಎಲ್ಲವನ್ನೂ ಒಮ್ಮೆ ಅಭ್ಯಾಸ ಮಾಡಿ ಮತ್ತು ನಿಮಗೆ ಯಾವುದು ಸೂಕ್ತ ಅಥವ ಸುಲಭ ಅಥವ*

ಪರಿಣಾಮಕಾರಿ ಎನ್ನಿಸುತ್ತದೆಯೋ ಅದನ್ನು ನಿರಂತರವಾಗಿ ಮುಂದುವರೆಸಿ. ಆರಂಭದಲ್ಲಿ 20–30 ನಿಮಿಷಗಳ ಕಾಲ ಧ್ಯಾನಾಭ್ಯಾಸ ಮಾಡಿ, ನಂತರ ಹೆಚ್ಚಿಸುತ್ತ ಹೋಗಿ.

ಇನ್ನು ಉಳಿದದ್ದು ಯಾವುದು ಒಳ್ಳೆಯ ಆಹಾರ ಎನ್ನುವುದರ ಬಗ್ಗೆ ಮತ್ತು ಸಮಾಧಾನದ ಮನಸ್ಥಿತಿಯನ್ನು ರೂಢಿಸಿಕೊಳ್ಳುವುದು ಹೇಗೆ ಎಂದು. ಅದನ್ನು ಎರಡು ಪ್ರತ್ಯೇಕ ಅಧ್ಯಾಯಗಳಲ್ಲಿ ಸಾಕಷ್ಟು ವಿಷದವಾಗಿ ಚರ್ಚಿಸಲಾಗಿದೆ.

ಪ್ರಜ್ಞಾಪೂರ್ವಕವಾಗಿ ಯಾವುದೇ ಸುಳ್ಳುಗಳನ್ನು ಹೇಳಬಾರದು ಮತ್ತು ವೈಜ್ಞಾನಿಕ ಸತ್ಯಗಳನ್ನೇ ತಿಳಿಸಬೇಕು ಎನ್ನುವುದು ನನ್ನ ನಿಲುವು; ಪ್ರತಿಜ್ಞೆ, ಈ ನಿಲುವಿಗೆ ನಿಷ್ಠನಾಗಿ ನಾನು ಈ ಪುಸ್ತಕವನ್ನು ಬರೆದಿದ್ದೇನೆ. ಆದರೆ ಆಗಲೂ ಲೋಪಗಳು ನುಸುಳುವ ಸಾಧ್ಯತೆಗಳು ಇದ್ದೇ ಇರುತ್ತವೆ. ನಮ್ಮ ನಂಬಿಕೆಗಳೇ ತಪ್ಪಾಗಬಹುದು ಅಥವ ಹೊಸ ವೈಜ್ಞಾನಿಕ ಸಂಶೋಧನೆಗಳು ಈಗಿನ ಒಪ್ಪಿತ ನಂಬಿಕೆಯನ್ನೇ ಸುಳ್ಳೆಂದು ಸಾಬೀತು ಮಾಡಬಹುದು. ಯೋಗ ಮತ್ತು ಧ್ಯಾನದ ವಿಚಾರಕ್ಕೆ ಬಂದಾಗ ಇನ್ನೂ ಸಾಕಷ್ಟು ವೈಜ್ಞಾನಿಕ ಸಂಶೋಧನೆಗಳು ವಿಸ್ತೃತವಾಗಿ ಆಗಬೇಕಿದೆ. ಈ ಸಂಶೋಧನೆಗಳಿಗೆ ಮನುಷ್ಯರನ್ನೇ ಪ್ರಯೋಗ ಪಶುಗಳಾಗಿ ಬಳಸಬೇಕಾದ ಕಾರಣ ಇದು ಅಷ್ಟು ಸುಲಭವಲ್ಲ. ಹಾಗಾಗಿ ಯೋಗ ಮತ್ತು ಧ್ಯಾನದ ಅನುಕೂಲಗಳ ಬಗ್ಗೆ ಮತ್ತು ಅವು ನಮ್ಮ ಆರೋಗ್ಯದ ಮೇಲೆ ಬೀರುವ ಪರಿಣಾಮಗಳ ಬಗ್ಗೆ ಮುಂದಿನ ದಿನಗಳಲ್ಲಿ ಇನ್ನೂ ಹೆಚ್ಚಿನ ವೈಜ್ಞಾನಿಕ ವರದಿಗಳು ಬರುವ ಸಾಧ್ಯತೆ ಇದೆ. ಅವೆಲ್ಲವೂ ಯೋಗಾಭ್ಯಾಸದ ಕುರಿತು ಸಕಾರಾತ್ಮಕ ಮತ್ತು ಉತ್ತೇಜನಾಕಾರಿಯಾಗಿಯೇ ಇರುತ್ತವೆ ಎನ್ನುವ ನಂಬಿಕೆ ನನ್ನದು.

ಆದರೆ, ಆಹಾರ ಮತ್ತು ಸಮಾಧಾನದ ಕುರಿತು ಇರುವ ಅಧ್ಯಾಯಗಳು ಪರಿಷ್ಕೃತ ಆಗುತ್ತಲೇ ಇರುತ್ತವೆ ಎಂದು ನಾನು ಭಾವಿಸುತ್ತೇನೆ. ಸಮಾಯಾಭಾವ ಮತ್ತು ಸ್ಥಳಾಭಾವದಿಂದ ಇನ್ನೂ ಹಲವು ವಿಚಾರಗಳನ್ನು ಸೇರಿಸಲು ಆಗಿಲ್ಲ. ಇನ್ನೂ ಕೆಲವು ವಿಚಾರಗಳಲ್ಲಿ ವಿಜ್ಞಾನಿಗಳಿಗೇ ಸ್ಪಷ್ಟತೆ ಇಲ್ಲ. ಹಾಗಾಗಿ ಮುಂದಿನ ದಿನಗಳಲ್ಲಿ ಈ ಅಧ್ಯಾಯಗಳನ್ನು ಕಾಲಕಾಲಕ್ಕೆ ಪರಿಷ್ಕರಿಸುತ್ತ, ವಿಸ್ತರಿಸುತ್ತ ಹೋಗುತ್ತೇನೆ.

ಅದಕ್ಕೆ, ನಿಮ್ಮ, ಈ ಪುಸ್ತಕದ ಓದುಗರ, ಸಹಾಯ ಕೇಳುತ್ತಿದ್ದೇನೆ.

ಈ ಪುಸ್ತಕದಲ್ಲಿ ಎಲ್ಲಿಯೇ ಆಗಲಿ, ಕಾಗುಣಿತ ಮತ್ತು ವ್ಯಾಕರಣದ ದೋಷಗಳೂ ಸೇರಿದಂತೆ ಯಾವುದೇ ಲೋಪ ಇರುವುದು ನಿಮ್ಮ ಗಮನಕ್ಕೆ

ಬಂದರೆ, ಅವೈಜ್ಞಾನಿಕ ಅಥವ ಅವೈಚಾರಿಕ ವಿಚಾರ ಇದೆ ಎಂದು ಸ್ಪಷ್ಟವಾಗಿ ಕಂಡುಬಂದರೆ, ಅಥವ ಇತ್ತೀಚಿನ ವೈಜ್ಞಾನಿಕ ಸಂಶೋಧನೆಗಳು ಮತ್ತು ಅಧ್ಯಯನಗಳು ಇಲ್ಲಿರುವುದಕ್ಕಿಂತ ಭಿನ್ನ/ವ್ಯತಿರಿಕ್ತ ಅಭಿಪ್ರಾಯ ಕೊಟ್ಟಿರುವುದು ತಿಳಿದುಬಂದರೆ, ಅಥವ ಪೂರಕವಾಗಿ ಯಾವ ಹೆಚ್ಚುವರಿ ಮಾಹಿತಿ ಸೇರಿಸಿದರೆ ಅದು ಈ ಪುಸ್ತಕಕ್ಕೆ ಪರಿಪೂರ್ಣತೆ ನೀಡುತ್ತದೆ ಎಂದು ಅನ್ನಿಸಿದಲ್ಲಿ, ದಯವಿಟ್ಟು ಅದನ್ನು ravikreddy@gmail.comಗೆ ಇಮೇಲ್ ಮಾಡುವ ಮೂಲಕ ಅಥವ ನನ್ನ 96860–80005 ಸಂಖ್ಯೆಗೆ WhatsApp ಸಂದೇಶ ಕಳುಹಿಸುವ ಮೂಲಕ ನನ್ನ ಗಮನಕ್ಕೆ ತನ್ನಿ. ನಿಮ್ಮ ಸಮಯ ಮತ್ತು ಸಹಾಯಕ್ಕೆ ನಾನು ಕೃತಜ್ಞ.

ಈಗ ದಯವಿಟ್ಟು ಈ ಪುಸ್ತಕ ಅಥವ ಕೈಪಿಡಿಯ ಓದು ಅಥವ ಯೋಗಾಭ್ಯಾಸಗಳ ಅಭ್ಯಾಸವನ್ನು ಮುಂದಿನ ಪುಟಗಳಿಂದ ಮುಂದುವರೆಸಿ. ನಿಮಗೆ ಶುಭವಾಗಲಿ.

ಏನೇ ಆಗಲಿ, ಒಳ್ಳೆಯದನ್ನೇ ಮಾಡಿ; ಮಾಡುತ್ತಲೇ ಇರಿ.

ಪ್ರಾಣಾಯಾಮ ಹಾಗೂ ಧ್ಯಾನಕ್ಕೆ ಪೂರಕವಾದ ಆಸನಗಳು ಮತ್ತು ಮುದ್ರೆಗಳು

ಮುದ್ರೆಗಳು

ಪ್ರಾಣಾಯಾಮ, ಆಸನಗಳು ಮತ್ತು ಧ್ಯಾನ ಮಾಡುವ ಸಂದರ್ಭದಲ್ಲಿ ಕೆಲವು ನಿರ್ದಿಷ್ಟ ಭಂಗಿಗಳಲ್ಲಿ ಕೂರುವುದು ಅಥವ ಇರುವುದು ಅವಶ್ಯಕ. ವಿಶೇಷವಾಗಿ ಪ್ರಾಣಾಯಾಮ ಮತ್ತು ಧ್ಯಾನದ ಸಂದರ್ಭದಲ್ಲಿ ಕೆಲವು ನಿಮಿಷಗಳಿಂದ ಹಿಡಿದು ಕೆಲವು ಗಂಟೆಗಳ ತನಕ ದೇಹವನ್ನು ಒಂದೆಡೆ ಅಥವ ಒಂದು ಭಂಗಿಯಲ್ಲಿ ಇಟ್ಟುಕೊಳ್ಳಬೇಕಾಗುತ್ತದೆ. ಹಾಗಾದಾಗ ಮಾತ್ರ ನಾವು ಮಾಡುತ್ತಿರುವ ಕ್ರಿಯೆ ಅಥವ ಅಭ್ಯಾಸ ಯಾವುದೇ ಅಡೆತಡೆ ಅಥವ ದೈಹಿಕ ನೋವು, ಅಸ್ವಸ್ಥತೆ ಇಲ್ಲದೆ ಸರಾಗವಾಗಿ ನಡೆಯುತ್ತದೆ. ಅದಕ್ಕೆ ಈ ಅಧ್ಯಾಯದಲ್ಲಿ ಪ್ರಾಣಾಯಾಮ ಮತ್ತು ಧ್ಯಾನದ ಸಂದರ್ಭದಲ್ಲಿ ನಾವು ಸಾಮಾನ್ಯವಾಗಿ ಮತ್ತು ಸಹಜವಾಗಿ ಇರಬೇಕಾದ ದೇಹಭಂಗಿ ಮತ್ತು ಕೈ, ಅಂಗೈ ಹಾಗೂ ಕೈಬೆರಳುಗಳನ್ನು ಇಟ್ಟುಕೊಳ್ಳಬೇಕಾದ ಹಸ್ತಭಂಗಿಗಳನ್ನು ವಿವರಿಸಲಾಗಿದೆ. ಈ ಹಸ್ತಭಂಗಿಗಳನ್ನು ಮುದ್ರೆ ಎಂದು ಕರೆಯಲಾಗುತ್ತದೆ.

ಸ್ವಾಮಿ ಸತ್ಯಾನಂದ ಸರಸ್ವತಿಯವರ "ಆಸನ ಪ್ರಾಣಾಯಾಮ ಮುದ್ರಾ ಬಂಧ"ದ ಪ್ರಕಾರ:

> "ಸಂಸ್ಕೃತದ **ಮುದ್ರಾ** ಎಂಬ ಪದವನ್ನು ಸಂಜ್ಞೆ ಅಥವಾ 'ಭಾವಾಭಿವ್ಯಕ್ತಿ' ಎಂದು ಅರ್ಥೈಸಲಾಗಿದೆ. ಮುದ್ರೆಗಳನ್ನು ಮಾನಸಿಕ, ಭಾವನಾತ್ಮಕ, ಭಕ್ತಿಯ ಹಾಗೂ ಕಲಾತ್ಮಕ ಸಂಜ್ಞೆ ಅಥವಾ ಭಾವಾಭಿವ್ಯಕ್ತಿಗಳು ಎಂದು ವಿವರಿಸಬಹುದು. ಯೋಗಿಗಳು ಮುದ್ರೆಗಳನ್ನು ಶಕ್ತಿ ಪ್ರವಹಿಸುವಿಕೆಯ ಮನೋಭಾವದವುಗಳೆಂದು ಮತ್ತು ಅವು ವೈಯಕ್ತಿಕ ಪ್ರಾಣಚೈತನ್ಯವನ್ನು ವಿಶ್ವಚೈತನ್ಯದೊಂದಿಗೆ

ಸೇರಿಸುವ ಉದ್ದೇಶ ಹೊಂದಿವೆಯೆಂದು ಅನುಭವದಿಂದ ಕಂಡುಕೊಂಡಿದ್ದಾರೆ.

"ಮುದ್ರೆಗಳು ಮನಃಸ್ಥಿತಿ, ಮನೋಭಾವ ಮತ್ತು ಗ್ರಹಿಕೆಯನ್ನು ಬದಲಾಯಿಸುವ ಹಾಗೂ ಜಾಗೃತಿ, ಏಕಾಗ್ರತೆಗಳನ್ನು ಗಾಢವಾಗಿಸುವ ಸೂಕ್ಷ್ಮ ದೈಹಿಕ ಚಲನೆಗಳಾಗಿವೆ. ಮುದ್ರೆಗಳು ಆಸನ, ಪ್ರಾಣಾಯಾಮ, ಬಂಧ, ದರ್ಶನ ವಿಧಾನಗಳ ಸಂಯೋಜನೆಯಲ್ಲಿ ಇಡೀ ದೇಹವನ್ನು ಒಳಗೊಳ್ಳಬಹುದು ಅಥವಾ ಅದು ಸರಳವಾದ ಹಸ್ತಭಂಗಿ ಮಾತ್ರ ಆಗಿರಬಹುದು.

"ತಂತ್ರಶಾಸ್ತ್ರದ ಪ್ರಕಾರ ಚದುರಲ್ಪಟ್ಟ ಪ್ರಾಣವನ್ನು ಮುದ್ರೆಗಳ ಅಭ್ಯಾಸದಿಂದ ಹಿಡಿದಿರಿಸಲು ಸಾಧ್ಯವಾದಾಗ ಮನಸ್ಸು ಅಂತರ್ಮುಖಿಯಾಗುತ್ತದೆ. ಇದು **ಪ್ರತ್ಯಾಹಾರ**ವನ್ನು ಅಂದರೆ ಇಂದ್ರಿಯ ಸಂವೇದನೆಗಳನ್ನು ಹಿಂತೆಗೆದುಕೊಳ್ಳುವುದು ಮತ್ತು **ಧಾರಣ,** ಅಂದರೆ ಏಕಾಗ್ರತೆಯನ್ನು ಸಾಧ್ಯವಾಗಿಸುತ್ತದೆ.

"ವೈಜ್ಞಾನಿಕ ದೃಷ್ಟಿಯಿಂದ ಹೇಳುವುದಾದರೆ, ಮುದ್ರೆಗಳು ಮಿದುಳಿನ ಕಾಂಡದ ಸುತ್ತಲಿನ ಮೂಲಸ್ಥಳಗಳಲ್ಲಿ ಹುಟ್ಟಿದ ಸುಪ್ತಪ್ರಜ್ಞೆಯ ಸ್ಪಂದನಗಳನ್ನು ಹಾಗೂ ಆದಿಮ, ಮೂಲ ಪ್ರವೃತ್ತಿಯ ಸ್ವಭಾವ ಪ್ರಕಾರಗಳನ್ನು ತಲುಪುವ ಹಾಗೂ ಅವುಗಳ ಮೇಲೆ ಪ್ರಭಾವ ಬೀರುವ ಮಾರ್ಗಗಳಾಗಿವೆ. ಅವು ಈ ಪ್ರದೇಶಗಳೊಂದಿಗೆ ಒಂದು ಸೂಕ್ಷ್ಮವಾದ ಹಾಗೂ ಬುದ್ಧಿಗೆ ಗ್ರಾಹ್ಯವಲ್ಲದ ಸಂಪರ್ಕವನ್ನು ಕಲ್ಪಿಸುತ್ತವೆ. ಪ್ರತಿಯೊಂದು ಮುದ್ರೆಯೂ ಬೇರೆ ಬೇರೆಯ ಸಂಪರ್ಕವನ್ನು ಕಲ್ಪಿಸುತ್ತವೆ ಮತ್ತು ಅದಕ್ಕನುಗುಣವಾಗಿ ದೇಹ, ಮನಸ್ಸು ಹಾಗೂ ಪ್ರಾಣಗಳ ಮೇಲೆ ಬೇರೆ ಬೇರೆ ರೀತಿಯ ಪ್ರಭಾವವನ್ನು ಹೊಂದಿದೆ. ಇದರ ಉದ್ದೇಶವೇನೆಂದರೆ ಅಭ್ಯಾಸಿಗಳು ಸ್ವಾಭಾವಿಕ ಹುಟ್ಟುಗುಣಗಳ ರೀತಿನೀತಿಗಳಿಂದ ಪಾರಾಗಿ ಹೆಚ್ಚು ಪರಿಶುದ್ಧ ಪ್ರಜ್ಞೆಯನ್ನು ಹೊಂದುವುದು ಸಾಧ್ಯವಾಗುವಂತೆ ಸ್ಥಿರವಾದ, ಪುನರಾವರ್ತಿತ ಭಂಗಿ ಮತ್ತು ಸಂಘಗಳನ್ನು ಸೃಷ್ಟಿಸುವುದಾಗಿದೆ."

"ಆಸನ ಪ್ರಾಣಾಯಾಮ ಮುದ್ರಾ ಬಂಧ" ಗ್ರಂಥದಲ್ಲಿ ಇಪ್ಪತ್ತಕ್ಕೂ ಹೆಚ್ಚು ಮುದ್ರೆಗಳನ್ನು ವಿವರಿಸಲಾಗಿದೆ. ಆದರೆ ನಮ್ಮ ಈ ಪುಸ್ತಕದ ವ್ಯಾಪ್ತಿಗೆ ನಾಲ್ಕೈದು ಮುದ್ರೆಗಳು ಸಾಕು. ಅವುಗಳ ವಿವರಣೆ ಇಂತಿದೆ:

ಚಿನ್ಮುದ್ರೆ

1. ತೋರುಬೆರಳುಗಳನ್ನು ಹೆಬ್ಬೆರಳುಗಳ ಒಳಭಾಗದ ಮೂಲ ಅಂಚನ್ನು ಸ್ಪರ್ಶಿಸುವಂತೆ ಮಡಿಸಿ. ಅಥವ ಹೆಬ್ಬೆರಳು ಮತ್ತು ತೋರುಬೆರಳುಗಳ ತುದಿ ಒಂದನ್ನೊಂದು ಸ್ಪರ್ಶಿಸುವಂತೆ ಮಡಿಸಿ.
2. ಪ್ರತಿಯೊಂದು ಹಸ್ತದ ಇನ್ನುಳಿದ ಮೂರು ಬೆರಳುಗಳನ್ನು ನೇರವಾಗಿ ಚಾಚಿ. ಅವುಗಳಲ್ಲಿ ಯಾವುದೇ ಬಿಗಿತ ಬೇಡ. ಬೆರಳುಗಳಲ್ಲಿ ಸ್ವಲ್ಪ ಅಂತರವಿರಲಿ.

3. ಅಂಗೈಗಳು ಮೇಲ್ಮುಖವಾಗಿರುವಂತೆ ಅವುಗಳನ್ನು ಮಂಡಿಗಳ ಮೇಲಿರಿಸಿ.
3. ಕೈ ಹಾಗೂ ತೋಳುಗಳು ಸಡಿಲವಾಗಿರಲಿ.

ಜ್ಞಾನ ಮುದ್ರೆ

1. ಕೈಬೆರಳುಗಳನ್ನು ಮೇಲಿನ ಜ್ಞಾನ ಮುದ್ರೆಯಲ್ಲಿ ವಿವರಿಸಿರುವಂತೆ ಮಡಿಸಿ.
2. ಅಂಗೈಗಳು ಕೆಳಮುಖವಾಗಿರುವಂತೆ, ಅವುಗಳ ಕೆಳಬದಿಯನ್ನು ಮಂಡಿಗಳ ಮೇಲಿರಿಸಿ.
3. ಕೈ ಹಾಗೂ ತೋಳುಗಳು ಸಡಿಲವಾಗಿರಲಿ.

ಚಿನ್ಮಯ ಮುದ್ರೆ

1. ಹೆಬ್ಬೆರಳು ಮತ್ತು ತೋರುಬೆರಳುಗಳನ್ನು ಮೇಲಿನ ಚಿನ್ಮುದ್ರೆಯಲ್ಲಿ ವಿವರಿಸಿರುವಂತೆ ಮಡಿಸಿ.
2. ಉಳಿದ ಮೂರು ಬೆರಳುಗಳನ್ನು ಮುಷ್ಟಿ ಮಾಡುವ ರೀತಿಯಲ್ಲಿ ಒಳಮುಖವಾಗಿ ಸುರುಳಿಯಾಗಿ ಮಡಿಸಿ.

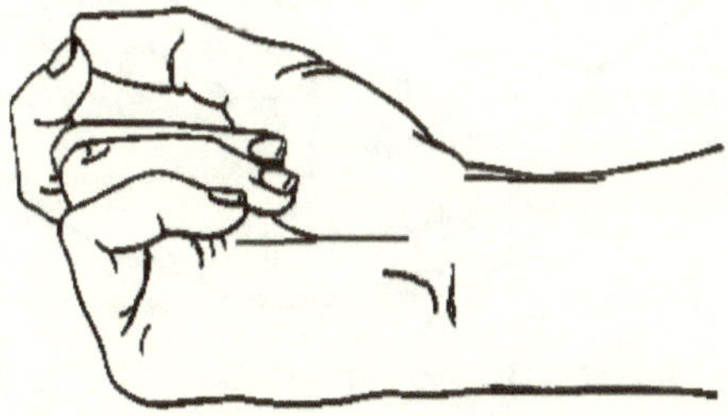

3. ಅಂಗೈಗಳು ಮೇಲ್ಮುಖವಾಗಿರುವಂತೆ, ಅವುಗಳ ಕೆಳಬದಿಯನ್ನು ಮಂಡಿಗಳ ಮೇಲಿರಿಸಿ.
4. ಕೈ ಹಾಗೂ ತೋಳುಗಳು ಸಡಿಲವಾಗಿರಲಿ.

ಆದಿ ಮುದ್ರೆ

1. ಹೆಬ್ಬೆರಳು ಅಂಗೈಯ ತಳದಲ್ಲಿಇಟ್ಟು, ಉಳಿದ ನಾಲ್ಕು ಬೆರಳುಗಳನ್ನುಅದರ ಮೇಲೆ ಮುಷ್ಟಿ ಮಾಡುವ ರೀತಿಯಲ್ಲಿ ಮಡಚಿ ಅಥವ ಮುಚ್ಚಿ.

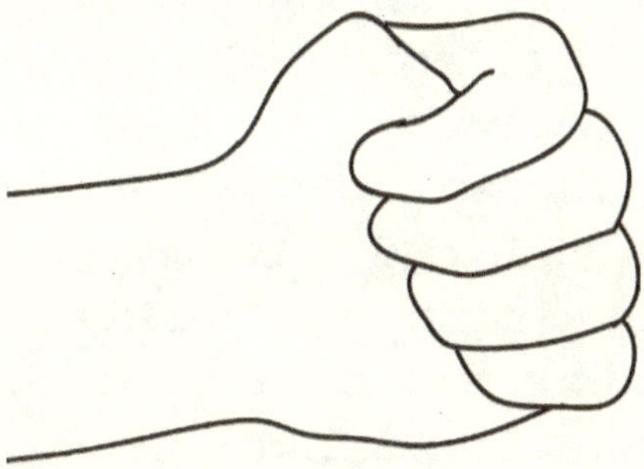

2. ಅಂಗೈ ಮೇಲ್ಮುಖವಾಗಿರುವಂತೆ ಮಂಡಿಗಳ ಮೇಲಿರಿಸಿ.
3. ಕೈ ಹಾಗೂ ತೋಳುಗಳು ಸಡಿಲವಾಗಿರಲಿ.

ಭೈರವ ಮುದ್ರೆ

1. ಬಲಗೈಯನ್ನು ಎಡಗೈಯ ಮೇಲಿಡಿ. ಎರಡೂ ಕೈಗಳ ಅಂಗೈಗಳು ಮೇಲೆ ಮುಖ ಮಾಡಿರಲಿ. ನಂತರ ಎರಡೂ ಹಸ್ತಗಳನ್ನು ತೊಡೆಯ ಮೇಲಿರಿಸಿಕೊಳ್ಳಿ.

2. ಕೈ ಹಾಗೂ ತೋಳುಗಳು ಸಡಿಲವಾಗಿರಲಿ.
3. ಈ ಮುದ್ರೆಯಲ್ಲಿ ಹಸ್ತಗಳನ್ನು ಅದಲುಬದಲು ಮಾಡಿದಾಗ, ಅಂದರೆ ಎಡಹಸ್ತವನ್ನು ಬಲಹಸ್ತದ ಮೇಲಿರಿಸಿದಾಗ ಅದನ್ನು ಭೈರವಿ ಮುದ್ರೆ ಎನ್ನುತ್ತಾರೆ.

ಈ ಮುದ್ರೆಗಳನ್ನು ವಿವಿಧ ರೀತಿಯ ಪ್ರಾಣಾಯಾಮ ಅಭ್ಯಾಸಗಳಲ್ಲಿ ಬಳಸಲಾಗುತ್ತದೆ. ವಿಶೇಷವಾಗಿ ಜ್ಞಾನಮುದ್ರೆ, ಚಿನ್ಮುದ್ರೆ ಹಾಗೂ ಭೈರವಮುದ್ರೆಗಳನ್ನು ಧ್ಯಾನದ ಅಭ್ಯಾಸದಲ್ಲಿಯೂ ಬಳಸಲಾಗುತ್ತದೆ. ಸ್ವಾಮಿ ಸತ್ಯಾನಂದ ಸರಸ್ವತಿಯವರ ಪ್ರಕಾರ:

> “ಜ್ಞಾನಮುದ್ರೆ ಮತ್ತು ಚಿನ್ಮುದ್ರೆಗಳು ಸರಳವಾಗಿದ್ದರೂ ಬಹು ಮುಖ್ಯವಾದ ಮನೋನರಸಂಬಂಧೀ (psycho-neural) ಬೆರಳುಗಳ ಬಿಗಿತಗಳಾಗಿವೆ. ಇವು ಧ್ಯಾನಾಸನಗಳನ್ನು ಹೆಚ್ಚು ಬಲಯುತ ಮಾಡುತ್ತವೆ. ಕೈಗಳ ಹಸ್ತ ಮತ್ತು ಬೆರಳುಗಳಲ್ಲಿ ಹಲವಾರು ನರಮೂಲಗಳು ಕೊನೆಗೊಳ್ಳುವುದರಿಂದ ಅವು ನಿರಂತರವಾಗಿ ಚೈತನ್ಯವನ್ನು ಹೊರಸೂಸುತ್ತಿರುತ್ತವೆ. ಹೆಬ್ಬೆರಳನ್ನು ಬೆರಳು ಸ್ಪರ್ಶಿಸಿದಾಗ ಒಂದು ಮಂಡಲ ಏರ್ಪಡುತ್ತದೆ. ಮಂಡಲವು ಸಾಮಾನ್ಯವಾಗಿ ದೇಹದಿಂದಾಚೆಗೆ ಹೊರಸೂಸಲ್ಪಡುತ್ತಿದ್ದ ಚೈತನ್ಯವನ್ನು ಹಿಂದಕ್ಕೆ ಚಲಿಸುವಂತೆ ಮತ್ತು ಅಲ್ಲಿಂದ ಮೇಲ್ಮುಖವಾಗಿ ಮಿದುಳಿನತ್ತ ಚಲಿಸುವಂತೆ ಮಾಡುತ್ತದೆ.
>
> “ಬೆರಳು ಮತ್ತು ಕೈಗಳನ್ನು ಮಂಡಿಗಳ ಮೇಲಿರಿಸಿದಾಗ ಮಂಡಿಗಳು ಸಂವೇದಿತವಾಗುತ್ತವೆ. ಇದು ಇನ್ನೊಂದು ಪ್ರಾಣಮಂಡಲ ಏರ್ಪಡುವಂತೆ ಮಾಡಿ ಪ್ರಾಣವು ದೇಹಕ್ಕೆ ಹಿಮ್ಮರಳುವಂತೆ ಮತ್ತು ಅಲ್ಲಿಯೇ ಉಳಿಯುವಂತೆ ನೋಡಿಕೊಳ್ಳುತ್ತದೆ. ಇದಲ್ಲದೆ, ಕೈಗಳನ್ನು ಮಂಡಿಗಳ ಮೇಲಿರಿಸಿದಾಗ ಮಂಡಿಯಿಂದ ತೊಡೆಗಳೊಳಗೆ ಪ್ರಾಣವು ಮೇಲ್ಮುಖವಾಗಿ ಹರಿದು ಪೆರಿನಿಯಂ (perineum)

ಸೇರುವ ನಾಡಿಯು ಪ್ರಚೋದಿತವಾಗುತ್ತದೆ. ಈ ನಾಡಿಯನ್ನು ಗುಪ್ತ ಅಥವಾ ಅಡಗಿಕೊಂಡಿರುವ ನಾಡಿ ಎಂದು ಕರೆಯಲಾಗುತ್ತದೆ. ಈ ವಾಹಿನಿಯನ್ನು ಸಂವೇದಿಸುವುದರಿಂದ ಮೂಲಾಧಾರ ಚಕ್ರದಲ್ಲಿರುವ ಚೈತನ್ಯಗಳು ಪ್ರಚೋದಿತವಾಗಲು ಸಹಾಯವಾಗುತ್ತದೆ.

"ಚಿನ್ಮುದ್ರೆಯಲ್ಲಿ ಹಸ್ತಗಳು ಮೇಲ್ಮುಖವಾಗಿದ್ದಾಗ, ಎದೆಯ ಭಾಗವು ಮುಕ್ತವಾಗುತ್ತದೆ. ಇದರಿಂದ ಹಗುರವಾದಂತಹ ಹಾಗೂ ಸ್ವೀಕಾರತೆಯ ಭಾವನೆಯು ಅರಿವಿಗೆ ಬರುತ್ತದೆ. ಆದರೆ ಜ್ಞಾನಮುದ್ರೆಯಲ್ಲಿ ಈ ಅನುಭವವಾಗುವುದಿಲ್ಲ."

ಪ್ರಾಣಾಯಾಮ ಹಾಗೂ ಧ್ಯಾನಕ್ಕೆ ಪೂರಕವಾದ ಆಸನಗಳು

ಇಲ್ಲಿ ಪ್ರಸ್ತಾಪಿಸಲಿರುವ ಆಸನಗಳ ಮುಖ್ಯ ಉದ್ದೇಶ ಅಭ್ಯಾಸಿಗಳು ದೀರ್ಘ ಕಾಲದವರೆಗೆ ಅಲುಗಾಡದೆ, ನಿರಾಯಾಸವಾಗಿ ಕುಳಿತಿರಲು ಸಾಧ್ಯವಾಗುವಂತೆ ಮಾಡುವುದು. ಬಹುತೇಕ ಪ್ರಾಣಾಯಾಮಗಳನ್ನು ಕುಳಿತೇ ಮಾಡುವ ಕಾರಣ ಈ ಆಸನಗಳು ಅದನ್ನು ಯಾತನೆಯಿಲ್ಲದ ಮಾಡಲು ಸಹಕರಿಸುತ್ತವೆ. ಹಾಗೆಯೇ ದೇಹವು ಕೆಲವು ಕಾಲದವರೆಗೆ ಸ್ಥಿರವಾಗಿ ಹಾಗೂ ನಿಶ್ಚಲವಾಗಿದ್ದರೆ ಮಾತ್ರ ಧ್ಯಾನದ ಅನುಭವವನ್ನು ಪಡೆಯಬಹುದು. ಗಾಢವಾದ ಧ್ಯಾನಕ್ಕೆ ಬೆನ್ನೆಲುಬು ನೆಟ್ಟಗಿರಬೇಕಾದದ್ದು ಅಗತ್ಯ.

ಈ ಆಸನಗಳನ್ನು ಮಾಡುವಾಗ ಚಾಪೆ ಅಥವ ಕಂಬಳಿಯ ಮೇಲೆ ಬಟ್ಟೆಯ ಮೆತ್ತೆಯನ್ನು ಹಾಕಿ ಕುಳಿತುಕೊಳ್ಳುವುದು ಉತ್ತಮ. ಅಥವ ಈಗ ಮಾರುಕಟ್ಟೆಯಲ್ಲಿ ಸುಲಭವಾಗಿ ಮತ್ತು ಅಗ್ಗದಲ್ಲಿ ಸಿಗುವ ಯೋಗ ಮ್ಯಾಟ್ ಸಹ ಬಳಸಬಹುದು.

ಈ ಆಸನಗಳಲ್ಲಿ ಕೆಲವು ಕಾಲ ಕುಳಿತನಂತರ ಕಾಲುಗಳಿಗೆ ತುಂಬಾ ತೊಂದರೆ ಎನ್ನಿಸಿದರೆ, ಅಥವ ನೋವಾದರೆ, ಜೋಮು ಹಿಡಿದರೆ, ನಿಧಾನವಾಗಿ ಕಾಲುಗಳನ್ನು ಬಿಡಿಸಿಕೊಂಡು ನೀವಿಕೊಳ್ಳಿ. ರಕ್ತಸಂಚಾರ ಮಾಮೂಲು ಸ್ಥಿತಿಗೆ ಬಂದು ನೋವು ಪರಿಹಾರವಾದ ನಂತರ ಪುನಃ ಅಸನಗಳನ್ನು ಮಾಡಿ. ಮೊಣಕಾಲು ನಮ್ಮ ದೇಹದ ಅತ್ಯಂತ ಸೂಕ್ಷ್ಮವಾದ ಭಾಗ. ಆದ್ದರಿಂದ ಈ ಧ್ಯಾನಾಸನಗಳನ್ನು ಮಾಡುವಾಗ ಮೊಣಕಾಲಿನ ಮೇಲೆ ಹೆಚ್ಚು ಒತ್ತಡವಾಗದಂತೆ ಗಮನಿಸಿಕೊಳ್ಳಿ. ಹಾಗೆಯೇ, ಯಾವುದಾದರೂ ಆಸನದಲ್ಲಿ ಕುಳಿತುಕೊಳ್ಳಲು ನಿಮ್ಮ ದೈಹಿಕ ಸ್ಥಿತಿಯ ಕಾರಣಕೆ ಕಷ್ಟವಾದರೆ, ಪ್ರಯಾಸವಾದರೆ, ಅಂತಹ ಆಸನದಲ್ಲಿ ಬಲವಂತವಾಗಿ ಕೂರಲು ಅಥವ ಹೆಚ್ಚು ಹೊತ್ತು ಕೂರಲು ಪ್ರಯತ್ನಿಸಬೇಡಿ.

ಇಲ್ಲಿ ವಿವರಿಸಲಾದ ಆಸನಗಳಲ್ಲಿ ಎಡಗಾಲು ಅಥವ ಬಲಗಾಲಿನಲ್ಲಿ ಯಾವುದು ಬೇಕಾದರೂ ಮೇಲಿರಬಹುದು. ಸಂದರ್ಭಾನುಸಾರ ನಿಮ್ಮ ಅನುಕೂಲಕ್ಕೆ ತಕ್ಕಂತೆ ಮಾಡಿ. ಆದರೂ ಆಗಾಗ ಒಂದಾದ ಮೇಲೆ ಒಂದರಂತೆ ಕಾಲುಗಳ ಬಳಕೆ ಮಾಡುವುದು ಉತ್ತಮ. ಇದರಿಂದ ದೇಹದ ಎರಡೂ ಭಾಗಗಳ ಸಮತೋಲನ ಸಾಧ್ಯವಾಗುತ್ತದೆ.

ಸುಖಾಸನ

ಎಲ್ಲಾ ಧ್ಯಾನ ಭಂಗಿಗಳಿಗಿಂತ ಸುಖಾಸನ ತುಂಬ ಸರಳ ಹಾಗೂ ಹಿತಕರ. ಬಹುತೇಕ ಭಾರತೀಯರಿಗೆ ಇದು ಚಿಕ್ಕಂದಿನಿಂದಲೇ ಸಹಜವಾಗಿ ಅಭ್ಯಾಸವಾಗಿರುತ್ತದೆ. ಕಷ್ಟಕರವಾದ ಇತರೆ ಧ್ಯಾನ ಭಂಗಿಗಳಲ್ಲಿ ಕುಳಿತುಕೊಳ್ಳಲು ಸಾಧ್ಯವಾಗದವರಿಗೆ ಇದು ಉಪಯೋಗಕರ. ಯಾವುದೇ ನೋವು ಮತ್ತು ಪ್ರಯಾಸವಿಲ್ಲದೆ ಇದು ಮಾನಸಿಕ ಹಾಗೂ ದೈಹಿಕ ಸಮತೋಲನ ಉಂಟುಮಾಡುತ್ತದೆ.

ಮಾಡುವ ಬಗೆ:

1. ಚಾಪೆ ಅಥವ ಮ್ಯಾಟ್ ಮೇಲೆ ಕಾಲುಗಳನ್ನು ಮುಂದಕ್ಕೆ ಚಾಚಿ ಪೃಷ್ಠದ ಮೇಲೆ ಕೂರಿ.
2. ಬಲಪಾದವನ್ನು ಎಡತೊಡೆಯ ಕೆಳಗೆ, ಎಡಪಾದವನ್ನು ಬಲಪಾದದ ಕೆಳಗೆ ಮಡಚಿ. ಇದೇ ಸುಖಾಸನ.

3. ಹಸ್ತಗಳನ್ನು ಚಿನ್ಮುದ್ರೆ ಅಥವ ಜ್ಞಾನಮುದ್ರೆಯಲ್ಲಿ ಜೋಡಿಸಿ ಮಂಡಿಯ ಮೇಲಿಟ್ಟುಕೊಳ್ಳಿ. ಬೆನ್ನು ಮತ್ತು ತಲೆ ನೇರವಾಗಿರಲಿ. ಭುಜಗಳು ಸಡಿಲವಾಗಿರಲಿ.
4. ಜೋಮು ಅಥವ ಮಂಡಿನೋವು ಆದಾಗ ಕಾಲುಗಳನ್ನು ಅದಲುಬದಲು ಮಾಡಿಕೊಳ್ಳಬಹುದು.

ಸಿದ್ಧಾಸನ

ಸಿದ್ಧ ಎಂದರೆ ಯೋಗಿ, ಪರಿಪೂರ್ಣತೆ, ಪ್ರಾವೀಣ್ಯತೆ ಎಂಬ ಅರ್ಥಗಳಿವೆ. ಯೋಗಿಗಳು ಧ್ಯಾನ ಮಾಡುವಾಗ ಅಥವ ಕೂರುವಾಗ ಈ ಭಂಗಿಯಲ್ಲಿ ಬೆನ್ನನ್ನು ನೇರವಾಗಿಟ್ಟುಕೊಂಡು ನಿಶ್ಚಲವಾಗಿ ದೀರ್ಘಕಾಲ ಕೂರಬಹುದಾದ ಕಾರಣ ಇದಕ್ಕೆ ಸಿದ್ಧಾಸನ ಎಂದು ಕರೆಯಲಾಗಿದೆ. ಈ ಆಸನವು ರಕ್ತಸಂಚಾರವನ್ನು ಮಿದುಳುಬಳ್ಳಿಯ ಕೆಳಭಾಗ ಹಾಗೂ ಉದರದತ್ತ ತಿರುಗಿಸುವುದರಿಂದ ಬೆನ್ನುಮೂಳೆಯ ಪ್ರದೇಶ ಸೇರಿದಂತೆ ಅದರ ಸುತ್ತಮುತ್ತಲ ಅಂಗಾಂಗಗಳು ಚೇತನ ಪಡೆಯುತ್ತವೆ. ರಕ್ತದೊತ್ತಡದಲ್ಲಿ ಸಮತೋಲನ ಸಾಧ್ಯವಾಗುತ್ತದೆ.

ಮಾಡುವ ಬಗೆ:

1. ಚಾಪೆ ಅಥವ ಮ್ಯಾಟ್ ಮೇಲೆ ಕಾಲುಗಳನ್ನು ಮುಂದಕ್ಕೆ ಚಾಚಿ ಪೃಷ್ಠದ ಮೇಲೆ ಕೂರಿ.

2. ಬಲಗಾಲನ್ನು ಮಡಚಿ ಬಲಪಾದವನ್ನು ಎಡತೊಡೆಯ ಒಳಭಾಗಕ್ಕೆ ತೂರಿಸಿ.
3. ಎಡಗಾಲನ್ನು ಮಡಚಿ, ಅದರ ಕಾಲಿನ ಹರಡು ನೇರವಾಗಿ ಬಲಗಾಲಿನ ಹರಡಿನ ಮೇಲೆ ಬರುವ ಹಾಗೆ ಇಡಿ.
4. ಎಡಪಾದದ ಬೆರಳುಗಳು ಮತ್ತು ಹೊರ ಅಂಚನ್ನು ಬಲಮೀನಖಂಡ ಹಾಗೂ ತೊಡೆಯ ಸ್ನಾಯುಗಳ ಮಧ್ಯೆ ಇಡಿ.
5. ಬಲಪಾದದ ಬೆರಳುಗಳನ್ನು ಹಿಡಿದು ಅವುಗಳನ್ನು ಎಡಮೀನಖಂಡ ಹಾಗೂ ತೊಡೆಯ ನಡುವಿನ ಜಾಗಕ್ಕೆ ಎಳೆದು ಸೇರಿಸಿ.
6. ಹಸ್ತಗಳನ್ನು ಚಿನ್ಮುದ್ರೆ ಅಥವ ಜ್ಞಾನಮುದ್ರೆಯಲ್ಲಿ ಜೋಡಿಸಿ ಮಂಡಿಯ ಮೇಲಿಟ್ಟುಕೊಳ್ಳಿ. ಬೆನ್ನು ಮತ್ತು ತಲೆ ನೇರವಾಗಿರಲಿ. ಭುಜಗಳು ಸಡಿಲವಾಗಿರಲಿ.

ವಜ್ರಾಸನ

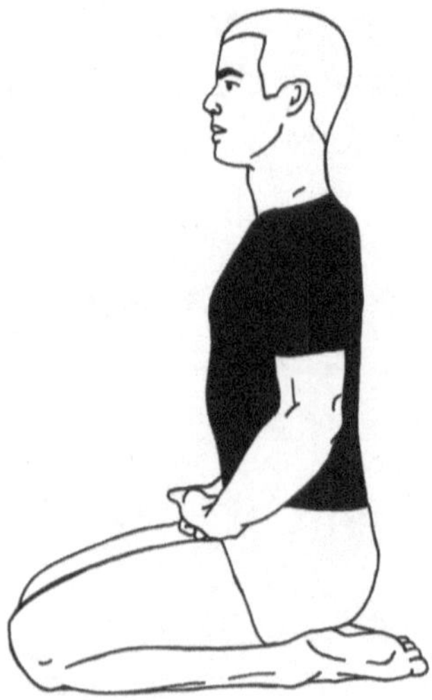

ವಜ್ರಾಸನವು ಕುಳಿತು ಮಾಡುವ ಹಲವು ಯೋಗಾಸನಗಳ ಪೂರ್ವಸ್ಥಿತಿ ಮತ್ತು ಪ್ರಮುಖ ಧ್ಯಾನಾಸನ ಭಂಗಿ. ಈ ಭಂಗಿಯಲ್ಲಿ ಯಾವುದೇ ಪ್ರಯಾಸ ಅಥವ ವಿಶೇಷ ಪ್ರಯತ್ನವಿಲ್ಲದೆಯೇ ದೇಹವು ನೇರಗೊಳ್ಳುತ್ತದೆ.

ಮಾಡುವ ಬಗೆ:

1. ಚಾಪೆ ಅಥವ ಮ್ಯಾಟ್ ಮೇಲೆ ಮೊಣಕಾಲುಗಳ ಮೇಲೆ ಕುಳಿತುಕೊಳ್ಳಿ.
2. ಮಂಡಿ ಮತ್ತು ಕಾಲಿನ ಹೆಬ್ಬೆರಳುಗಳು ಒಂದರ ಪಕ್ಕ ಒಂದಿರಲಿ ಮತ್ತು ಹಿಮ್ಮಡಿಗಳು ಸ್ವಲ್ಪ ಅಂತರದಲ್ಲಿರಲಿ.
3. ಪೃಷ್ಠ ಅಥವ ನಿತಂಬಗಳು ಅಂಗಾಲುಗಳ ಮೇಲೆ ಕೂತಿರಲಿ.
4. ಹಸ್ತಗಳನ್ನು ಚಿನ್ಮುದ್ರೆ ಅಥವ ಜ್ಞಾನಮುದ್ರೆಯಲ್ಲಿ ಜೋಡಿಸಿ ಮಂಡಿಯ ಮೇಲಿಟ್ಟುಕೊಳ್ಳಿ, ಬೆನ್ನು ಮತ್ತು ತಲೆ ನೇರವಾಗಿರಲಿ. ಭುಜಗಳು ಸಡಿಲವಾಗಿರಲಿ.

5. ತೊಡೆಗಳಲ್ಲಿ ಅಥವ ಮೀನಖಂಡಗಳಲ್ಲಿ ನೋವು ಕಾಣಿಸಿಕೊಂಡರೆ ಮೊಣಕಾಲು ಅಥವ ಮಂಡಿಗಳನ್ನು ಸ್ವಲ್ಪ ದೂರ ಸರಿಸಿಕೊಳ್ಳಿ.

ಪದ್ಮಾಸನ

ಸಿದ್ಧಾಸನದಂತೆಯೇ ಪದ್ಮಾಸನದಲ್ಲಿಯೂ ಸಹ ದೇಹವನ್ನು ದೀರ್ಘಕಾಲದವರೆಗೆ ಸ್ಥಿರವಾಗಿರಿಸಿಕೊಂಡು ಕೂರಬಹುದು. ಈ ಭಂಗಿಯು ಬೆನ್ನುಮೂಳೆಯ ಆಧಾರ ಭಾಗದ ಮೇಲೆ ಒತ್ತಡ ಹಾಕುವ ಮೂಲಕ ನರಮಂಡಲಕ್ಕೆ ಆರಾಮ ಅನುಭವ ನೀಡುತ್ತದೆ. ಉಸಿರಾಟ ನಿಧಾನವಾಗಿ, ಸ್ನಾಯುಗಳ ಬಿಗಿತ ಕಡಿಮೆಯಾಗಿ, ರಕ್ತದೊತ್ತಡ ಇಳಿಯುತ್ತದೆ.

ಮಾಡುವ ಬಗೆ:

1. ಚಾಪೆ ಅಥವ ಮ್ಯಾಟ್ ಮೇಲೆ ಕಾಲುಗಳನ್ನು ಮುಂದಕ್ಕೆ ಚಾಚಿ ಪೃಷ್ಠದ ಮೇಲೆ ಕೂರಿ.
2. ಎಡಗಾಲನ್ನು ಮಡಚಿ ಅದರ ಪಾದವನ್ನು ಬಲತೊಡೆಯ ಮೇಲಿಡಿ ಈ ಕಾಲಿನ ಅಂಗಾಲು ಮೇಲ್ಮುಖವಾಗಿರಲಿ.
3. ಬಲಗಾಲನ್ನು ಮಡಚಿ, ಅದರ ಪಾದವನ್ನು ಬಲತೊಡೆಯ ಮೇಲಿಡಿ. ಅಂಗಾಲು ಮೇಲ್ಮುಖವಾಗಿರಲಿ.
4. ಎರಡೂ ಮಂಡಿಗಳು ಸಾಧ್ಯವಾದಷ್ಟು ನೆಲಕ್ಕೆ ತಾಕಿರಲಿ.
5. ಹಸ್ತಗಳನ್ನು ಚಿನ್ಮುದ್ರೆ ಅಥವ ಜ್ಞಾನಮುದ್ರೆಯಲ್ಲಿ ಜೋಡಿಸಿ ಮಂಡಿಯ ಮೇಲಿಟ್ಟುಕೊಳ್ಳಿ. ಬೆನ್ನು ಮತ್ತು ತಲೆ ನೇರವಾಗಿರಲಿ. ಭುಜಗಳು ಸಡಿಲವಾಗಿರಲಿ.

ಪ್ರಾಣಾಯಾಮ

ಆಯಾಮ ಎಂದರೆ ವಿಸ್ತರಣೆ ಅಥವ ಹಿಗ್ಗುವಿಕೆ ಎಂದರ್ಥ. ಹಾಗಾಗಿ ಪ್ರಾಣಾಯಾಮ ಎಂದರೆ ಪ್ರಾಣ ಅಥವ ಆಯುಷ್ಯದ ವಿಸ್ತರಣೆ ಎಂದು ಅರ್ಥೈಸಿಕೊಳ್ಳಬಹುದು. ಪ್ರಾಣಾಯಾಮದಲ್ಲಿ ವಿವಿಧ ರೀತಿಯಲ್ಲಿ ಉಸಿರಾಟ ಮಾಡುವ ಹಲವು ತರಹದ ಅಭ್ಯಾಸಗಳನ್ನು ವಿವರಿಸಲಾಗಿದೆ.

ಸ್ವಾಮಿ ಸತ್ಯಾನಂದ ಸರಸ್ವತಿಯವರ ಪ್ರಕಾರ:

"ಪ್ರಾಣಾಯಾಮವನ್ನು ಕೇವಲ ಶ್ವಾಸಕೋಶಗಳಿಗೆ ಹೆಚ್ಚಿನ ಆಮ್ಲಜನಕ ಪೂರೈಸುವ ಉಸಿರಾಟದ ವ್ಯಾಯಾಮವೆಂದು ತಿಳಿಯಬಾರದು. ಪ್ರಾಣಾಯಾಮವು ನಾಡಿಗಳಲ್ಲಿ ಅಥವಾ ಪ್ರಾಣಮಯಕೋಶದ ಅಥವಾ ಚೈತನ್ಯ ಶರೀರದ ಶಕ್ತಿವಾಹಿನಿಗಳಲ್ಲಿ ಪ್ರಾಣದ ಹರಿವನ್ನು ಪ್ರಭಾವಿಸುವುದಕ್ಕಾಗಿ ಉಸಿರಾಟವನ್ನು ಬಳಸಿಕೊಳ್ಳುತ್ತದೆ.

"ವ್ಯಕ್ತಿಯು ತನ್ನ ಮಿತಿಗಳನ್ನು ದಾಟಿ ಉನ್ನತಮಟ್ಟದ ಸ್ಪಂದನಶೀಲ ಚೈತನ್ಯವನ್ನು ಪಡೆಯುವುದು ಸಾಧ್ಯವಾಗುವಂತೆ ಜೀವಶಕ್ತಿಯನ್ನು ಪ್ರಚೋದಿಸುವ ಮತ್ತು ನಿಯಂತ್ರಿಸುವ ವಿಧಾನಗಳನ್ನು ಪ್ರಾಣಾಯಾಮದ ಅಭ್ಯಾಸಗಳು ಒದಗಿಸುತ್ತವೆ.

"ಉಸಿರಾಟವು ಶರೀರದ ಮುಖ್ಯ ಜೀವಾಧಾರ ಕ್ರಿಯೆ. ಇದು ಪ್ರತಿಯೊಂದು ಜೀವಕೋಶದ ಕಾರ್ಯಚಟುವಟಿಕೆಗಳನ್ನು ಪ್ರೇರೇಪಿಸುತ್ತದೆ. ಎಲ್ಲಕ್ಕಿಂತ ಮುಖ್ಯವಾಗಿ ಮೆದುಳಿನ

ಕಾರ್ಯಚಟುವಟಿಕೆಗಳಿಗೆ ಬಹಳ ನಿಕಟವರ್ತಿಯಾಗಿದೆ. ಮನುಷ್ಯರು ಒಂದು ನಿಮಿಷಕ್ಕೆ 15 ಸಲ ಅಥವಾ ಒಂದು ದಿನಕ್ಕೆ 21,600 ಸಲ ಉಸಿರಾಡುತ್ತಾರೆ. ಉಸಿರಾಟವು ಆಮ್ಲಜನಕ ಮತ್ತು ಗ್ಲೂಕೋಸನ್ನು ದಹಿಸುವ ಇಂಧನವಾಗಿ ಅವುಗಳನ್ನು ದಹಿಸಿ ಶಕ್ತಿಯನ್ನು ಉತ್ಪಾದಿಸಿ ಅದನ್ನು ಪ್ರತಿಯೊಂದು ಸ್ನಾಯುಗಳ ಸಂಕೋಚನಕ್ಕೆ, ಗ್ರಂಥಿಗಳ ಸ್ರವಿಸುವಿಕೆಗೆ ಮತ್ತು ಮಾನಸಿಕ ಕ್ರಿಯೆಗಳಿಗೆ ಒದಗಿಸುತ್ತದೆ. ಮನುಷ್ಯ ಶರೀರದ ಎಲ್ಲ ಕ್ರಿಯೆಗಳಿಗೂ ಉಸಿರಾಟವು ನಿಕಟವಾಗಿ ಸಂಬಂಧಿಸಿದೆ.

“ಬಹುತೇಕ ಜನರು ಸರಿಯಾಗಿ ಉಸಿರಾಡುವುದಿಲ್ಲ. ತಮ್ಮ ಶ್ವಾಸಕೋಶ ಸಾಮರ್ಥ್ಯದ ಸ್ವಲ್ಪ ಭಾಗವನ್ನು ಮಾತ್ರ ಬಳಸಿಕೊಳ್ಳುತ್ತಾರೆ. ಇದರಿಂದಾಗಿ ಉತ್ತಮ ಆರೋಗ್ಯಕ್ಕೆ ಅತ್ಯವಶ್ಯಕವಾದ ಪ್ರಾಣ ಮತ್ತು ಆಮ್ಲಜನಕಗಳು ದೊರೆಯುವುದಿಲ್ಲ. “ಲಯಬದ್ಧವಾದ ದೀರ್ಘ ಮತ್ತು ನಿಧಾನಗತಿಯ ಉಸಿರಾಟವು ಶಾಂತ ಸಂತೃಪ್ತ ಮನಸ್ಸಿನ ಸ್ಥಿತಿಯಿಂದ ಉತ್ತೇಜಿಸಲ್ಪಡುತ್ತದೆ ಹಾಗೂ ಅಂತಹ ಮನಸ್ಥಿತಿಯನ್ನು ಉಂಟುಮಾಡುತ್ತದೆ. ಅವ್ಯವಸ್ಥಿತ ಉಸಿರಾಟವು ಮೆದುಳಿನ ಲಯಬದ್ಧತೆಯನ್ನು ಹದಗೆಡಿಸಿ ದೈಹಿಕ, ಭಾವನಾತ್ಮಕ ಮತ್ತು ಮಾನಸಿಕ ಅಡಚಣೆಗಳಿಗೆ ಎಡೆಮಾಡಿಕೊಡುತ್ತದೆ. ಇದು ಆಂತರಿಕ ಸಂಘರ್ಷ, ವ್ಯಕ್ತಿತ್ವದ ಅಸಮತೋಲನ, ಅವ್ಯವಸ್ಥಿತ ಜೀವನಶೈಲಿ ಮತ್ತು ವ್ಯಾಧಿಗಳಿಗೆ ಎಡೆಮಾಡಿಕೊಡುತ್ತದೆ. ಪ್ರಾಣಾಯಾಮವು ವ್ಯವಸ್ಥಿತ ಉಸಿರಾಟದ ರೀತಿಯನ್ನು ಉಂಟುಮಾಡಿ ಈ ನಿಷೇಧಾತ್ಮಕವಾದ ಪ್ರಕ್ರಿಯೆಯನ್ನು ತೊಡೆದುಹಾಕಿ ಉಸಿರಾಟದ ವಿಧಾನವನ್ನು ಸರಿಯಾದ ಕ್ರಮಕ್ಕೆ ತರುತ್ತದೆ. ಉಸಿರನ್ನು ಹತೋಟಿಯಲ್ಲಿಟ್ಟುಕೊಳ್ಳುವುದರ ಮೂಲಕ ಸ್ವಾಭಾವಿಕವಾದ ದೇಹ ಮತ್ತು ಮನಸ್ಸಿನ ಲಯಬದ್ಧತೆಯನ್ನು ಪುನರ್ ಸ್ಥಾಪಿಸುತ್ತದೆ.

“ಉಸಿರಾಟವು ಮುಖ್ಯವಾಗಿ ಅಪ್ರಜ್ಞಾಪೂರ್ವಕ ಪ್ರಕ್ರಿಯೆಯಾಗಿದ್ದರೂ, ಇದರ ಮೇಲೆ ಯಾವುದೇ ಸಮಯದಲ್ಲಾದರೂ ಪ್ರಜ್ಞಾಪೂರ್ವಕ ಹಿಡಿತವನ್ನು ಸ್ಥಾಪಿಸಬಹುದು. ಪರಿಣಾಮವಾಗಿ ಇದು ಮನಸ್ಸಿನ ಪ್ರಜ್ಞಾವಲಯ ಹಾಗೂ ಸುಪ್ತಪ್ರಜ್ಞೆಯ ವಲಯಗಳ ನಡುವೆ ಸಂಪರ್ಕ ಕಲ್ಪಿಸುತ್ತದೆ. ನರವ್ಯೂಹಗಳಲ್ಲಿ ಮತ್ತು ಸುಪ್ತ ಮನಸ್ಸಿನ ವಿನ್ಯಾಸಗಳಲ್ಲಿ ಬಂಧಿತವಾದ ಚೈತನ್ಯವನ್ನು

ಪ್ರಾಣಾಯಾಮ ಅಭ್ಯಾಸದ ಮೂಲಕ ಬಿಡುಗಡೆಗೊಳಿಸಿ ಅದನ್ನು ಸೃಜನಾತ್ಮಕ ಹಾಗೂ ಸಂತೋಷದಾಯಕ ಚಟುವಟಿಕೆಗಳಲ್ಲಿ ಬಳಸಿಕೊಳ್ಳಬಹುದಾಗಿದೆ."

ಪ್ರಾಣಾಯಾಮವನ್ನು ಯಾವಾಗೆಂದರೆ ಆಗ ಮಾಡಕೂಡದು ಎಂದು ಸ್ವಾಮಿ ಸತ್ಯಾನಂದ ಸರಸ್ವತಿಯವರು ಎಚ್ಚರಿಕೆ ಕೊಡುತ್ತಾರೆ. ಕಾಯಿಲೆಯಿಂದ ಬಳಲುವಾಗ ಪ್ರಾಣಾಯಾಮ ಅಭ್ಯಾಸ ಮಾಡಬಾರದು. ಊಟ ಮಾಡಿದ ಮೂರು ಅಥವ ನಾಲ್ಕು ಗಂಟೆಗಳ ಒಳಗೆ ಪ್ರಾಣಾಯಾಮ ಮಾಡಬಾರದು. ಸ್ವಚ್ಛವಾದ, ನಿಶ್ಯಬ್ದವಾದ, ಸೂಕ್ತ ಗಾಳಿ ಬೆಳಕಿನಿಂದ ಕೂಡಿದ ಕೊಠಡಿ ಅಥವ ಹೊರಗಡೆ ಕುಳಿತು ಅಭ್ಯಾಸ ಮಾಡಬೇಕು. ಕೆಲವು ಪ್ರಾಣಾಯಾಮದ ಅಭ್ಯಾಸಗಳನ್ನು ಮಾಡುವಾಗ ಶರೀರದ ಉಷ್ಣತೆ ಬಹು ಬೇಗ ಏರುವುದರಿಂದ ಬಿಸಿಲಿಗೆ ಮೈಯೊಡ್ಡಿ ಅಭ್ಯಾಸ ಮಾಡುವುದು ಒಳ್ಳೆಯದಲ್ಲ. ವಿಶ್ರಾಂತಿಯಿಂದಗಿ ದೇಹವು ಉಲ್ಲಸಿತವಾಗಿರುವ ಹಾಗೂ ಹೆಚ್ಚು ಯೋಚನೆಗಳಿಲ್ಲದೆ ಮನಸ್ಸು ಪ್ರಶಾಂತವಾಗಿರುವ ಸಮಯವಾದ ಮುಂಜಾನೆ ಪ್ರಾಣಾಯಾಮ ಬಹಳ ಸೂಕ್ತ ಸಮಯ ಎನ್ನುತ್ತಾರೆ. ಮತ್ತು ಇವುಗಳನ್ನು ವ್ಯಾಯಾಮ ಅಥವ ಯೋಗಾಸನ ಮಾಡಿದ ನಂತರ ಮತ್ತು ಧ್ಯಾನಾಭ್ಯಾಸಕ್ಕೆ ಮೊದಲು ಮಾಡಬೇಕು.

ಹಾಗೆಯೇ, ಪ್ರಾಣಾಯಾಮ ಅಭ್ಯಾಸಗಳಲ್ಲಿ ಮೂಗಿನ ಮೂಲಕವೇ ಉಸಿರಾಡಬೇಕು. ಹಾಗಾಗಿ ಜಲನೇತಿ ಮತ್ತು ಸೂತ್ರನೇತಿಯಂತಹ ಷಟ್ಕರ್ಮ ಕ್ರಿಯೆಗಳಿಂದ ಮೂಗನ್ನು ನಿಯಮಿತವಾಗಿ ಸ್ವಚ್ಛವಾಗಿಟ್ಟುಕೊಳ್ಳಬೇಕು. ಎರಡೂ ಮೂಗಿನ ಹೊಳ್ಳೆಗಳಲ್ಲಿ ಉಸಿರಿನ ಹರಿವು ಸರಾಗವಾಗಿರಬೇಕು. ಹಾಗೆಯೇ ಪ್ರಯಾಸ ಅಥವ ಕಷ್ಟಪಟ್ಟುಕೊಂಡು ಮಾಡಬಾರದು. ಉಸಿರಾಟದ ಅವಧಿಯ ಸಾಮರ್ಥ್ಯವನ್ನು ನಿರಂತರ ಅಭ್ಯಾಸದ ಮೂಲಕ ಕಾಲಕ್ರಮೇಣ ಹಿಗ್ಗಿಸಿಕೊಂಡು ಹೋಗಬೇಕೆ ಹೊರತು ಆತುರ ಮಾಡಬಾರದು.

ಪ್ರಾಣಾಯಾಮ ಅಭ್ಯಾಸದಲ್ಲಿ ಉಸಿರಾಟದ ನಾಲ್ಕು ಸ್ವರೂಪಗಳನ್ನು ಬಳಸಿಕೊಳ್ಳಲಾಗುತ್ತದೆ.

- **ಪೂರಕ ಅಥವಾ ಉಚ್ಛ್ವಾಸ:** ಉಸಿರನ್ನು ಒಳಗೆ ಎಳೆದುಕೊಳ್ಳುವುದು
- **ರೇಚಕ ಅಥವಾ ನಿಶ್ವಾಸ:** ಉಸಿರನ್ನು ಹೊರಗೆ ಬಿಡುವುದು
- **ಅಂತರ್ ಕುಂಭಕ:** ಉಸಿರನ್ನು ಒಳಗೆ ಹಿಡಿದಿಟ್ಟುಕೊಳ್ಳುವುದು
- **ಬಹಿರ್ ಕುಂಭಕ:** ಉಸಿರನ್ನು ಹೊರಗೆ ಹಿಡಿದಿಟ್ಟುಕೊಳ್ಳುವುದು

ಆದರೆ ಈ ಪುಸ್ತಕವು ಪ್ರವೇಶಿಕೆ ಸ್ವರೂಪದ್ದಾಗಿರುವ ಕಾರಣ ಇಲ್ಲಿ ಉಚ್ಛ್ವಾಸ ಮತ್ತು ನಿಶ್ವಾಸದ ರೀತಿಗಳನ್ನು ಮಾತ್ರ ಪರಿಚಯಿಸಲಾಗಿದೆ. ಈ ಪುಸ್ತಕದಲ್ಲಿ ಪರಿಚಯಿಸಿರುವ ಸರಳ ಪ್ರಾಣಾಯಾಮಗಳಲ್ಲಿ ಪರಿಣತಿ ಸಾಧಿಸಿದ ನಂತರ ಹೆಚ್ಚುವರಿ ಅಥವ ಮುಂದುವರಿದ (Advanced) ಅಭ್ಯಾಸಗಳಿಗಾಗಿ "ಆಸನ ಪ್ರಾಣಾಯಾಮ ಮುದ್ರಾ ಬಂಧ" ಗ್ರಂಥವನ್ನು ಅಭ್ಯಸಿಸಬಹುದು ಅಥವ ಪರಿಣಿತ ಯೋಗಗುರುಗಳ ಸಹಾಯ ಪಡೆದು ಮುಂದುವರೆಯಬಹುದು.

ಪ್ರಾಣಾಯಾಮ ಆರಂಭಿಸುವುದಕ್ಕೆ ಮೊದಲು ನಿಮಗೆ ಸೂಕ್ತವಾದ ಮತ್ತು ಹಿತವಾದ ಸುಖಾಸನ, ಸಿದ್ಧಾಸನ, ಪದ್ಮಾಸನದಂತಹ ಧ್ಯಾನಭಂಗಿಯಲ್ಲಿ ಚಾಪೆ, ವಸ್ತ್ರ, ಅಥವ ಯೋಗ ಮ್ಯಾಟ್ ಮೇಲೆ ಕುಳಿತುಕೊಳ್ಳಿ. ಬೆನ್ನುಹುರಿ, ಕುತ್ತಿಗೆ ಮತ್ತು ತಲೆಯನ್ನು ನೇರವಾಗಿಟ್ಟುಕೊಂಡು ದೇಹವನ್ನು ಸಾಧ್ಯವಾದಷ್ಟೂ ವಿಶ್ರಾಮ ಸ್ಥಿತಿಯಲ್ಲಿ ಇಟ್ಟಿರಿ. ಧ್ಯಾನಭಂಗಿಯಲ್ಲಿ ಕುಳಿತುಕೊಳ್ಳಲು ಕಷ್ಟವಾಗಿದ್ದಲ್ಲಿ ಗೋಡೆಗೆ ಒರಗಿ ಕುಳಿತುಕೊಳ್ಳಬಹುದು ಹಾಗೂ ಕಾಲನ್ನು ಮುಂದೆ ಚಾಚಬಹುದು. ನೆಲದ ಮೇಲೆ ಕೂರಲು ಅಸಾಧ್ಯವಾಗಿದ್ದಲ್ಲಿ ಕಾಲನ್ನು ಇಳಿಬಿಟ್ಟುಕೊಂಡು ಹಾಗೂ ಬೆನ್ನನ್ನು ನೇರವಾಗಿಟ್ಟುಕೊಂಡು ಕುರ್ಚಿಯಲ್ಲಿ ಕೂರಬಹುದು. ಇತರೆ ಧ್ಯಾನಭಂಗಿಗಳು ಇನ್ನೂ ಹಿತಕರವಾಗಿಲ್ಲದೇ ಇದ್ದಲ್ಲಿ, ಪ್ರಾಣಾಯಾಮಕ್ಕೆ ಸುಖಾಸನ ಅತ್ಯಂತ ಸೂಕ್ತ ಆಸನ.

ಕೆಲವು ಪ್ರಾಣಾಯಾಮಗಳನ್ನು ಮಾಡುವಾಗ ಬಲಗೈಯ ಹೆಬ್ಬೆರಳು ಮತ್ತು ಉಂಗುರದ ಬೆರಳನ್ನು ಬಲ ಮತ್ತು ಎಡ ಹೊಳ್ಳೆಗಳ ಉಸಿರಾಟವನ್ನು ನಿಯಂತ್ರಿಸಲು ಬಳಸಲಾಗುತ್ತದೆ. ಇದಕ್ಕೆ ಅನುಕೂಲವಾಗಿ ಬೆರಳುಗಳನ್ನು ಮಡಚುವ ಮುದ್ರೆಯನ್ನು ನಾಸಾಗ್ರ ಮುದ್ರೆ ಎನ್ನುತ್ತಾರೆ.

ನಾಸಾಗ್ರ ಮುದ್ರೆ ಮಾಡುವ ವಿಧಾನ:

- ಬಲಗೈ ಬೆರಳುಗಳನ್ನು ಮುಖದ ಮುಂದೆ ಹಿಡಿಯಿರಿ.
- ಬಲ ತೋರುಬೆರಳು ಮತ್ತು ನಡುಬೆರಳನ್ನು ಅಂಗೈಯೊಳಗೆ ಮಡಚಿ ಅಥವ ನಯವಾಗಿ ಹುಬ್ಬುಗಳ ಮಧ್ಯೆ ಇರಿಸಿ.
- ಬಲ ಹೆಬ್ಬೆರಳು ಬಲಹೊಳ್ಳೆಯ ಮೇಲೆ ಮತ್ತು ಉಂಗುರದ ಬೆರಳು ಎಡಹೊಳ್ಳೆಯ ಮೇಲಿರಲಿ.
- ಎಡಹೊಳ್ಳೆಯಿಂದ ಉಸಿರಾಟ ಮಾಡಬೇಕಾದರೆ ಬಲಹೆಬ್ಬೆರಳು ಬಲಹೊಳ್ಳೆಯನ್ನು ಒತ್ತಬೇಕು ಮತ್ತು ಉಂಗುರದ ಬೆರಳನ್ನು

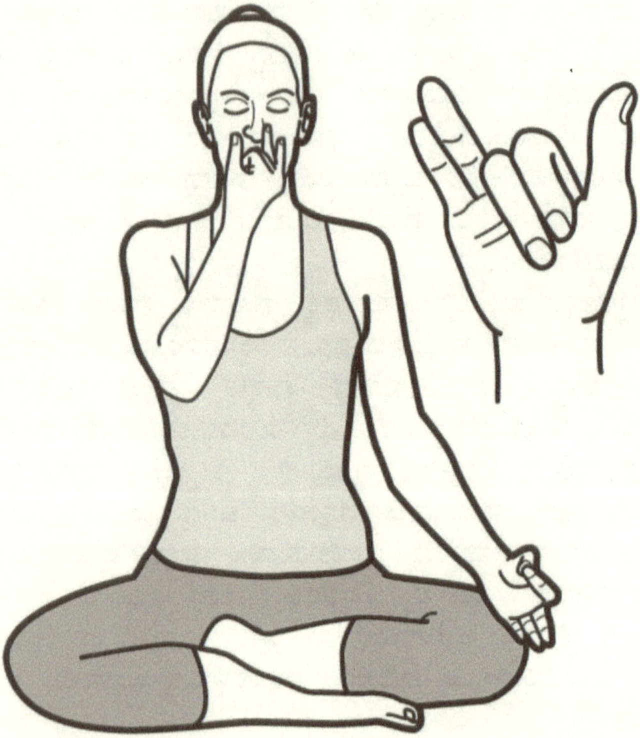

ಎಡಹೊಳ್ಳೆಯ ಮೇಲಿಂದ ತೆಗೆಯಬೇಕು. (ಹೊಳ್ಳೆಯನ್ನು ಗಟ್ಟಿಯಾಗಿ ಅದುಮಬಾರದು. ಹೊಳ್ಳೆಯ ಕೆಳಗಿನಿಂದ ಸ್ವಲ್ಪ ಮೇಲ್ಭಾಗದಲ್ಲಿರುವ ಮೆದುಭಾಗವನ್ನು ಒತ್ತಿದರೆ ಅದು ಬಹಳ ಸುಲಭವಾಗಿ ಆ ಹೊಳ್ಳೆಯಲ್ಲಿ ಉಸಿರಾಟವನ್ನು ನಿಲ್ಲಿಸುತ್ತದೆ.)

- ಬಲಹೊಳ್ಳೆಯಿಂದ ಉಸಿರಾಟ ಮಾಡಬೇಕಾದರೆ ಬಲ ತೋರುಬೆರಳು ಎಡಹೊಳ್ಳೆಯನ್ನು ಒತ್ತಿ ಮುಚ್ಚಬೇಕು ಮತ್ತು ಹೆಬ್ಬೆರಳನ್ನು ಬಲಹೊಳ್ಳೆಯ ಮೇಲಿಂದ ತೆಗೆಯಬೇಕು.
- ಕುಂಭಕ ಮಾಡಬೇಕಾದರೆ ಅಥವ ಎರಡೂ ಹೊಳ್ಳೆಗಳಿಂದ ಉಸಿರಾಟವನ್ನು ನಿಲ್ಲಿಸಬೇಕೆಂದರೆ ಹೆಬ್ಬೆರಳಿನಿಂದ ಬಲಹೊಳ್ಳೆಯನ್ನು ಮತ್ತು ತೋರುಬೆರಳಿನಿಂದ ಎಡಹೊಳ್ಳೆಯನ್ನು ಒತ್ತಿ ಮುಚ್ಚಬೇಕು.

ಪ್ರಾಣಾಯಾಮಗಳಲ್ಲಿ ಹತ್ತಾರು ಬಗೆಗಳಿದ್ದು, ಈ ಪುಸ್ತಕದಲ್ಲಿ ಕೇವಲ ಐದು ಪ್ರಮುಖ ಪ್ರಾಣಾಯಾಮಗಳನ್ನು ಪರಿಚಯಿಸಲಾಗಿದೆ.

ಅನುಲೋಮ-ವಿಲೋಮ ಪ್ರಾಣಾಯಾಮ

ಇದು ಅತ್ಯಂತ ಸರಳ ಮತ್ತು ಜನಪ್ರಿಯ ಪ್ರಾಣಾಯಾಮ. ಒಂದೇ ಮೂಗಿನ ಹೊಳ್ಳೆಯಿಂದ ಅಥವ ಅದಲುಬದಲು ಹೊಳ್ಳೆಗಳಿಂದ ಉಸಿರಾಟ ಮಾಡುವ ಈ ಅಭ್ಯಾಸಕ್ಕೆ ನಾಡೀಶೋಧನ ಪ್ರಾಣಾಯಾಮ ಎಂತಲೂ ಅನ್ನುತ್ತಾರೆ. ಈ ಪ್ರಾಣಾಯಾಮದ ಅಭ್ಯಾಸದಿಂದ ಮನಸ್ಸು ಶಾಂತವಾಗುತ್ತದೆ ಮತ್ತು ಏಕಾಗ್ರತೆ ಹೆಚ್ಚುತ್ತದೆ. ಕೇವಲ ಉಸಿರಾಟದ ಲಯ ಮಾತ್ರವಲ್ಲ, ಹೃದಯ ಮತ್ತು ಮಿದುಳಿನ ಲಯವೂ ನಿಧಾನವಾಗುತ್ತ ಶಾಂತವಾಗುತ್ತದೆ.

ಮಾಡುವ ಬಗೆ:

1. ಸೂಕ್ತವಾದ ಆಸನದಲ್ಲಿ ಕುಳಿತು ಮೊದಲಿಗೆ ಸಹಜವಾದ ದೀರ್ಘ ಉಸಿರಾಟಗಳನ್ನು ಮಾಡಿ.
2. ಎಡಗೈ ಹಸ್ತವನ್ನು ಚಿನ್ಮುದ್ರೆಯಲ್ಲಿ ಮಡಿಸಿ ಎಡ ಮಂಡಿಯ ಮೇಲಿಟ್ಟುಕೊಳ್ಳಿ. ಬಲಗೈ ನಾಸಾಗ್ರ ಮುದ್ರೆಯಲ್ಲಿರಲಿ.
3. ಎರಡೂ ಹೊಳ್ಳೆಗಳಿಂದ ಒಮ್ಮೆ ದೀರ್ಘ ನಿಶ್ವಾಸ ಮಾಡಿದ ನಂತರ, ಬಲಗೈಯ ಹೆಬ್ಬೆರಳಿನಿಂದ ಮೂಗಿನ ಬಲಹೊಳ್ಳೆಯನ್ನು ಮೆತ್ತಗೆ ಅದುಮಿ ಮುಚ್ಚಿ.
4. ಎಡ ಹೊಳ್ಳೆಯಿಂದ ನಿಧಾನವಾಗಿ ಮತ್ತು ದೀರ್ಘವಾಗಿ ಉಸಿರನ್ನು ಒಳಗೆಳೆದುಕೊಳ್ಳಿ.
5. ಬಲಗೈಯ ಕಿರುಬೆರಳು ಅಥವ ಉಂಗುರದ ಬೆರಳಿನಿಂದ ಎಡಹೊಳ್ಳೆಯನ್ನು ಮುಚ್ಚಿ ಮತ್ತು ಹೆಬ್ಬೆರಳನ್ನು ಬಲಹೊಳ್ಳೆಯ ಮೇಲಿಂದ ತೆಗೆಯಿರಿ.
6. ಬಲಹೊಳ್ಳೆಯಿಂದ ನಿಧಾನವಾಗಿ ಹಾಗೂ ದೀರ್ಘವಾಗಿ ಉಸಿರನ್ನು ಹೊರಗೆ ಬಿಡಿ. ಪೂರ್ತಿ ನಿಶ್ವಾಸದ ನಂತರ ಮತ್ತೆ ಅದೇ ಹೊಳ್ಳೆಯಿಂದ ನಿಧಾನವಾಗಿ ಹಾಗೂ ದೀರ್ಘವಾಗಿ ಉಚ್ಛ್ವಾಸ ಮಾಡಿ.
7. ಈಗ ಬಲ ಹೆಬ್ಬೆರಳಿನಿಂದ ಬಲಹೊಳ್ಳೆಯನ್ನು ಮುಚ್ಚಿ, ಮುಚ್ಚಿರುವ ಎಡಹೊಳ್ಳೆಯ ಮೇಲಿನ ಬೆರಳನ್ನು ತೆಗೆದು ಎಡಹೊಳ್ಳೆಯಿಂದ ನಿಧಾನವಾಗಿ ನಿಶ್ವಾಸ ಮಾಡಿ. ಇಲ್ಲಿಗೆ ಒಂದು ಸುತ್ತು ಆಯಿತು.
8. ಹೀಗೆ ಅಂಶ 4ರಿಂದ 8ರವರೆಗೆ ಐದರಿಂದ ಹತ್ತು ಸಲ ಪುನರಾವರ್ತಿಸಿ.

ಕಪಾಲಭಾತಿ ಪ್ರಾಣಾಯಾಮ

ಇದು ವೇಗ ಅಥವ ತ್ವರಿತಗತಿಯ ಉಸಿರಾಟದ ಪ್ರಾಣಾಯಮ. ಇದರಲ್ಲಿ ಉಸಿರಾಟವು ಉದರದಿಂದ ನಡೆಯಬೇಕು. ಈ ಪ್ರಾಣಾಯಾಮವು ಶ್ವಾಸಕೋಶಗಳನ್ನು ಶುದ್ಧ ಮಾಡುತ್ತದೆ. ರಭಸವಾಗಿ ಮಾಡುವ ಕ್ರಿಯೆ ಆದ ಕಾರಣ ಮನಸ್ಸಿನ ಗಮನವು ಬೇರೆಡೆಗೆ ಹರಿಯುವುದನ್ನು ನಿವಾರಿಸುತ್ತದೆ. ಅನಾಸಕ್ತಿ ಅಥವ ನಿದ್ರೆಯನ್ನು ಹೋಗಲಾಡಿಸುತ್ತದೆ.

ಮಾಡುವ ಬಗೆ:

1. ಸೂಕ್ತವಾದ ಧ್ಯಾನಾಸನದಲ್ಲಿ ಕುಳಿತುಕೊಳ್ಳಿ. ತಲೆ ಮತ್ತು ಬೆನ್ನು ನೇರವಾಗಿರಲಿ. ಮೊದಲಿಗೆ ಸಹಜವಾದ ದೀರ್ಘ ಉಸಿರಾಟಗಳನ್ನು ಮಾಡಿ.
2. ಎರಡೂ ಕೈಗಳನ್ನು ಮಂಡಿಗಳ ಮೇಲೆ ಚಿನ್ಮುದ್ರೆ ಅಥವ ಜ್ಞಾನ ಮುದ್ರೆಯಲ್ಲಿರಿಸಿ. ಕಣ್ಣುಗಳು ಮುಚ್ಚಿರಲಿ ಮತ್ತು ದೇಹ ಸಡಿಲವಾಗಿರಲಿ.
3. ಒಮ್ಮೆ ದೀರ್ಘ ಉಚ್ಛ್ವಾಸದ ನಂತರ ಉದರದ ಸ್ನಾಯುಗಳನ್ನು ಬಲವಾಗಿ ಸಂಕೋಚನಗೊಳಿಸಿ ಉಸಿರನ್ನು ವೇಗವಾಗಿ ಮತ್ತು ಸಂಪೂರ್ಣವಾಗಿ ಹೊರಗೆ ಬಿಡಿ.
4. ನಿಶ್ವಾಸ ಆದ ತಕ್ಷಣ ಉದರದ ಸ್ನಾಯುಗಳನ್ನು ಸಡಿಲಗೊಳಿಸಿ. ಇದರಿಂದ ಉಚ್ಛ್ವಾಸ ತನ್ನಿಂತಾನೇ ಆಗುತ್ತದೆ. ಉಚ್ಛ್ವಾಸವು ಹೀಗೆ ಶ್ರಮರಹಿತವಾಗಿ ತನ್ನಷ್ಟಕ್ಕೇ ಆಗಲಿ.
5. ಹೀಗೆ ಒಂದಾದ ನಂತರ ಒಂದರಂತೆ ತ್ವರಿತವಾದ 10 ಉಸಿರಾಟಗಳನ್ನು ಮುಗಿಸಿದ ನಂತರ, ದೀರ್ಘವಾಗಿ ಉಚ್ಛ್ವಾಸ ಮತ್ತು ನಿಶ್ವಾಸ ಮಾಡಿ. ಕೆಲವು ಸಲ ಆದನಂತರ ಸಹಜವಾಗಿ ಉಸಿರಾಡಿ. ಇಲ್ಲಿಗೆ ಒಂದು ಸುತ್ತು ಆಯಿತು.
6. ಹೀಗೆ ಅಂಶ 3ರಿಂದ 5ರವರೆಗೆ ಐದರಿಂದ ಹತ್ತು ಸಲ ಪುನರಾವರ್ತಿಸಿ.

ವಿಶೇಷ ಎಚ್ಚರಿಕೆ: ಖಾಲಿ ಹೊಟ್ಟೆಯಲ್ಲಿ ಅಥವ ಊಟವಾದ 3–4 ಗಂಟೆಗಳ ನಂತರವೇ ಕಪಾಲಭಾತಿ ಪ್ರಾಣಾಯಾಮ ಮಾಡತಕ್ಕದ್ದು. ರಾತ್ರಿಯ ವೇಳೆ ಅಭ್ಯಾಸ ಮಾಡಿದಾಗ ನಿದ್ರೆಗೆ ಅಡ್ಡಿಯಾಗುವ ಸಂಭವ ಇರುತ್ತದೆ. ತಲೆನೋವು ಅಥವ ತಲೆಸುತ್ತಿದಂತೆ ಅನ್ನಿಸಿದರೆ ಅಭ್ಯಾಸವನ್ನು ನಿಲ್ಲಿಸಿ ಸ್ವಲ್ಪ ಹೊತ್ತು ಸುಮ್ಮನೆ ಕುಳಿತುಕೊಳ್ಳಿ. ಹಾಗೆಯೇ, ಹೃದ್ರೋಗ ಮತ್ತು ರಕ್ತದೊತ್ತಡ ಸಂಬಂಧಿ ಕಾಯಿಲೆ ಇರುವವರು ಇದನ್ನು ಮಾಡಬಾರದು.

ಭಸ್ತ್ರಿಕಾ ಪ್ರಾಣಾಯಾಮ

ಈ ಪ್ರಾಣಾಯಾಮದಲ್ಲಿ ಉಚ್ಛ್ವಾಸ ಮತ್ತು ನಿಶ್ವಾಸಗಳೆರಡೂ ರಭಸವಾಗಿ ಆಗುತ್ತದೆ. ಇದರಿಂದಾಗಿ ಶ್ವಾಸಕೋಶಗಳಲ್ಲಿ ತ್ವರಿತ ಗತಿಯಲ್ಲಿ ಗಾಳಿಯ ವಿನಿಮಯ ನಡೆಯುವುದರಿಂದ ಹೆಚ್ಚು ಪ್ರಮಾಣದಲ್ಲಿ ರಕ್ತಕ್ಕೆ ಆಮ್ಲಜನಕ ಪೂರೈಕೆಯಾಗುತ್ತದೆ ಮತ್ತು ಹೆಚ್ಚು ಪ್ರಮಾಣದ ಇಂಗಾಲದ ಡೈಆಕ್ಸೈಡ್ ಹೊರಹಾಕಲ್ಪಡುತ್ತದೆ.

ಮಾಡುವ ಬಗೆ:

1. ಸೂಕ್ತವಾದ ಧ್ಯಾನಾಸನದಲ್ಲಿ ಕುಳಿತುಕೊಳ್ಳಿ. ತಲೆ ಮತ್ತು ಬೆನ್ನು ನೇರವಾಗಿರಲಿ. ಮೊದಲಿಗೆ ಸಹಜವಾದ ದೀರ್ಘ ಉಸಿರಾಟಗಳನ್ನು ಮಾಡಿ.
2. ಎರಡೂ ಕೈಗಳನ್ನು ಮಂಡಿಗಳ ಮೇಲೆ ಚಿನ್ಮುದ್ರೆ ಅಥವ ಜ್ಞಾನಮುದ್ರೆಯಲ್ಲಿರಿಸಿ. ಕಣ್ಣುಗಳು ಮುಚ್ಚಿರಲಿ ಮತ್ತು ದೇಹ ಸಡಿಲವಾಗಿರಲಿ.
3. ಒಮ್ಮೆ ಉಸಿರನ್ನು ದೀರ್ಘವಾಗಿ ಒಳಗೆತೆಗೆದುಕೊಳ್ಳಿ. ನಂತರ ರಭಸವಾಗಿ ಮೂಗಿನ ಮೂಲಕ ಹೊರಗೆ ಬಿಡಿ.
4. ತಕ್ಷಣವೇ ಅಷ್ಟೇ ರಭಸದಿಂದ ಉಸಿರನ್ನು ಒಳಗೆ ತೆಗೆದುಕೊಳ್ಳಿ.
5. ಉದರದ ಸ್ನಾಯುಗಳನ್ನು ಹಿಗ್ಗಿಸುವುದರಿಂದ ರಭಸವಾದ ಉಚ್ಛ್ವಾಸವೂ, ಕುಗ್ಗಿಸುವುದರಿಂದ ರಭಸವಾದ ನಿಶ್ವಾಸವೂ ತನ್ನಿಂತಾನೇ ಆಗುತ್ತದೆ. ಒತ್ತಡ ಬೇಡ.
6. ಹೀಗೆ ಒಂದಾದ ನಂತರ ಒಂದರಂತೆ ರಭಸದ 10 ಉಸಿರಾಟಗಳನ್ನು ಮುಗಿಸಿದ ನಂತರ, ದೀರ್ಘವಾಗಿ ಉಚ್ಛ್ವಾಸ ಮತ್ತು ನಿಶ್ವಾಸ ಮಾಡಿ. ಕೆಲವು ಸಲ ಆದನಂತರ ಸಹಜವಾಗಿ ಉಸಿರಾಡಿ. ಇಲ್ಲಿಗೆ ಒಂದು ಸುತ್ತು ಆಯಿತು.
7. ಹೀಗೆ ಅಂಶ 3ರಿಂದ 6ರವರೆಗೆ ಐದಾರು ಸಲ ಪುನರಾವರ್ತಿಸಿ.

ವಿಶೇಷ ಎಚ್ಚರಿಕೆ: ಖಾಲಿ ಹೊಟ್ಟೆಯಲ್ಲಿ ಅಥವ ಊಟವಾದ 3–4 ಗಂಟೆಗಳ ನಂತರವೇ ಕಪಾಲಭಾತಿ ಪ್ರಾಣಾಯಾಮ ಮಾಡತಕ್ಕದ್ದು. ರಾತ್ರಿಯ ವೇಳೆ ಅಭ್ಯಾಸ ಮಾಡಿದಾಗ ನಿದ್ರೆಗೆ ಅಡ್ಡಿಯಾಗುವ ಸಂಭವ ಇರುತ್ತದೆ. ತಲೆನೋವು ಅಥವ ತಲೆಸುತ್ತಿದಂತೆ ಅನ್ನಿಸಿದರೆ ಅಭ್ಯಾಸವನ್ನು

ನಿಲ್ಲಿಸಿ ಸ್ವಲ್ಪ ಹೊತ್ತು ಸುಮ್ಮನೆ ಕುಳಿತುಕೊಳ್ಳಿ. ಹಾಗೆಯೇ, ಹೃದ್ರೋಗ ಮತ್ತು ರಕ್ತದೊತ್ತಡ ಸಂಬಂಧಿ ಕಾಯಿಲೆ ಇರುವವರು ಇದನ್ನು ಮಾಡಬಾರದು.

ಉಜ್ಜಾಯೀ ಪ್ರಾಣಾಯಾಮ

ಉಜ್ಜಾಯೀ ಪ್ರಾಣಾಯಾಮವು ಶಮನಕಾರಕ ಪ್ರಾಣಾಯಾಮ. ಇದು ಹೃದಯ ಬಡಿತದ ಗತಿಯನ್ನು ನಿಧಾನಗೊಳಿಸುತ್ತದೆ ಮತ್ತು ವಿಶ್ರಾಂತಿಯ ಪರಿಣಾಮವನ್ನು ಉಂಟು ಮಾಡುತ್ತದೆ. ನಿದ್ರಾಹೀನತೆಯನ್ನು ಹೋಗಲಾಡಿಸಲು ಈ ಪ್ರಾಣಾಯಾಮವು ಸಹಕಾರಿಯಾಗಿದ್ದು, ಇದನ್ನು ಮಲಗುವ ಮೊದಲು ಶವಾಸನದಲ್ಲಿ ಸಹ ಮಾಡಬಹುದು.

ಮಾಡುವ ಬಗೆ:

1. ನಿಮಗೆ ಹಿತವಾದ ಧ್ಯಾನಾಸನದಲ್ಲಿ ಕುಳಿತುಕೊಳ್ಳಿ. ತಲೆ ಮತ್ತು ಬೆನ್ನು ನೇರವಾಗಿರಲಿ. ಮೊದಲಿಗೆ ಸಹಜವಾದ ದೀರ್ಘ ಉಸಿರಾಟಗಳನ್ನು ಮಾಡಿ.
2. ಎರಡೂ ಕೈಗಳನ್ನು ಮಂಡಿಗಳ ಮೇಲೆ ಚಿನ್ಮುದ್ರೆ ಅಥವ ಜ್ಞಾನಮುದ್ರೆಯಲ್ಲಿರಿಸಿ. ಕಣ್ಣುಗಳು ಮುಚ್ಚಿರಲಿ ಮತ್ತು ದೇಹ ಸಡಿಲವಾಗಿರಲಿ.
3. ಸಹಜ ಉಸಿರಾಟ ಮಾಡುತ್ತ ಗಮನವನ್ನು ಗಂಟಲಿನ ಕಡೆ ಹರಿಸಿ. ಉಸಿರು ಗಂಟಲಿನ ಮೂಲಕ ಒಳಗೆಹೊರಗೆ ಆಡುತ್ತಿದೆಯೇ ಹೊರತು ಮೂಗಿನ ಹೊಳ್ಳೆಗಳ ಮೂಲಕ ಅಲ್ಲ ಎಂದು ಕಲ್ಪಿಸಿಕೊಳ್ಳಲು ಪ್ರಯತ್ನಿಸಿ.
4. ಉಸಿರಾಟವು ನಿಧಾನವಾಗಿ, ದೀರ್ಘವಾಗಿ ನಡೆಯಲು ಆರಂಭಿಸಿದಂತೆ ನಿದ್ದೆ ಮಾಡುತ್ತಿರುವ ಮಗುವಿನ ಉಸಿರಾಟದ ಹಾಗೆ ಗಂಟಲಿನಿಂದ ಸಣ್ಣ ಗೊರಕೆಯಂತಹ ಸದ್ದು ಹೊರಡುವಂತೆ ಉಸಿರಾಡಿ.
5. ಹೀಗೆ ಹತ್ತು ಸಲ ಅಥವ 5–10 ನಿಮಿಷಗಳವರೆಗೂ ಮಾಡಬಹುದು.

ವಿಶೇಷ ಎಚ್ಚರಿಕೆ: ಇದನ್ನು ಸಾಮಾನ್ಯವಾಗಿ ಎಲ್ಲರೂ ಮಾಡಬಹುದಾದರೂ ಅಂತರ್ಮುಖಿ (Introvert) ಸ್ವಭಾವ ಇರುವವರು ಈ ಪ್ರಾಣಾಯಾಮ ಮಾಡಬಾರದು ಎಂದು ಸ್ವಾಮಿ ಸತ್ಯಾನಂದ ಸರಸ್ವತಿಯವರು ಹೇಳುತ್ತಾರೆ.

ಭ್ರಮರೀ ಪ್ರಾಣಾಯಾಮ

ಭ್ರಮರಿ ಎಂದರೆ ದುಂಬಿ ಅಥವ ಹೆಣ್ಣು ಜೇನ್ನೊಣ ಎಂದರ್ಥ. ದುಂಬಿಯ ಝೇಂಕಾರ ರೀತಿಯ ಉಸಿರಾಟದ ಪ್ರಾಣಾಯಾಮಕ್ಕೆ ಭ್ರಮರೀ ಪ್ರಾಣಾಯಾಮ ಎನ್ನುತ್ತಾರೆ. ಈ ಪ್ರಾಣಾಯಾಮವು ರಕ್ತದೊತ್ತಡ ಮತ್ತು ಮಾನಸಿಕ ಒತ್ತಡ ಹಾಗೂ ಆತಂಕಗಳನ್ನು ಕಡಿಮೆ ಮಾಡುತ್ತದೆ. ನಿದ್ರಾಹೀನತೆಯನ್ನು ಹೋಗಲಾಡಿಸುತ್ತದೆ. ಮಾನಸಿಕ ಸಮತೋಲನವನ್ನು ನೀಡಿ ಗಮನವನ್ನು ಅಂತರ್ಮುಖಗೊಳಿಸುವುದರಿಂದ ಧ್ಯಾನದ ಸ್ಥಿತಿಯನ್ನು ಪ್ರಚೋದಿಸುತ್ತದೆ. ಝೇಂಕಾರ ನಿನಾದದ ಕಂಪನಗಳು ಮನಸ್ಸು ಮತ್ತು ನರಮಂಡಲಗಳಿಗೆ ಹಿತವಾದ ಪರಿಣಾಮವನ್ನು ಉಂಟುಮಾಡುತ್ತದೆ.

ಮಾಡುವ ಬಗೆ:

1. ನಿಮಗೆ ಹಿತವಾದ ಧ್ಯಾನಾಸನದಲ್ಲಿ ಕುಳಿತುಕೊಳ್ಳಿ. ತಲೆ ಮತ್ತು ಬೆನ್ನು ನೇರವಾಗಿರಲಿ. ಮೊದಲಿಗೆ ಸಹಜವಾದ ದೀರ್ಘ ಉಸಿರಾಟಗಳನ್ನು ಮಾಡಿ.
2. ಎರಡೂ ಕೈಗಳನ್ನು ಮಂಡಿಗಳ ಮೇಲೆ ಚಿನ್ಮುದ್ರೆ ಅಥವ ಜ್ಞಾನಮುದ್ರೆಯಲ್ಲಿರಿಸಿ. ಕಣ್ಣುಗಳು ಮುಚ್ಚಿರಲಿ ಮತ್ತು ದೇಹ ಸಡಿಲವಾಗಿರಲಿ. ಮೂಗಿನ ಮೂಲಕ ಸಹಜ ಉಸಿರಾಟ ಮಾಡುತ್ತಿರಿ.
3. ತುಟಿಗಳನ್ನು ಹಗುರವಾಗಿ ಮುಚ್ಚಿ. ಅಭ್ಯಾಸದಾದ್ಯಂತ ಹಲ್ಲುಸಾಲಿನ ನಡುವೆ ಸ್ವಲ್ಪ ಅಂತರವಿರಲಿ (ಹಲ್ಲುಗಳನ್ನು ಕಚ್ಚಿಕೊಂಡಿರಬಾರದು). ಹೀಗೆ ಮಾಡುವುದರಿಂದ ಶಬ್ದಕಂಪನವು ಚೆನ್ನಾಗಿ ಕೇಳಿಸುತ್ತದೆ ಮತ್ತು ತಲೆ ಅಥವ ಮೆದುಳಿನ ಭಾಗದಲ್ಲಿ ಕಂಪನದ ಸ್ಪಷ್ಟ ಅನುಭವವಾಗುತ್ತದೆ.
4. ತೋಳುಗಳನ್ನು ಚಾಚಿ, ಕೈಗಳು ಕಿವಿಗಳ ಹತ್ತಿರ ಬರುವಂತೆ ಮೊಣಕೈಗಳನ್ನು ಬಗ್ಗಿಸಿ. ತೋರುಬೆರಳಿನಿಂದ ಕಿವಿಯನ್ನು ಮುಚ್ಚಿ. ಬೆರಳುಗಳನ್ನು ಕಿವಿಯ ಒಳಗೆ ಹಾಕದೆ ಬೆರಳಿಂದ ಹೊರಗಿವಿಯ ಅಲೆಗಳನ್ನು ಅದುಮಿಯೂ ಕಿವಿ ಮುಚ್ಚಬಹುದು. ನಿಮಗೆ ಯಾವುದು ಹಿತವೊ ಹಾಗೆ ಎರಡೂ ಕಿವಿಗಳನ್ನು ಮುಚ್ಚಿಕೊಳ್ಳಿ.
5. ಮೂಗಿನ ಮೂಲಕ ಉಸಿರನ್ನು ಒಳಗೆಳೆದುಕೊಂಡು, ದುಂಬಿಯ ಹಾಗೆ ದೀರ್ಘವಾದ, ಏಕಪ್ರಕಾರದ ಝೇಂಕಾರ ಮಾಡುತ್ತ (ಅಥವ ಮಕಾರ ಅಥವ ಮ್ಮ್ ಎನ್ನುತ್ತ) ನಿಧಾನವಾಗಿ ಮತ್ತು ನಿಯಂತ್ರಣದೊಂದಿಗೆ ಉಸಿರನ್ನು ಹೊರಗೆ ಬಿಡಿ.

6. ಝೇಂಕಾರ ಶಬ್ದವು ನವಿರಾಗಿರಲಿ, ಒಂದೇ ಸಮನಾಗಿರಲಿ ಮತ್ತು ನಿಶ್ವಾಸದ ಅವಧಿಯುದ್ದಕ್ಕೂ ನಿರಂತರವಾಗಿರಲಿ.
7. ಸಂಪೂರ್ಣ ನಿಶ್ವಾಸದ ನಂತರ ದೀರ್ಘವಾಗಿ ನಿಶಬ್ದವಾಗಿ ಉಸಿರನ್ನು ಎರಡೂ ಹೊಳ್ಳೆಗಳಿಂದ ಒಳಗೆಳೆದುಕೊಳ್ಳಿ, ಇಲ್ಲಿಗೆ ಒಂದು ಸುತ್ತು ಆಯಿತು.
8. ಹೀಗೆ 5–10 ಸುತ್ತು ಮಾಡಿ. ನಂತರ ಕೈಗಳನ್ನು ಇಳಿಬಿಡಿ ಅಥವ ಮಂಡಿಗಳ ಮೇಲೆ ಚಿನ್ಮುದ್ರೆಯಲ್ಲಿ ಇಟ್ಟುಕೊಳ್ಳಿ. ಸಹಜವಾಗಿ ಉಸಿರಾಡಿ.

ವಿಶೇಷ ಎಚ್ಚರಿಕೆ: ಈ ಪ್ರಾಣಾಯಾಮವನ್ನು ಮಲಗಿಕೊಂಡು ಮಾಡಬಾರದು ಮತ್ತು ಕಿವಿಯ ಸೋಂಕು ಇದ್ದಲ್ಲಿ ಅದು ಗುಣವಾಗುವ ತನಕ ಮಾಡಬಾರದು ಎಂದು ಸ್ವಾಮಿ ಸತ್ಯಾನಂದ ಸರಸ್ವತಿಯವರು ಹೇಳುತ್ತಾರೆ.

ಸರಳ ಯೋಗಾಸನಗಳು

ಯೋಗಾಸನಕ್ಕೆ ಪೂರ್ವಸಿದ್ಧತಾ ವ್ಯಾಯಾಮಗಳು

ಯೋಗಾಸನಗಳನ್ನು ಮಾಡುವುದಕ್ಕೆ ಮೊದಲು ನಮ್ಮ ಮನಸ್ಸು ಮತ್ತು ದೇಹವನ್ನು ಸೂಕ್ತವಾಗಿ ಸಿದ್ಧಗೊಳಿಸಬೇಕಾಗುತ್ತದೆ. ಕೆಲವು ಆಸನಗಳನ್ನು ಮಾಡುವುದಕ್ಕೆ ದೇಹದ ಮಾಂಸಖಂಡಗಳಲ್ಲಿ ಶಕ್ತಿ ಮತ್ತು ದೃಢತೆ ಇರಬೇಕು. ಹಾಗೆಯೇ ಬಗ್ಗುವ, ಬಾಗುವ, ಬಳಕುವ ರೀತಿಯಲ್ಲಿ ದೇಹ ಸಾಕಷ್ಟು ಸಡಿಲವಾಗಿರಬೇಕು (Flexible). ಈ ಕಾರಣಗಳಿಂದಾಗಿ ಆಸನಗಳನ್ನು ಮಾಡುವ ಮೊದಲು ಕನಿಷ್ಠ ಅರ್ಧ ಗಂಟೆಯಾದರೂ ದೇಹದ ಕೀಲುಗಳನ್ನು ಸಡಿಲಗೊಳಿಸುವ ಮತ್ತು ಮಾಂಸಖಂಡಗಳನ್ನು ಬಲಗೊಳಿಸುವ ಹಾಗೂ ಹುರಿಗೊಳಿಸುವ ವ್ಯಾಯಾಮಗಳನ್ನು (Warm-Up Exercises) ಮಾಡಬೇಕು.

ತುಂಬಾ ಹಸಿದಿರುವಾಗ, ನಿಶ್ಯಕ್ತಿಯಿರುವಾಗ ಅಥವ ಊಟವಾದ 2–3 ಗಂಟೆಗಳ ಒಳಗೆ ಯೋಗಾಸನಗಳನ್ನು ಮಾಡಬಾರದು ಎನ್ನುವ ನಿಯಮಗಳನ್ನು ಹೊರತುಪಡಿಸಿ ಯೋಗಾಸನಗಳನ್ನು ಇಂತಹುದೇ ಸಮಯದಲ್ಲಿ ಮಾಡಬೇಕು ಎನ್ನುವ ನಿಯಮಗಳು ಇಲ್ಲ. ತಮ್ಮ ಜೀವನೋಪಾಯದ ಕೆಲಸಗಳು ಮತ್ತು ಜೀವನಶೈಲಿಯ ಕಾರಣಕ್ಕೆ ಬಹುತೇಕರು ಬೆಳಗ್ಗೆ ಎದ್ದ ನಂತರ ಯೋಗಾಸನಗಳನ್ನು ಮಾಡಲು ಮುಂದಾಗುತ್ತಾರೆ. ಅದಕ್ಕೆ ಮೊದಲು ಅವರು ಅಂದಿನ ಮಟ್ಟಿಗೆ ಯಾವುದೇ ವ್ಯಾಯಾಮ ಅಥವ ದೈಹಿಕ ಕೆಲಸಗಳನ್ನು ಮಾಡಿರುವುದಿಲ್ಲ. ಹಾಗಾಗಿ ಆರಂಭದಲ್ಲಿಯೇ ಕಠಿಣವಾದ ಮತ್ತು ವೇಗದ ವ್ಯಾಯಾಮಗಳನ್ನು ಮಾಡದೆ, ಸರಳವಾದ ಮತ್ತು ನಿಧಾನಗತಿಯ ವ್ಯಾಯಾಮಗಳಿಂದ ಅಭ್ಯಾಸ ಆರಂಭಿಸಬೇಕು. ಕೈಕಾಲುಗಳ ಕೀಲುಗಳನ್ನು ಸಡಿಲಗೊಳಿಸುವ ವ್ಯಾಯಾಮಗಳಿಂದ ಆರಂಭಿಸಿ, ಕುತ್ತಿಗೆ, ತೋಳು, ಭುಜ, ಕಾಲು, ತೊಡೆ, ಸೊಂಟ, ಉದರ, ಎದೆಯ ಭಾಗದ ನರಗಳನ್ನು,

ಸ್ನಾಯುಗಳನ್ನು ಮತ್ತು ಮಾಂಸಖಂಡಗಳನ್ನು ಸಡಿಲಗೊಳಿಸುವ ಮತ್ತು ಬಲಗೊಳಿಸುವ ವ್ಯಾಯಾಮಗಳಿಗೆ ಮುಂದುವರೆಯಬೇಕು.

ಅದಕ್ಕಾಗಿ ಇಲ್ಲಿ ಅಂತಹ ಕೆಲವು ಪೂರ್ವಸಿದ್ಧತಾ ವ್ಯಾಯಮಗಳನ್ನು ಪರಿಚಯಿಸಲಾಗಿದೆ. ಇವನ್ನೇ ಮಾಡಬೇಕು ಅಂತಿಲ್ಲ. ಅಭ್ಯಾಸಿಗಳು ಈಗಾಗಲೇ ಇಂತಹುದೇ ವ್ಯಾಯಾಮಗಳನ್ನು ಭಿನ್ನ ರೀತಿಯಲ್ಲಿ ಅಥವ ಭಿನ್ನ ವಿನ್ಯಾಸದಲ್ಲಿ ಮಾಡುವುದನ್ನು ರೂಢಿ ಮಾಡಿಕೊಂಡಿದ್ದರೆ ಅದನ್ನೇ ಮುಂದುವರೆಸಬಹುದು.

ಪೂರ್ವಸಿದ್ಧತಾ ವ್ಯಾಯಾಮ:

- ಕೈಬೆರಳು, ಅಂಗೈ, ಮಣಿಕಟ್ಟು ಇತ್ಯಾದಿ ಕೀಲುಗಳನ್ನು ಸಡಿಲ ಮಾಡುವುದು.
- ಕಾಲ್ಬೆರಳು ಮತ್ತು ಪಾದಗಳ ಕೀಲುಗಳನ್ನು ಸಡಿಲ ಮಾಡುವುದು.
- ಕುತ್ತಿಗೆಯನ್ನು ಮೇಲೆ ಕೆಳಗೆ, ಎಡಕ್ಕೆ ಬಲಕ್ಕೆ, ಎಡಬಲ ಭುಜಗಳ ಮೇಲೆ ವಾಲಿಸಿ, ವೃತ್ತಾಕಾರದಲ್ಲಿ ತಿರುಗಿಸಿ ಕತ್ತಿನ ನರ ಮತ್ತು ಮೀನಖಂಡಗಳನ್ನು ಸಡಿಲ ಮಾಡುವುದು ಮತ್ತು ಬಲಗೊಳಿಸುವುದು. (5–10 ಬಾರಿ).
- ಕಾಲುಗಳನ್ನು ಪ್ರತ್ಯೇಕವಾಗಿ ಮಡಚಿ ಎರಡೂ ಪಾದಗಳನ್ನು ಒಂದಕ್ಕೊಂದು ಚಿಟ್ಟೆಯ ರೆಕ್ಕೆಗಳ ರೀತಿಯಲ್ಲಿ ಜೋಡಿಸಿಕೊಂಡು ಮೇಲೆ ಕೆಳಗೆ ಮಾಡುವುದು. ಅದೇ ಭಂಗಿಯಲ್ಲಿ ಬೆನ್ನಿನ ಕೆಳಭಾಗದಿಂದ ಬೆನ್ನನ್ನು ಮತ್ತು ಕತ್ತನ್ನು ನೇರವಾಗಿ ಇಟ್ಟುಕೊಂಡು ಇಡೀ ದೇಹವನ್ನು ಮುಂದಕ್ಕೆ ಭಾಗಿಸುವುದು.
- ಅಂಗಾತ ಮಲಗಿ ಕಾಲುಗಳನ್ನು ಲಂಬಕೋನದಲ್ಲಿ ಪ್ರತ್ಯೇಕವಾಗಿ ಮೇಲೆತ್ತುವುದು ಮತ್ತು ಜೊತೆಯಾಗಿ ಮೇಲೆತ್ತುವುದು. ಸೈಕಲ್ ತುಳಿಯುವುದು. (10 ಸಲ). ಕಾಲುಗಳನ್ನು ಮೇಲೆತ್ತಿ ಅಗಲಿಸಿ ವೃತ್ತಾಕಾರದಲ್ಲಿ ತಿರುಗಿಸುವುದು. (ತಲಾ 5 ಬಾರಿ).
- ಉಸಿರು ಹೊರಹಾಕಿ ಬೆನ್ನು ಮತ್ತು ಬೆನ್ನುಹುರಿಯನ್ನು ಸಂಪೂರ್ಣವಾಗಿ ನೆಲಕ್ಕೆ ಒತ್ತುವ ವ್ಯಾಯಾಮ. (10 ಬಾರಿ).
- ಕುಳಿತ ಭಂಗಿಯಲ್ಲಿ ಕಾಲುಗಳನ್ನು ಚಾಚಿ, ಅಗಲಿಸಿ, ಚಕ್ಕಿಚಾಲನ ಮಾಡುವುದು. ಅಂದರೆ ಬೀಸುವಕಲ್ಲನ್ನು ತಿರುಗಿಸುವ ರೀತಿ ಮಾಡುವುದು. (5–10 ಬಾರಿ).
- ಭಸ್ಕಿ ಹೊಡೆಯುವುದು.

ಹೀಗೆ 20–30 ನಿಮಿಷಗಳ ಕಾಲ ದೇಹವನ್ನು ವಿವಿಧ ರೀತಿಯಲ್ಲಿ ದಂಡಿಸಿ ಮತ್ತು ಹುರಿಗೊಳಿಸಿಕೊಂಡು ಯೋಗಾಸನ ಮಾಡುವುದಕ್ಕೆ ಸಿದ್ಧವಾಗಬೇಕು. ಈ ಕುರಿತು ಇನ್ನೂ ಹೆಚ್ಚಿನ ಮಾಹಿತಿ ಅಥವ ವ್ಯಾಯಾಮಗಳ ವಿವರಗಳು ಬೇಕಿದ್ದಲ್ಲಿ ಸ್ವಾಮಿ ಸತ್ಯಾನಂದ ಸರಸ್ವತಿಯವರ "ಆಸನ ಪ್ರಾಣಾಯಾಮ ಮುದ್ರಾ ಬಂಧ" ಪುಸ್ತಕದ "ಪವನಮುಕ್ತಾಸನ ಸರಣಿ" ವಿಭಾಗದ "ಸಂಧಿವಾತ ನಿರೋಧ ಗುಂಪು", "ಜೀರ್ಣಾಂಗ/ಕೆಳಹೊಟ್ಟೆಯ ಸಮೂಹ", ಮತ್ತು "ಶಕ್ತಿ ಬಂಧ ಆಸನಗಳು" ಅಧ್ಯಾಯಗಳನ್ನು ಗಮನಿಸಬಹುದು. ಹಾಗೆಯೇ "warm up exercises" ಎಂದು Google ಅಥವ ಅಂತರ್ಜಾಲದಲ್ಲಿ ಹುಡುಕಿದರೂ ಸಾಕಷ್ಟು ವಿವಿಧ ರೀತಿಯ ವ್ಯಾಯಾಮಗಳ ವಿವರ ಲಭಿಸುತ್ತದೆ.

ವಿಶ್ರಾಮಾಸನಗಳು

ವ್ಯಾಯಾಮ ಮತ್ತು ಯೋಗಾಸನ ಮಾಡುವ ಸಂದರ್ಭದಲ್ಲಿ ಕಾಲಕಾಲಕ್ಕೆ ದೇಹ ಮತ್ತು ಮನಸ್ಸಿಗೆ ವಿಶ್ರಾಂತಿ ನೀಡಬೇಕಾಗುತ್ತದೆ. ಕೆಲವು ಆಸನಗಳಿಂದ ಹೆಚ್ಚಿನ ದೈಹಿಕ ಶ್ರಮ ಆಗದಿದ್ದರೂ, ಕೆಲವು ಆಸನಗಳು ತ್ರಾಸದಾಯಕವಾಗಿರುತ್ತವೆ. ಅಂತಹ ಸಮಯದಲ್ಲಿ ತಾತ್ಕಾಲಿಕವಾಗಿ ಒಂದೆರಡು ನಿಮಿಷಗಳ ಕಾಲ ವಿಶ್ರಮಿಸಿ ಪುನಃ ಶಕ್ತಿಸಂಚಯ ಮಾಡಿಕೊಳ್ಳುವುದು ಅಗತ್ಯ. ಈ ವಿಶ್ರಾಮಾಸನಗಳಿಂದ ಇಡೀ ದೇಹ ಮತ್ತು ಮನಸ್ಸುಗಳೆರಡಕ್ಕೂ ಆರಾಮ ಲಭಿಸುತ್ತದೆ.

ಈ ಪಟ್ಟಿಯಲ್ಲಿ ಶವಾಸನ ಅತ್ಯಂತ ಪ್ರಮುಖ ಆಸನವಾಗಿದ್ದು, ಮಕರಾಸನ, ಶಶಾಂಕಾಸನಗಳನ್ನೂ ವಿಶ್ರಾಮಾಸನಗಳಾಗಿ ಪರಿಗಣಿಸಬಹುದು. ಈ ಭಾಗದಲ್ಲಿ ಶವಾಸನದ ಬಗ್ಗೆ ಮಾತ್ರ ವಿವರಿಸಲಾಗಿದ್ದು ಮಿಕ್ಕ ಆಸನಗಳನ್ನು ತದನಂತರದ ಭಾಗದಲ್ಲಿ ಅನುಕ್ರಮಣಿಕೆಯ ಪ್ರಕಾರ ವಿವರಿಸಲಾಗಿದೆ.

ಶವಾಸನ

ಶವಾಸನವನ್ನು ಬೇರೆ ಆಸನಗಳ ಅಭ್ಯಾಸಕ್ಕೆ ಮೊದಲು ಮತ್ತು ಅಭ್ಯಾಸ ಮುಗಿದ ನಂತರ, ಅದರಲ್ಲಿಯೂ ಬಹಳ ಚಲನೆಯುಳ್ಳ ಸೂರ್ಯನಮಸ್ಕಾರದಂತಹ ಆಸನಗಳು ಮುಗಿದ ನಂತರ ಮಾಡಿದರೆ ಬಹಳ ಒಳ್ಳೆಯದು. ಹಾಗೆಯೇ ದೈಹಿಕವಾಗಿ ಹಾಗೂ ಮಾನಸಿಕವಾಗಿ ಆಯಾಸವೆನ್ನಿಸಿದಾಗಲೂ ಇದನ್ನು ಮಾಡಬಹುದು. ಈ ಆಸನವು ದೇಹದ

ಮೇಲೆ ಅರಿವನ್ನು ಉಂಟುಮಾಡುತ್ತವೆ. ದೇಹಕ್ಕೆ ಸಂಪೂರ್ಣ ವಿಶ್ರಾಂತಿ ಲಭಿಸಿದಾಗ ಮನಸ್ಸಿನ ಜಾಗೃತಿ ಸುಧಾರಿಸುತ್ತದೆ.

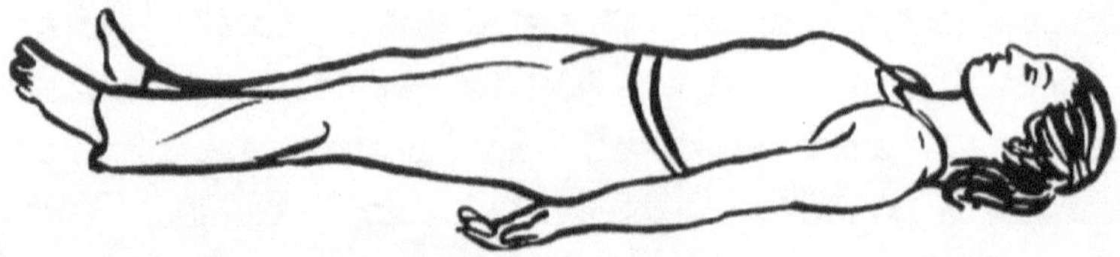

ಮಾಡುವ ವಿಧಾನ:

- ನೆಲ/ಚಾಪೆ/ಮ್ಯಾಟ್ ಮೇಲೆ ಅಂಗಾತವಾಗಿ ಮಲಗಿ. ಕೈಗಳು ದೇಹದ ಅಕ್ಕ ಪಕ್ಕ ಅರ್ಧ ಅಡಿಯ ಅಂತರದಲ್ಲಿರಲಿ. ಅಂಗೈಗಳು ಮೇಲ್ಮುಖವಾಗಿರಲಿ. ತೀರಾ ಅಗತ್ಯವಾದರೆ ತಲೆಯ ಕೆಳಗೆ ಒಂದು ತೆಳುವಾದ ದಿಂಬು ಅಥವಾ ಮಡಿಸಿದ ಬಟ್ಟೆಯನ್ನು ದಿಂಬಿನಂತೆ ಬಳಸಬಹುದು.
- ಬೆರಳುಗಳು ಸ್ವಲ್ಪ ಬಾಗಿರಲಿ.
- ಪಾದಗಳನ್ನು ಸುಮಾರು ಒಂದು ಅಡಿ ದೂರಕ್ಕೆ ಪಕ್ಕಕ್ಕೆ ವಾಲಿಸಿ ಆರಾಮವಾಗಿಟ್ಟುಕೊಳ್ಳಿ. ಕಣ್ಣುಗಳನ್ನು ಮುಚ್ಚಿರಿ.
- ತಲೆ ಮತ್ತು ಬೆನ್ನು ಒಂದೇ ನೇರಕ್ಕಿರಲಿ.
- ತಲೆ ಅತ್ತಿತ್ತ ವಾಲಿರಬಾರದು ಎಂಬುದನ್ನು ಗಮನಿಸಿ.
- ಇಡೀ ದೇಹವನ್ನು ಸಡಿಲಿಸಿ. ದೇಹದ ಯಾವ ಭಾಗದಲ್ಲೂ ಚಲನೆ ಬೇಡ. ಸಹಜ ಉಸಿರಿನ ಕಡೆ ಗಮನಿಸಿ. ಅದು ಲಯಬದ್ಧ ಹಾಗೂ ಸರಾಗವಾಗಿರಲಿ.
- ಉಸಿರಾಟ ಸಹಜಸ್ಥಿತಿಗೆ ಬಂದು ದೇಹ ಅಗತ್ಯವಿದ್ದಷ್ಟು ವಿರಮಿಸಿದೆ ಎಂದಾಗ ನಿಧಾನವಾಗಿ ಈ ಭಂಗಿಯಿಂದ ಹೊರಕ್ಕೆ ಬನ್ನಿ.

ಸೂರ್ಯ ನಮಸ್ಕಾರ

ಮಾಡುವ ವಿಧಾನ:

- ಪಾದಗಳನ್ನು ಜೋಡಿಸಿ ನೆಟ್ಟಗೆ ನಿಂತುಕೊಳ್ಳಿ. ಇಡೀ ದೇಹವನ್ನು ಸಡಿಲ ಬಿಡಿ. ಉಸಿರಾಟ ಸಹಜವಾಗಿರಲಿ.

- ನಿಧಾನವಾಗಿ ಮೊಣಕೈಗಳನ್ನು ಮಡಿಸಿ, ಕೈಗಳನ್ನು ಎದೆಯ ಮುಂದೆ ತಂದು ನಮಸ್ಕಾರ ಮುದ್ರೆಯಲ್ಲಿ ಜೋಡಿಸಿ.
- ಎರಡೂ ತೋಳುಗಳ ನಡುವೆ ಭುಜಗಳ ನಡುವೆ ಇರುವಷ್ಟು ಅಂತರವಿಟ್ಟುಕೊಂಡು ಉಸಿರೆಳೆದುಕೊಳ್ಳುತ್ತ ತೋಳುಗಳನ್ನು ತಲೆಯಿಂದ ಮೇಲಕ್ಕೆತ್ತಿ ಚಾಚಿ. ಹಾಗೆಯೇ ಮುಂದುವರೆದು ತಲೆ, ತೋಳು ಮತ್ತು ದೇಹದ ಮೇಲ್ಭಾಗವನ್ನು ಹಿಂದಕ್ಕೆ ಬಾಗಿಸಿ.
- ಉಸಿರನ್ನು ಬಿಡುತ್ತ ತೋಳು, ತಲೆ ಮತ್ತು ದೇಹದ ಮೇಲ್ಭಾಗವನ್ನು ಮುಂದಕ್ಕೆ ಬಾಗಿಸುತ್ತ ಬಗ್ಗಿ. ಅಂಗೈ ಅಥವ ಕೈಬೆರಳುಗಳು ಪಾದಗಳ ಅಕ್ಕಪಕ್ಕದಲ್ಲಿ ನೆಲವನ್ನು ಮುಟ್ಟುವವರೆಗೆ ಬಗ್ಗಿ. ಹಣೆಯನ್ನು ಮೊಣಕಾಲು ಅಥವ ಮಂಡಿಗೆ ಮುಟ್ಟಿಸಲು ಪ್ರಯತ್ನಿಸಿ. ಮೊಣಕಾಲು ನೆಟ್ಟಗಿರಲಿ.
- ಹೆಚ್ಚು ಪ್ರಯಾಸ ಬೇಡ. ಮೇಲೆ ಹೇಳಿದಷ್ಟು ಬಗ್ಗಲು ಆಗದೇ ಇದ್ದಲ್ಲಿ ಎಷ್ಟು ಸಾಧ್ಯವೋ ಅಷ್ಟು ಬಗ್ಗಿ.
- ಮೊಣಕಾಲುಗಳನ್ನು ಮಡಚುತ್ತ ಅಂಗೈಗಳನ್ನು ಪಾದಗಳ ಅಕ್ಕಪಕ್ಕ ನೆಲದ ಮೇಲೆ ಊರಿ.

- ಎಡಪಾದದ ಮೇಲೆ ಭಾರ ಬಿಟ್ಟು, ಉಸಿರೆಳೆದುಕೊಳ್ಳುತ್ತ, ಬಲಗಾಲನ್ನು ಆದಷ್ಟೂ ಹಿಂದಕ್ಕೆ ಚಾಚಿ. ಬಲಪಾದದ ಕಾಲ್ಬೆರಳು ಮತ್ತು ಬಲಮಂಡಿ ನೆಲವನ್ನು ಮುಟ್ಟಿರಲಿ. ತಲೆಯನ್ನು ಹಿಂದಕ್ಕೆ ಬಾಗಿಸಿ, ಬೆನ್ನನ್ನು ಕಮಾನಿನಂತೆ ಬಾಗಿಸಿ. ಸಾಧ್ಯವಾದಷ್ಟು ಮೇಲೆ ನೋಡಿ.
- ತೋಳುಗಳು ನೇರವಾಗಿರಲಿ. ಭಾರವೆಲ್ಲ ಎಡಪಾದ, ಬಲಮೊಣಕಾಲು, ಬಲಮಂಡಿ ಮತ್ತು ಬಲ ಕಾಲ್ಬೆರಳುಗಳ ಮೇಲೆ ಇರುತ್ತದೆ.
- ತೋಳುಗಳ ಮೇಲೆ ಭಾರ ಬಿಟ್ಟು ಎಡಪಾದವನ್ನು ಎತ್ತಿ ಬಲಪಾದ ಪಕ್ಕ ಹಿಂದಕ್ಕೆ ತನ್ನಿ. ಕೈಗಳನ್ನು ನೆಲಕ್ಕೆ ಲಂಬವಾಗಿ ಇರಿಸಿ. ಇದು ಇಡೀ ದೇಹವನ್ನು ಒಂದು ಸಾಲಿನಲ್ಲಿ ತರುತ್ತದೆ.
- ಉಸಿರು ಹೊರಹಾಕುತ್ತ ನಿಧಾನವಾಗಿ ನಿಮ್ಮ ಮೊಣಕಾಲು, ಎದೆ ಮತ್ತು ಗಲ್ಲವನ್ನು ನೆಲಕ್ಕೆ ಸ್ಪರ್ಶಿಸಿ. ಸೊಂಟವನ್ನು ಮೇಲಕ್ಕೆ ಎತ್ತಿ, ನಂತರ ಕಾಲ್ಬೆರಳುಗಳನ್ನು ಸಡಿಲಿಸಿ ಪಾದಗಳನ್ನು ಕೆಳಮುಖವಾಗಿ ನೆಲಕ್ಕೆ ತಾಗಿಸಿ. ದೇಹದ ಮುಂಭಾಗವನ್ನು ಮುಂದಕ್ಕೆ ಜಾರಿಸುತ್ತ ಉದರ, ಎದೆ, ಗಲ್ಲ ಅಥವ ಹಣೆಯನ್ನು ನೆಲಕ್ಕೆ ಮುಟ್ಟಿಸಿ.
- ಉಸಿರೆಳೆದುಕೊಳ್ಳುತ್ತ ನೆಲಕ್ಕೆ ಊರಿದ ಅಂಗೈಗಳ ಸಹಾಯದಿಂದ ಭುಜಂಗಾಸನಕ್ಕೆ ಬನ್ನಿ. ಇದರಲ್ಲಿ ಮೊಣಕೈಗಳು ಬಾಗಿದ್ದು ದೇಹದ ಪಕ್ಕದಲ್ಲಿರಲಿ. ತಲೆ, ಕುತ್ತಿಗೆ ಹಾಗೂ ಭುಜಗಳನ್ನು ಮೇಲಕ್ಕೆ ಎತ್ತಿ. ಮೊಣಕೈಯನ್ನು ನೇರಗೊಳಿಸಿ ಹೊಕ್ಕುಳ ಮೇಲಿನ ಭಾಗವನ್ನು ಆದಷ್ಟೂ ಮೇಲಕ್ಕೆತ್ತಿ. ತಲೆಯನ್ನು ಎಷ್ಟು ಸಾಧ್ಯವೋ ಅಷ್ಟು ಮೇಲಕ್ಕೆತ್ತಿ ಮತ್ತು ಹಿಂದಕ್ಕೆ ವಾಲಿಸಿ. ಕಣ್ಣು ತೆರೆದಿದ್ದು, ಮೇಲೆ ಅಥವ ಮುಂದೆ ನೋಡಿ.
- ಉಸಿರು ಬಿಡುತ್ತ, ಅಂಗೈಗಳ ಮೇಲೆ ಭಾರ ಬಿಟ್ಟು ನಿತಂಬವನ್ನು ಮೇಲೆತ್ತಿ. ಕಾಲು ನೆಟ್ಟಗಿದ್ದು, ಪಾದಗಳನ್ನು ನೆಲಕ್ಕೆ ಊರಿ. ತಲೆಯು ಎರಡೂ ತೋಳುಗಳ ನಡುವೆ ಕೆಳಮುಖವಾಗಿ ಇರಲಿ.
- ಉಸಿರನ್ನು ಒಳಗೆಳೆದುಕೊಳ್ಳುತ್ತ ಬಲಪಾದವನ್ನು ಎರಡೂ ಅಂಗೈಗಳ ನಡುವಿನ ಜಾಗಕ್ಕೆ ತನ್ನಿ. ಎಡಪಾದದ ಕಾಲ್ಬೆರಳು ಮತ್ತು ಎಡಮಂಡಿ ನೆಲವನ್ನು ಮುಟ್ಟಿರಲಿ. ತಲೆಯನ್ನು ಹಿಂದಕ್ಕೆ ಬಾಗಿಸಿ, ಬೆನ್ನನ್ನು ಕಮಾನಿನಂತೆ ಬಾಗಿಸಿ. ಸಾಧ್ಯವಾದಷ್ಟು ಮೇಲೆ ನೋಡಿ.
- ತೋಳುಗಳು ನೇರವಾಗಿರಲಿ. ಭಾರವೆಲ್ಲ ಬಲಪಾದ, ಎಡಮೊಣಕಾಲು, ಎಡಮಂಡಿ ಮತ್ತು ಎಡ ಕಾಲ್ಬೆರಳುಗಳ ಮೇಲೆ ಇರಲಿ.

- ಉಸಿರನ್ನು ಬಿಡುತ್ತ ಎಡಪಾದವನ್ನು ಬಲಪಾದದ ಬಳಿಗೆ ತನ್ನಿ. ಅಂಗೈಗಳು ಪಾದಗಳ ಅಕ್ಕಪಕ್ಕ ಇರಲಿ ಅಥವ ಕೈಬೆರಳುಗಳು ನೆಲವನ್ನು ಮುಟ್ಟುವ ರೀತಿಯಲ್ಲಿರಲಿ. ಸಾಧ್ಯವಾದರೆ ಮೂಗು ಅಥವ ಗಲ್ಲ ಮೊಣಕಾಲು ಅಥವ ಮಂಡಿಗಳನ್ನು ಸ್ಪರ್ಶಿಸಲಿ. ಅಗತ್ಯವಿದ್ದರೆ ಆರಂಭಿಕರು ತಮ್ಮ ಮೊಣಕಾಲುಗಳನ್ನು ಬಗ್ಗಿಸಬಹುದು.
- ಉಸಿರೆಳೆದುಕೊಳ್ಳುತ್ತ ನಿಧಾನವಾಗಿ ನಿಮ್ಮ ಕೈಗಳನ್ನು ದೇಹದ ಜೊತೆ ಮುಂದಕ್ಕೆ ಚಾಚುತ್ತ ಸೊಂಟದ ಮೇಲಿನ ಭಾಗವನ್ನು ನೆಟ್ಟಗೆ ಮಾಡುತ್ತ ಮೇಲೆ ಬನ್ನಿ. ಹಾಗೆಯೇ ತೋಳು, ತಲೆ ಮತ್ತು ಬೆನ್ನನ್ನು ಎಷ್ಟು ಸಾಧ್ಯವೋ ಅಷ್ಟು ಹಿಂದಕ್ಕೆ ಬಾಗಿಸಿ. ಕಾಲುಗಳು ನೇರವಾಗಿರಲಿ.
- ಉಸಿರುಬಿಡುತ್ತ, ದೇಹವನ್ನು ಮುಂದಕ್ಕೆ ನೆಟ್ಟಗೆ ಮಾಡಿಕೊಂಡು ಮೇಲೆ ಬನ್ನಿ. ತಲೆಯ ಮೇಲಿರುವ ಕೈಗಳನ್ನು ನಮಸ್ಕಾರ ಮುದ್ರೆಯಲ್ಲಿ ಜೋಡಿಸಿಕೊಳ್ಳುತ್ತ ಎದೆಯ ಮುಂದೆ ತನ್ನಿ.
- ಉಸಿರು ಬಿಡುತ್ತ ಕೈಗಳನ್ನು ದೇಹದ ಪಕ್ಕಕ್ಕೆ ತನ್ನಿ.
- ಸಹಜ ಉಸಿರಾಟ ಮಾಡಿ.
- ಈಗ ಇದೇ ಪ್ರಕಾರವಾಗಿ ಕಾಲುಗಳನ್ನು ಮಾತ್ರ ಅದಲುಬದಲು ಮಾಡಿಕೊಂಡು ಇನ್ನೊಮ್ಮೆ ಮಾಡಿ.
- ಇಲ್ಲಿಗೆ ಒಂದು ಸುತ್ತು. ಇಂತಹ ಸುತ್ತುಗಳನ್ನು 3–5 ಬಾರಿ ಮಾಡಿ.

ಆಸನಗಳು

1. ತಾಡಾಸನ

ಮಾಡುವ ವಿಧಾನ:

- ಪಾದಗಳನ್ನು ಜೋಡಿಸಿಕೊಂಡು ನೆಟ್ಟಗೆ ನಿಂತುಕೊಳ್ಳಿ.
- ಎರಡೂ ಕೈಗಳನ್ನು ಬದಿಯಿಂದ ಮೇಲಕ್ಕೆ ಎತ್ತಿ ಮತ್ತು ತಲೆಯ ಮೇಲೆ ಕೈಗಳನ್ನು ಜೋಡಿಸಿ. ಮೊಣಕೈ ಸೇರಿದಂತೆ ಕೈಗಳು ನೇರವಾಗಿರಲಿ

- ಉಸಿರನ್ನು ಒಳಗೆಳೆದುಕೊಳ್ಳುತ್ತ ಇಡೀ ದೇಹವನ್ನು ಮೇಲಕ್ಕೆ ಎಳೆದುಕೊಂಡು ಹಿಮ್ಮಡಿಗಳನ್ನು ಎತ್ತುತ್ತ ಕಾಲ್ಬೆರಳುಗಳ ಮೇಲೆ ನಿಂತುಕೊಳ್ಳಿ. ಇಡೀ ದೇಹ ನೇರವಾಗಿರಬೇಕು ಮತ್ತು ಭಾರವೆಲ್ಲ ಕಾಲ್ಬೆರಳುಗಳ ಮೇಲೆ ಇರಬೇಕು.
- ನಾಲ್ಕೈದು ಬಾರಿ ದೀರ್ಘ ಉಸಿರಾಟ ಮಾಡುತ್ತ ನಿಧಾನವಾಗಿ ಹಿಮ್ಮಡಿಯನ್ನು ಕೆಳಗಿಳಿಸುತ್ತ ಇಡೀ ಪಾದವನ್ನು ನೆಲಕ್ಕೆ ಊರಿ.
- ತಲೆಯ ಮೇಲಿಂದ ಕೈಗಳನ್ನು ನಿಧಾನವಾಗಿ ಬದಿಯಿಂದ ಕೆಳಗೆ ಇಳಿಸಿ.

2. ವೃಕ್ಷಾಸನ

ಮಾಡುವ ವಿಧಾನ:

- ಪಾದಗಳನ್ನು ಜೋಡಿಸಿಕೊಂಡು ನೆಟ್ಟಗೆ ನಿಂತುಕೊಳ್ಳಿ.
- ಎರಡೂ ಕೈಗಳನ್ನು ಬದಿಯಿಂದ ಮೇಲಕ್ಕೆ ಎತ್ತಿ ಮತ್ತು ತಲೆಯ ಮೇಲೆ ಕೈಗಳನ್ನು ಜೋಡಿಸಿ. ಮೊಣಕೈ ಸೇರಿದಂತೆ ಕೈಗಳು ನೇರವಾಗಿರಲಿ.
- ಇಡೀ ದೇಹದ ಭಾರವನ್ನು ಎಡಪಾದದತ್ತ ವರ್ಗಾಯಿಸಿ, ಬಲಗೈಯನ್ನು ಕೆಳಗಿಳಿಸಿ. ಬಲಗಾಲನ್ನು ಮೇಲೆತ್ತುತ್ತ ಬಲಗೈಯಿಂದ ಬಲಪಾದದ ಹಿಮ್ಮಡಿಯನ್ನು ಹಿಡಿದುಕೊಂಡು ಬಲಪಾದವನ್ನು ಎಡತೊಡೆಯ ಮೇಲೆ ಒತ್ತಿ ಅಳವಡಿಸಿ.
- ಸಮತೋಲನ ಕಾಪಾಡಿಕೊಳ್ಳುತ್ತ ಬಲತೋಳನ್ನು ಮೇಲೆತ್ತಿ. ಎರಡೂ ಕೈಗಳನ್ನು ನಮಸ್ಕಾರ ಮುದ್ರೆಗೆ ಜೋಡಿಸಿ.
- ಎಡಗಾಲು ನೇರವಾಗಿರಲಿ. ಸಮತೋಲನ ಕಾಪಾಡಿಕೊಳ್ಳಲು ಮುಂದೆ ಕಾಣಿಸುವ ಯಾವುದಾದರೂ ಬಿಂದುವಿನ ಮೇಲೆ ದೃಷ್ಟಿಯನ್ನು ಕೇಂದ್ರೀಕರಿಸಿ.

- ನಾಲ್ಕೈದು ಬಾರಿ ದೀರ್ಘ, ಸಹಜ ಉಸಿರಾಟ ಮಾಡಿ.
- ಸಮತೋಲನ ಕಾಪಾಡಿಕೊಳ್ಳುತ್ತ ಬಲಪಾದವನ್ನು ಎಡತೊಡೆಯ ಬಳಿಯಿಂದ ತೆಗೆದು ನಿಧಾನಕ್ಕೆ ನೆಲಕ್ಕೆ ಊರಿ. ತೋಳುಗಳನ್ನು ಸಡಿಲಿಸಿ ಮೇಲಿಂದ ಕೆಳಕ್ಕೆ ದೇಹದ ಬದಿಗೆ ತನ್ನಿ.
- ಸಹಜ ಉಸಿರಾಟ ಮಾಡಿ.
- ಈಗ ಎಡಪಾದವನ್ನು ಬಲತೊಡೆಗೆ ತರುವ ರೀತಿಯಲ್ಲಿ ಪುನರಾವರ್ತಿಸಿ.

3. ತ್ರಿಕೋಣಾಸನ

ಮಾಡುವ ವಿಧಾನ:

- ನೇರ ನಿಂತುಕೊಳ್ಳಿ. ಒಂದು ಕಾಲನ್ನು ಇನ್ನೊಂದು ಕಾಲಿನ ಬಳಿಯಿಂದ 3–4 ಅಡಿಗಳಷ್ಟು ದೂರಕ್ಕೆ ತೆಗೆದುಕೊಳ್ಳಿ.
- ಬಲಪಾದವನ್ನು ಬಲಗಡೆಗೆ ತಿರುಗಿಸಿ.
- ತೋಳುಗಳನ್ನು ಮೇಲೆತ್ತಿ ಭುಜದ ಮಟ್ಟದಲ್ಲಿ ಪಕ್ಕಕ್ಕೆ ನೀಳವಾಗಿ ಚಾಚಿ. ಅವು ಭೂಮಿಗೆ ಸಮಾನಾಂತರವಾಗಿ ಒಂದೇ ರೇಖೆಯಲ್ಲಿರಲಿ.

- ಇಡೀ ದೇಹವನ್ನು ಬಲಗಡೆಗೆ ಬಾಗಿಸಿ. ದೇಹ ಮುಂದಕ್ಕೆ ಬಾಗದಿರಲಿ.
- ಎರಡೂ ತೋಳುಗಳು ಒಂದೇ ನೇರದಲ್ಲಿರುವಂತೆ ನೋಡಿಕೊಂಡು ಬಲಗೈಯನ್ನು ಬಲಪಾದ ಮೇಲೆ ಅಥವ ಬಲಪಾದದ ಪಕ್ಕ ನೆಲದ ಮೇಲೆ ಇಡಿ. ಎಡ ಅಂಗೈಯನ್ನು ಮುಂದಕ್ಕೆ ತಿರುಗಿಸಿ. ನಂತರ ತಲೆಯನ್ನು ಎಡಗೈಯತ್ತ ತಿರುಗಿಸಿ ಎಡ ಹಸ್ತವನ್ನು ನೋಡಿ.
- ಮೂರ್ನಾಲ್ಕು ಬಾರಿ ದೀರ್ಘ, ಸಹಜ ಉಸಿರಾಟ ಮಾಡಿ.
- ತೋಳುಗಳನ್ನು ಬಾಗಿಸದೆ ನಿಧಾನವಾಗಿ ಮೇಲೆ ಬನ್ನಿ. ಕೈಗಳನ್ನು ಇಳಿಬಿಡಿ. ಕಾಲುಗಳನ್ನು ಹತ್ತಿರ ತಂದು ಪಾದಗಳನ್ನು ಜೋಡಿಸಿಕೊಳ್ಳಿ.
- ಇದನ್ನೇ ಎಡಗಡೆಗೆ ಪುನರಾವರ್ತಿಸಿ.

4. ವೀರಭದ್ರಾಸನ

ಮಾಡುವ ವಿಧಾನ:

- ನೇರ ನಿಂತುಕೊಳ್ಳಿ. ಒಂದು ಕಾಲನ್ನು ಇನ್ನೊಂದು ಕಾಲಿನ ಬಳಿಯಿಂದ 3–4 ಅಡಿಗಳಷ್ಟು ದೂರಕ್ಕೆ ತೆಗೆದುಕೊಳ್ಳಿ.
- ಬಲಪಾದವನ್ನು ಬಲಗಡೆಗೆ ತಿರುಗಿಸಿ.
- ತೋಳುಗಳನ್ನು ಮೇಲೆತ್ತಿ ಭುಜದ ಮಟ್ಟದಲ್ಲಿ ಪಕ್ಕಕ್ಕೆ ನೀಳವಾಗಿ ಚಾಚಿ. ಅವು ಭೂಮಿಗೆ ಸಮಾನಾಂತರವಾಗಿ ಒಂದೇ ರೇಖೆಯಲ್ಲಿರಲಿ.

- ಬಲತೊಡೆ ಮತ್ತು ಮೊಣಕಾಲು ಸಮಕೋನದಲ್ಲಿರುವಷ್ಟು ಬಲಗಾಲನ್ನು ಮಂಡಿಯ ಬಳಿ ಮಡಚಿ ಬಲಭಾಗದತ್ತ ದೇಹವನ್ನು ಸರಿಸಿ. ಮುಖವನ್ನು ಬಲಹಸ್ತದತ್ತ ತಿರುಗಿಸಿ ಬಲಗಡೆಗೆ ದಿಟ್ಟಿಸಿ ನೋಡಿ. ಸೊಂಟದ ಮೇಲಿನ ದೇಹ ಮುಂದಕ್ಕೆ ಅಥವ ಬಲಕ್ಕೆ ವಾಲದೆ ನೆಟ್ಟಗೆ ಇರಲಿ.
- ಮೂರ್ನಾಲ್ಕು ಬಾರಿ ದೀರ್ಘ, ಸಹಜ ಉಸಿರಾಟ ಮಾಡಿ.
- ಮುಖವನ್ನು ಮುಂದಕ್ಕೆ ತಿರುಗಿಸಿ. ತೋಳುಗಳನ್ನು ಬಾಗಿಸದೆ ನಿಧಾನವಾಗಿ ಮೇಲೆ ಬನ್ನಿ. ಕೈಗಳನ್ನು ಇಳಿಬಿಡಿ. ಕಾಲುಗಳನ್ನು ಹತ್ತಿರ ತಂದು ಪಾದಗಳನ್ನು ಜೋಡಿಸಿಕೊಳ್ಳಿ.
- ಇದನ್ನೇ ಎಡಗಡೆಗೆ ಪುನರಾವರ್ತಿಸಿ.

5. ದಂಡಾಸನ

ಮಾಡುವ ವಿಧಾನ:

- ಕಾಲುಗಳನ್ನು ಮುಂದಕ್ಕೆ ನೇರವಾಗಿ ಚಾಚಿ ಕುಳಿತುಕೊಳ್ಳಿ. ಪಾದಗಳನ್ನು ಜೋಡಿಸಿ
- ಬೆನ್ನು ಮತ್ತು ಕತ್ತು ನೇರವಾಗಿರಲಿ. ಕೈಗಳನ್ನು ದೇಹದ ಬದಿಯಲ್ಲಿ ಬೆನ್ನಿನ ನೇರಕ್ಕೆ ಇರುವಂತೆ ಇಟ್ಟುಕೊಳ್ಳಿ. ಸಾಧ್ಯವಾದರೆ ಕೈಗಳನ್ನು ನೇರ ಮಾಡಿಕೊಂಡು ಬೆನ್ನನ್ನು ನೇರವಾಗಿ ಹಿಗ್ಗಿಸಲು ಪ್ರಯತ್ನಿಸಿ.
- ನಾಲ್ಕೈದು ಬಾರಿ ದೀರ್ಘ, ಸಹಜ ಉಸಿರಾಟ ಮಾಡಿ.

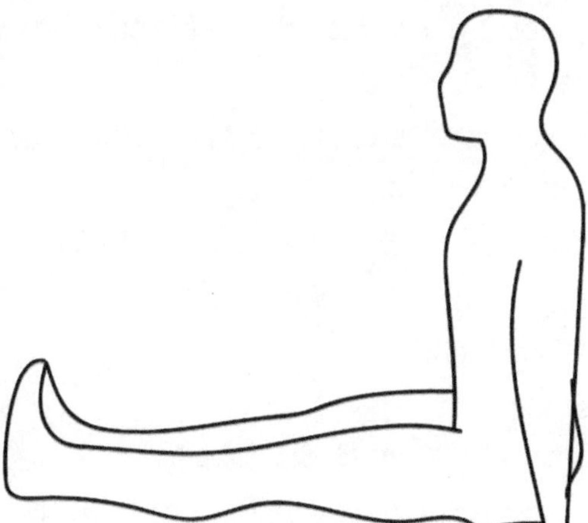

6. ಪಶ್ಚಿಮೋತ್ತಾನಾಸನ

ಮಾಡುವ ವಿಧಾನ:

- ಕಾಲುಗಳನ್ನು ಮುಂದಕ್ಕೆ ನೇರವಾಗಿ ಚಾಚಿ ಕುಳಿತುಕೊಳ್ಳಿ. ಪಾದಗಳನ್ನು ಜೋಡಿಸಿ.
- ಕೈಗಳನ್ನು ಮೊಣಕಾಲಿನ ಮೇಲಿಟ್ಟುಕೊಳ್ಳಿ. ದೇಹವನ್ನು ಸಡಿಲವಾಗಿಸಿ.
- ಕೈಗಳನ್ನು ಮೇಲೆತ್ತಿ, ನಿಧಾನವಾಗಿ ಉಸಿರು ಎಳೆದುಕೊಳ್ಳುತ್ತ ನಿತಂಬದಿಂದ ದೇಹದ ಮೇಲ್ಭಾಗವನ್ನು ಮುಂದಕ್ಕೆ ಬಾಗಿಸಿ. ಕೈಬೆರಳುಗಳಿಂದ ಕಾಲ್ಬೆರಳುಗಳನ್ನು ಮುಟ್ಟಲು ಪ್ರಯತ್ನಿಸಿ. ಇದು ಸಾಧ್ಯವಾಗದಿದ್ದರೆ ಕಾಲಿನ ಹರಡು, ಹಿಮ್ಮಡಿ ಅಥವ ಮೊಣಕಾಲಿನ ಯಾವುದೇ ಭಾಗವನ್ನು ಹಿಡಿದುಕೊಳ್ಳಿ. ಹೆಚ್ಚು ಬಲಪ್ರಯೋಗ ಬೇಡ.

- ಹಣೆಯನ್ನು ಸಾಧ್ಯವಾದಷ್ಟು ಮೊಣಕಾಲಿನತ್ತ ಅಥವ ಮಂಡಿಯತ್ತ ತರಲು ಪ್ರಯತ್ನಿಸಿ. ಸಾಧ್ಯವಾದರೆ ಹಣೆಯನ್ನು ಮಂಡಿಗೆ ತಾಗಿಸಿ ಇಟ್ಟುಕೊಳ್ಳಿ.
- ಹೀಗೆ ಸಾಧ್ಯವಾದಷ್ಟು ಮುಂದಕ್ಕೆ ಬಾಗಿದ ಸ್ಥಿತಿಯಲ್ಲಿ ನಾಲ್ಕೈದು ಬಾರಿ ದೀರ್ಘ, ಸಹಜ ಉಸಿರಾಟ ಮಾಡಿ.
- ನಿಧಾನವಾಗಿ ಮೇಲೆ ಬನ್ನಿ. ಸಹಜ ಉಸಿರಾಟದೊಂದಿಗೆ ವಿರಮಿಸಿ.

7. ಪೂರ್ವೋತ್ತಾನಾಸನ

ಮಾಡುವ ವಿಧಾನ:

- ಕಾಲುಗಳನ್ನು ಮುಂದೆ ಚಾಚಿ ಕುಳಿತುಕೊಳ್ಳಿ.
- ಎರಡೂ ಹಸ್ತಗಳನ್ನು ಪೃಷ್ಠದ ಹಿಂದೆ ನೆಲಕ್ಕೆ ಊರಿ ಸೊಂಟವನ್ನು ಮೇಲಕ್ಕೆ ಎತ್ತಿ. ಅಂಗಾಲನ್ನು ಸಂಪೂರ್ಣವಾಗಿ ನೆಲಕ್ಕೆ ಒತ್ತಿ. ಗದ್ದವನ್ನು

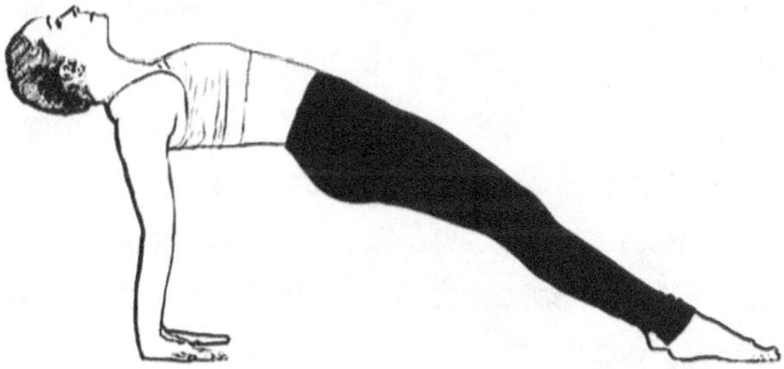

ಎದೆಯ ಕಡೆಗೂ, ಹೊಟ್ಟೆಯ ಭಾಗವನ್ನು ಒಳಗೆಳೆದುಕೊಂಡು ಎದೆಯ ನೇರಕ್ಕೂ ತೆಗೆದುಕೊಳ್ಳಿ.

- ಈ ಸ್ಥಿತಿಯಲ್ಲಿ ನಾಲ್ಕೈದು ಬಾರಿ ದೀರ್ಘ, ಸಹಜ ಉಸಿರಾಟ ಮಾಡಿ.
- ನಿಧಾನವಾಗಿ ದೇಹವನ್ನು ಕೆಳಗಿಳಿಸಿ, ನೆಟ್ಟಗೆ ಕುಳಿತುಕೊಳ್ಳಿ. ಸಹಜ ಉಸಿರಾಟದೊಂದಿಗೆ ವಿರಮಿಸಿ.

8. ಅರ್ಧಮತ್ಸ್ಯೇಂದ್ರಾಸನ

ಮಾಡುವ ವಿಧಾನ:

- ಕಾಲುಗಳನ್ನು ಮುಂದಕ್ಕೆ ಚಾಚಿ ಕುಳಿತುಕೊಳ್ಳಿ.
- ಬಲಗಾಲನ್ನು ಮಡಿಸಿ ಅದರ ಪಾದವನ್ನು ಎಡ ನಿತಂಬದ ಬಳಿ ಅಥವ ಅದರ ಕೆಳಗೆ ತನ್ನಿ.

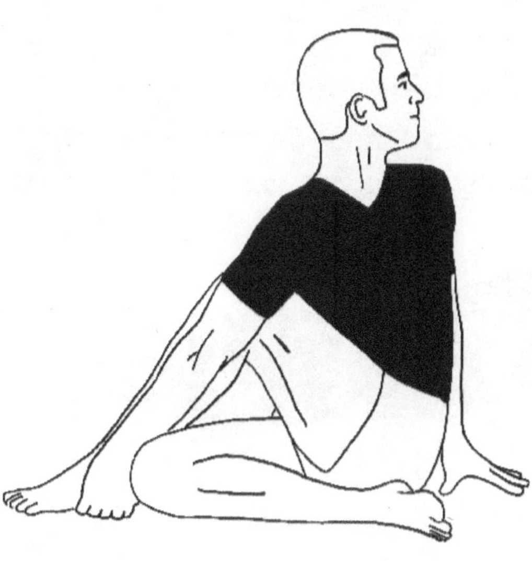

- ಎಡಗಾಲನ್ನು ಮಡಿಸಿ ಎಡಪಾದವನ್ನು ಬಲಮೊಣಕಾಲಿನ ಹೊರಗೆ ಊರಿ. ಎಡಪಾದ ಮುಂದಕ್ಕೆ ನೇರವಾಗಿರಲಿ.
- ಬಲಗೈಯನ್ನು ಎದೆ ಮತ್ತು ಎಡಮೊಣಕಾಲಿನ ನಡುವೆ ಇರುವ ಜಾಗದ ಮೂಲಕ ತೆಗೆದುಕೊಂಡು ಬಲಗಾಲಿನ ಮಂಡಿಯ ಮೇಲೆ ಇಡಿ. ಸಾಧ್ಯವಾಗದಿದ್ದರೆ ಬಲಮೊಣಕೈಯಿಂದ ಎಡಗಾಲನ್ನು ಎಷ್ಟು ಸಾಧ್ಯವೋ ಅಷ್ಟು ಒತ್ತಿ ಎಡಮೊಣಕಾಲಿನ ಯಾವುದೇ ಭಾಗವನ್ನು ತಾಕಿಸಿ ಇಟ್ಟುಕೊಳ್ಳಿ. ಆದಷ್ಟು ನೆಟ್ಟಗೆ ಕುಳಿತುಕೊಳ್ಳಿ
- ಅಡಗೈಯನ್ನು ಮೇಲಕ್ಕೆತ್ತಿ ತೋಳು, ಮುಂಡ ಮತ್ತು ತಲೆಯನ್ನು ಎಡಕ್ಕೆ ಮತ್ತು ಹಿಂದಕ್ಕೆ ತಿರುಗಿಸಿ. ಎಡಗೈಯನ್ನು ಕೆಳಗಿಳಿಸಿ ಸೊಂಟದ ಹಿಂದೆ ಕೈಯನ್ನು ಊರಿ. ಮೈಯನ್ನು ಸೊಂಟದ ಬಳಿ ಆದಷ್ಟು ಎಡಕ್ಕೆ ಅಥವ ಹಿಂದಕ್ಕೆ ತಿರುಗಿಸಿ.
- ಈ ಸ್ಥಿತಿಯಲ್ಲಿ ನಾಲ್ಕೈದು ಬಾರಿ ದೀರ್ಘ, ಸಹಜ ಉಸಿರಾಟ ಮಾಡಿ.
- ನಿಧಾನವಾಗಿ ಎಡಗೈ ಮತ್ತು ಬಲಗೈಯನ್ನು ಸಡಿಲಿಸಿ ಮೇಲೆತ್ತಿ ಜೋಡಿಸಿ. ಉಸಿರನ್ನು ಹೊರಗೆಬಿಡುತ್ತ ಇಳಿಸಿ. ಒಂದಾದ ನಂತರ ಒಂದರಂತೆ ಕಾಲುಗಳನ್ನು ಸಡಿಲಿಸಿ ಮುಂದಕ್ಕೆ ಚಾಚಿ ನೆಟ್ಟಗೆ ಕುಳಿತುಕೊಳ್ಳಿ. ಸಹಜ ಉಸಿರಾಟದೊಂದಿಗೆ ವಿರಮಿಸಿ.
- ಇದನ್ನೇ ಅದಲುಬದಲಾಗಿಸಿ ಇನ್ನೊಂದು ಪಾರ್ಶ್ವದತ್ತ ಪುನರಾವರ್ತಿಸಿ.

9. ಮಕರಾಸನ

ಮಾಡುವ ವಿಧಾನ:

- ನೆಲದ ಮೇಲೆ ಬೋರಲಾಗಿ ಮಲಗಿ.
- ಕೈಗಳನ್ನು ಮಡಚಿಕೊಂಡು ಒಂದು ಅಂಗೈ ಮೇಲೆ ಇನ್ನೊಂದು ಅಂಗೈಯನ್ನು ಕೆಳಮುಖವಾಗಿ ಇಡಿ. ಮೊಣಕೈಗಳು ನೆಲದ ತಾಗಿ ಇರಲಿ.

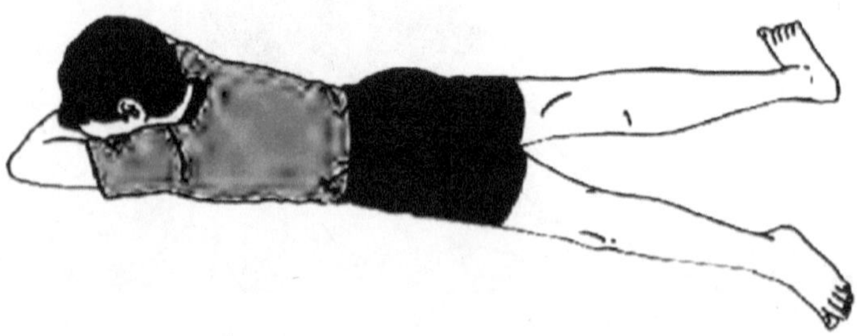

- ಕಾಲಿನ ಹೆಬ್ಬೆರಳುಗಳು ಒಂದಕ್ಕೊಂದು ತಾಗಿರುವಂತೆ ಜೋಡಿಸಿಕೊಳ್ಳಿ. ಕಾಲಿನ ಹರಡುಗಳು ಸಾಧ್ಯವಾದಷ್ಟು ನೆಲಕ್ಕೆ ತಾಗಿರಲಿ. ಇದು ಸಾಧ್ಯವಾಗದಿದ್ದಲ್ಲಿ ಪಾದಗಳು ಹೊರಮುಖವಾಗಿರುವಂತೆ ಹಿಮ್ಮಡಿಗಳನ್ನು ಹತ್ತಿರಕ್ಕೆ ತಂದುಕೊಂಡು ಜೋಡಿಸಿಕೊಳ್ಳಿ. ಪಾದಗಳ ಒಳಭಾಗ ನೆಲಕ್ಕೆ ತಾಗಿರಲಿ.
- ಗಲ್ಲವನ್ನು ಅಂಗೈ ಮೇಲೆ ಇಟ್ಟುಕೊಂಡು, ಇಡೀ ದೇಹವನ್ನು ಸಡಿಲ ಮಾಡಿಕೊಂಡು ಸಹಜ ಉಸಿರಾಟದೊಂದಿಗೆ ವಿಶ್ರಮಿಸಿ.

10. ಭುಜಂಗಾಸನ

ಮಾಡುವ ವಿಧಾನ:

- ನೆಲದ ಮೇಲೆ ಬೋರಲಾಗಿ ಮಲಗಿ. ಕಾಲುಗಳು ನೇರವಾಗಿ ಚಾಚಿ, ಪಾದಗಳನ್ನು ಜೋಡಿಸಿಕೊಳ್ಳಿ. ಅಂಗಾಲು ಮೇಲ್ಮುಖವಾಗಿರಲಿ. ಹಣೆ ನೆಲಕ್ಕೆ ತಾಗಿರಲಿ.
- ಅಂಗೈಗಳನ್ನು ಭುಜದ ಪಕ್ಕಕ್ಕಿರುವಂತೆ ನೆಲದ ಮೇಲೆ ಊರಿ. ಬೆರಳುಗಳು ಅಗಲವಾಗಿರದೆ ಒಂದಕ್ಕೊಂದು ಅಂಟಿರಲಿ. ಮೊಣಕೈಗಳು ಬಾಗಿದ್ದು ದೇಹದ ಪಕ್ಕದಲ್ಲಿಯೇ ಇರಲಿ.
- ನಿಧಾನವಾಗಿ ತಲೆ, ಕುತ್ತಿಗೆ ಹಾಗೂ ಭುಜಗಳನ್ನು ಮೇಲಕ್ಕೆ ಎತ್ತಿ. ಮೊಣಕೈಯನ್ನು ನೇರಗೊಳಿಸಿ ಹೊಕ್ಕುಳ ಮೇಲಿನ ಭಾಗವನ್ನು ಆದಷ್ಟೂ ಮೇಲಕ್ಕೆತ್ತಿ. ಕೈಗಳ ಮೇಲೆ ಭಾರ ಬಿಡಬೇಡಿ. ತೋಳಿನ ಸಹಾಯ ಪಡೆಯುವುದರ ಬದಲಿಗೆ ಬೆನ್ನಿನ ಸ್ನಾಯುಗಳನ್ನು ಬಳಸಿ.
- ತಲೆಯನ್ನು ಎಷ್ಟು ಸಾಧ್ಯವೋ ಅಷ್ಟು ಮೇಲಕ್ಕೆತ್ತಿ ಮತ್ತು ಹಿಂದಕ್ಕೆ ವಾಲಿಸಿ. ಕಣ್ಣು ತೆರೆದಿದ್ದು, ಮೇಲೆ ಅಥವ ಮುಂದೆ ನೋಡಿ.

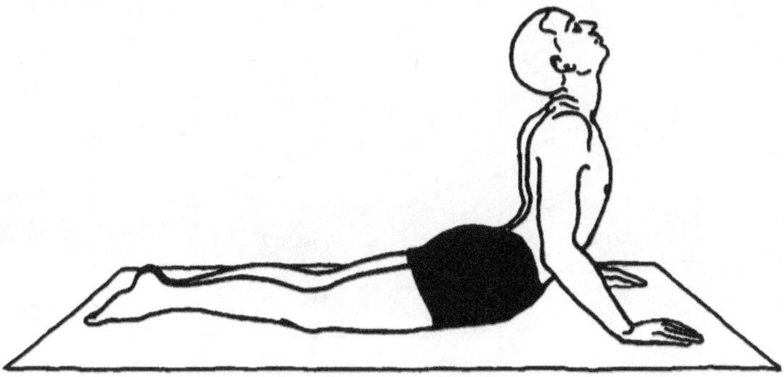

- ಈ ಸ್ಥಿತಿಯಲ್ಲಿ ನಾಲ್ಕೈದು ಬಾರಿ ದೀರ್ಘ, ಸಹಜ ಉಸಿರಾಟ ಮಾಡಿ.
- ನಿಧಾನವಾಗಿ ಕತ್ತನ್ನು ಮುಂದಕ್ಕೆ ಬಾಗಿಸಿ, ಮೊಣಕೈಗಳನ್ನು ಸಡಿಲಿಸಿ ಮಾಮೂಲು ಬೋರಲು ಸ್ಥಿತಿಗೆ ಬನ್ನಿ, ಮಕರಾಸನದಲ್ಲಿ ಸಹಜ ಉಸಿರಾಟದೊಂದಿಗೆ ವಿಶ್ರಮಿಸಿ.

11. ಶಲಭಾಸನ

ಮಾಡುವ ವಿಧಾನ:

- ನೆಲದ ಮೇಲೆ ಬೋರಲಾಗಿ ಮಲಗಿ. ಕಾಲುಗಳು ನೇರವಾಗಿ ಚಾಚಿ, ಪಾದಗಳನ್ನು ಜೋಡಿಸಿಕೊಳ್ಳಿ. ಅಂಗಾಲು ಮೇಲ್ಮುಖವಾಗಿರಲಿ. ಗಲ್ಲ ನೆಲಕ್ಕೆ ತಾಗಿರಲಿ.
- ತೋಳುಗಳನ್ನು ದೇಹದ ಪಕ್ಕದಲ್ಲಿರಿಸಿ. ಕೈಗಳು ಮತ್ತು ಹಸ್ತಗಳು ದೇಹದ ಕೆಳಗೆ ಅಥವ ಪಕ್ಕದಲ್ಲಿರಲಿ. ಕೈಗಳನ್ನು ಮುಷ್ಟಿ ಮಾಡಿ ಅಥವ ಅಂಗೈಗಳನ್ನು ಕೆಳಮುಖವಾಗಿಟ್ಟುಕೊಂಡು ನೆಲಕ್ಕೆ ಊರಿ.
- ಬೆನ್ನಿನ ಸ್ನಾಯುಗಳ ಸಹಾಯದಿಂದ ಬಲಗಾಲನ್ನು ಆದಷ್ಟೂ ಹಿಂದಕ್ಕೆ ಮೇಲಕ್ಕೆತ್ತಿ. ಕಾಲು ಉದ್ದಕ್ಕೆ ನೆಟ್ಟಗಿರಲಿ. ಇನ್ನೊಂದು ಕಾಲು ವಿಶ್ರಾಂತ ಸ್ಥಿತಿಯಲ್ಲಿ ನೇರವಾಗಿ ಚಾಚಿಕೊಂಡು ನೆಲದ ಮೇಲಿರಲಿ.
- ಈ ಸ್ಥಿತಿಯಲ್ಲಿ ಮೂರ್ನಾಲ್ಕು ಬಾರಿ ದೀರ್ಘ, ಸಹಜ ಉಸಿರಾಟ ಮಾಡಿ.
- ನಿಧಾನವಾಗಿ ಬಲಗಾಲನ್ನು ನೆಲಕ್ಕಿಳಿಸಿ. ಈಗ ಎಡಗಾಲನ್ನು ಮೇಲೆಕ್ಕೆತ್ತಿ ಬಲಗಾಲಿನಲ್ಲಿ ಮಾಡಿದ ರೀತಿಯಲ್ಲಿ ಪುನರಾವರ್ತಿಸಿ.
- ಇಳಿಸಿದ ಮೇಲೆ ಸ್ವಲ್ಪ ವಿಶ್ರಮಿಸಿಕೊಂಡು ಎರಡೂ ಕಾಲುಗಳನ್ನು ಜೊತೆಯಾಗಿ ನೇರವಾಗಿರಿಸಿಕೊಂಡು ಎಷ್ಟು ಸಾಧ್ಯವೋ ಅಷ್ಟು ಮೇಲಕ್ಕೆತ್ತಿ. ತೋಳುಗಳನ್ನು ನೆಲದಮೇಲೆ ಭದ್ರವಾಗಿ ಊರುವ ಮೂಲಕ ಮತ್ತು

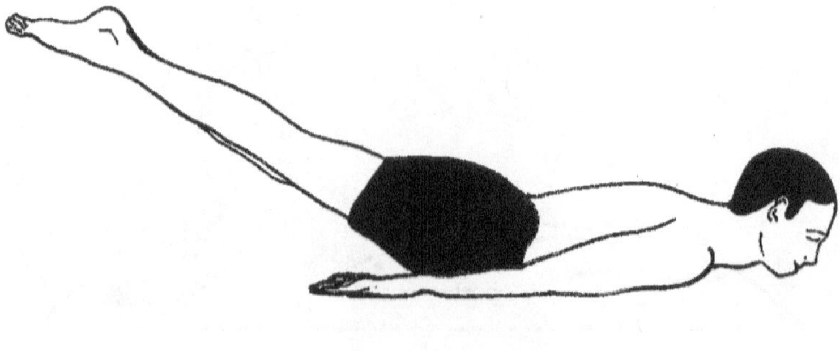

ಬೆನ್ನಿನ ಕೆಳಭಾಗದ ಸ್ನಾಯುಗಳನ್ನು ಸಂಕುಚಿತಗೊಳಿಸುವ ಮೂಲಕ ಕಾಲುಗಳನ್ನು ಮೇಲಕ್ಕೆ ಎತ್ತರಿಸಲು ಪ್ರಯತ್ನಿಸಿ.

- ಈ ಸ್ಥಿತಿಯಲ್ಲಿ ನಾಲ್ಕೈದು ಬಾರಿ ದೀರ್ಘ, ಸಹಜ ಉಸಿರಾಟ ಮಾಡಿ.
- ನಿಧಾನವಾಗಿ ಕಾಲುಗಳನ್ನು ಕೆಳಗಿಳಿಸಿ, ಕೈಗಳನ್ನು ಬದಿಗೆ ತಂದುಕೊಂಡು, ಮಕರಾಸನಕ್ಕೆ ಹೋಗಿ ಸಹಜ ಉಸಿರಾಟದೊಂದಿಗೆ ವಿಶ್ರಮಿಸಿ.

12. ಧನುರಾಸನ

ಮಾಡುವ ವಿಧಾನ:

- ನೆಲದ ಮೇಲೆ ಬೋರಲಾಗಿ ಮಲಗಿ. ಕಾಲುಗಳು ನೇರವಾಗಿ ಚಾಚಿ, ಪಾದಗಳನ್ನು ಜೋಡಿಸಿಕೊಳ್ಳಿ. ತೋಳು ಮತ್ತು ಕೈಗಳು ದೇಹದ ಪಕ್ಕ ಇರಲಿ. ಗಲ್ಲ ನೆಲಕ್ಕೆ ತಾಗಿರಲಿ.
- ಮೊಣಕಾಲುಗಳನ್ನು ಬಾಗಿಸಿ ಹಿಮ್ಮಡಿಗಳನ್ನು ನಿತಂಬದ ಸಮೀಪಕ್ಕೆ ತನ್ನಿ.
- ಕಾಲಿನ ಹರಡನ್ನು ಹಿಮ್ಮಡಿ ಸಮೇತವಾಗಿ ಹಿಡಿದುಕೊಳ್ಳಿ.
- ಕಾಲಿನ ಸ್ನಾಯುಗಳನ್ನು ಬಿಗಿಹಿಡಿದು, ಪಾದಗಳನ್ನು ದೇಹದಿಂದ ದೂರಕ್ಕೆ ನೂಕಿ. ಬೆನ್ನನ್ನು ಕಮಾನಿನಂತೆ ಬಾಗಿಸಿ ತೊಡೆ, ಎದೆ ಹಾಗೂ ತಲೆಯನ್ನು ಜೊತೆಯಾಗಿ ಮೇಲೆತ್ತಿ. ತೋಳು ನೇರವಾಗಿರಲಿ. ತಲೆಯನ್ನು ಸಾಧ್ಯವಾದಷ್ಟು ಹಿಂದಕ್ಕೆ ವಾಲಿಸಿ.

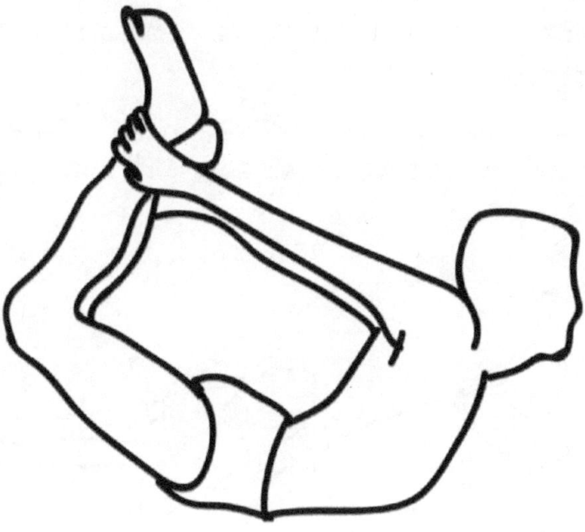

- ಇಡೀ ದೇಹಕ್ಕೆ ಉದರ ಅಥವ ಹೊಟ್ಟೆಯ ಭಾಗ ಆಧಾರವಾಗಿರಲಿ. ಕಾಲುಗಳ ಸ್ನಾಯುಗಳು ಸಂಕೋಚಗೊಳ್ಳಲಿ. ಬೆನ್ನು ಮತ್ತು ತೋಳುಗಳು ಸಡಿಲವಾಗಿರಲಿ.
- ಈ ಸ್ಥಿತಿಯಲ್ಲಿ ನಾಲ್ಕೈದು ಬಾರಿ ದೀರ್ಘ, ಸಹಜ ಉಸಿರಾಟ ಮಾಡಿ.
- ನಿಧಾನವಾಗಿ ಕಾಲುಗಳನ್ನು ಸಡಿಲಿಸಿ, ಕೈ, ಕಾಲು, ಎದೆ ಮತ್ತು ತಲೆಯನ್ನು ಪ್ರಾರಂಭದ ಸ್ಥಿತಿಗೆ ತನ್ನಿ. ಮಕರಾಸನಕ್ಕೆ ಹೋಗಿ ಸಹಜ ಉಸಿರಾಟದೊಂದಿಗೆ ವಿಶ್ರಮಿಸಿ.

ಇಲ್ಲಿಂದ ಶಶಂಕಾಸನಕ್ಕೆ ಬನ್ನಿ.

13. ಶಶಂಕಾಸನ

ಮಾಡುವ ವಿಧಾನ:

- ವಜ್ರಾಸನದಲ್ಲಿ ಕುಳಿತುಕೊಳ್ಳಿ. ಅಂಗೈಗಳನ್ನು ಮೊಣಕಾಲುಗಳಿಗಿಂತ ಸ್ವಲ್ಪ ಮೇಲೆ ತೊಡೆಯ ಮೇಲಿಟ್ಟುಕೊಳ್ಳಿ.
- ಕಣ್ಣುಮುಚ್ಚಿಕೊಂಡು, ದೇಹವನ್ನು ಸಡಿಲಬಿಡಿ. ಬೆನ್ನು ಮತ್ತು ತಲೆ ನೇರವಾಗಿರಲಿ.
- ಉಸಿರನ್ನು ಒಳಗೆಳೆದುಕೊಳ್ಳುತ್ತ, ಕೈಗಳನ್ನು ಭುಜದ ಅಗಲಕ್ಕೆ ನೇರವಾಗಿ ತಲೆಯಿಂದ ಮೇಲಕ್ಕೆತ್ತಿ.
- ಟೊಂಕದಿಂದ ಮೇಲಿನ ದೇಹಭಾಗವನ್ನು ಮುಂದೆ ಬಾಗಿಸುವಾಗ ಉಸಿರನ್ನು ಹೊರಗೆ ಬಿಡಿ. ತೋಳು ಮತ್ತು ತಲೆಯು ಬಾಗಿಸಿದ ದೇಹದ ನೇರಕ್ಕಿರಲಿ.
- ಬಾಗಿದನಂತರ, ಕೈ ಹಣೆ ಮೊಣಕಾಲುಗಳಿಗಿಂತ ಮುಂದೆ ನೆಲದ ಮೇಲಿರಲಿ. ಸಾಧ್ಯವಾದರೆ, ತೋಳು ಮತ್ತು ಹಣೆ ಒಂದೇ ಸಮಯದಲ್ಲಿ ನೆಲಕ್ಕೆ ತಾಕಲಿ.

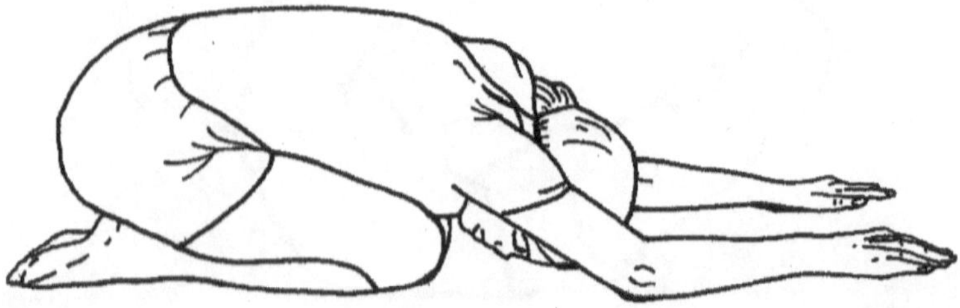

- ತೋಳುಗಳನ್ನು ಸ್ವಲ್ಪ ಮಡಿಚಿ ಪೂರ್ತಿ ಆರಾಮವಾಗಿರುವಂತೆ ಸಡಿಲಬಿಡಿ. ಮೊಣಕೈಗಳು ನೆಲದ ಮೇಲಿರಲಿ.
- ಈ ಅಂತಿಮ ಹಂತದಲ್ಲಿ ನಾಲ್ಕೈದು ಸೆಕೆಂಡುಗಳ ಕಾಲ ಉಸಿರನ್ನು ಹಾಗೇ ಹಿಡಿದಿಟ್ಟುಕೊಳ್ಳಿ.
- ನಂತರ ಸಹಜ ಉಸಿರಾಟಕ್ಕೆ ಬನ್ನಿ. ಇಲ್ಲಿ ಕೆಲವು ಸೆಕೆಂಡುಗಳಿಂದ ಹಿಡಿದು ಕೆಲವು ನಿಮಿಷಗಳವರೆಗೂ ಸಹಜ ಉಸಿರಾಟದಲ್ಲಿ ಇರಬಹುದು.
- ಉಸಿರನ್ನು ಒಳಗೆಳೆದುಕೊಳ್ಳುತ್ತಾ ಜೊತೆಜೊತೆಗೇ ತೋಳು ಮತ್ತು ಸೊಂಟದಿಂದ ಮೇಲ್ಭಾಗವನ್ನು ನಿಧಾನವಾಗಿ ಲಂಬವಾಗಿ ಮೇಲೆತ್ತಿ. ತೋಳು ಮತ್ತು ತಲೆ ದೇಹಕ್ಕೆ ನೇರವಾಗಿರಲಿ.
- ತೋಳುಗಳನ್ನು ಮಂಡಿಯತ್ತ ಕೆಳಗಿಳಿಸುವಾಗ ಉಸಿರನ್ನು ಹೊರಗೆ ಬಿಡಿ.

14. ಮಾರ್ಜರಿ ಆಸನ

ಮಾಡುವ ವಿಧಾನ:

- ವಜ್ರಾಸನದಲ್ಲಿ ಕುಳಿತುಕೊಳ್ಳಿ.
- ಮೊಣಕೈಗಳನ್ನು ಮಂಡಿಯ ಮುಂದೆ ಇಟ್ಟು ಅಂಗೈಗಳನ್ನು ಕೆಳಮುಖವಾಗಿ ನೆಲದ ಮೇಲಿಡಿ. ಕೈಗಳ ನಡುವೆ ಭುಜದ ಅಂತರವಿರಲಿ.
- ನಿತಂಬವನ್ನು ಮೇಲೆತ್ತಿ ಮೊಣಕಾಲುಗಳ ಮತ್ತು ಅಂಗೈಗಳ ಮೇಲೆ ನಿಂತುಕೊಳ್ಳಿ. ಊರಿರುವ ಕೈಗಳು ಮತ್ತು ಮೊಣಕಾಲುಗಳು ನೇರಕ್ಕೆ ಸರಿಯಾಗಿರಲಿ. ತೋಳು ಮತ್ತು ತೊಡೆಗಳು ನೆಲಕ್ಕೆ ಲಂಬವಾಗಿರಲಿ.
- ಮೊಣಕಾಲುಗಳನ್ನು ಕೂಡಿಸಿರಬಹುದು ಅಥವಾ ನಡುವೆ ಸ್ವಲ್ಪ ಅಂತರ ಬಿಟ್ಟಿರಬಹುದು.

- ತಲೆಯನ್ನು ಮೇಲಕ್ಕೆ ಎತ್ತುತ್ತಾ ಬೆನ್ನು ಕೆಳಕ್ಕೆ ನಿಮ್ನವಾಗಿ (concave) ಬಾಗುವ ಹಾಗೆ ಬೆನ್ನುಹುರಿಯನ್ನು ಕುಗ್ಗಿಸುತ್ತ ದೀರ್ಘವಾಗಿ ಉಸಿರನ್ನು ಒಳಗೆಳೆದುಕೊಳ್ಳಿ. ಉದರವನ್ನು ಸಂಪೂರ್ಣವಾಗಿ ಹಿಗ್ಗಿಸಿ ಮತ್ತು ಶ್ವಾಸಕೋಶದಲ್ಲಿ ಎಷ್ಟು ಸಾಧ್ಯವೋ ಅಷ್ಟು ಗಾಳಿಯನ್ನು ತುಂಬಿಸಿ.
- ನಿಧಾನವಾಗಿ ಉಸಿರನ್ನು ಹೊರಬಿಡುತ್ತ, ತಲೆಯನ್ನು ಕೆಳಗೆ ಬಗ್ಗಿಸಿ ಬೆನ್ನನ್ನು ಮೇಲಕ್ಕೆ ಎತ್ತಿ. ಉಸಿರು ಸಂಪೂರ್ಣವಾಗಿ ಹೊರಹೋಗುವಾಗ ಉದರವನ್ನು ಸಂಕುಚಿಸಿ ಮತ್ತು ನಿತಂಬವನ್ನು ಒಳಗೆಳೆದುಕೊಳ್ಳಿ.
- ಇಲ್ಲಿಗೆ ಒಂದು ಸುತ್ತು. ಹೀಗೆ 5ರಿಂದ 10 ಬಾರಿ ಮಾಡಿ.

15. ಸರ್ವಾಂಗಾಸನ

ಮಾಡುವ ವಿಧಾನ:

- ಅಂಗಾತ ಮಲಗಿ. ತಲೆ ಮತ್ತು ಬೆನ್ನುಹುರಿ ಒಂದೇ ನೇರದಲ್ಲಿರಲಿ. ಕಾಲುಗಳು ನೇರವಾಗಿ ಚಾಚಿದ್ದು, ಪಾದಗಳು ಜೋಡಿಸಿರಲಿ. ಕೈಗಳನ್ನು ದೇಹದ ಅಕ್ಕಪಕ್ಕ ಇಟ್ಟುಕೊಳ್ಳಿ. ಹಸ್ತ ಕೆಳಮುಖವಾಗಿರಲಿ. ಇಡೀ ದೇಹ ಸಡಿಲವಾಗಿರಲಿ.
- ಉದರದ ಸ್ನಾಯುಗಳನ್ನು ಕುಗ್ಗಿಸಿ, ತೋಳನ್ನು ಊರಿಕೊಂಡು ಕಾಲುಗಳನ್ನು ನೇರವಾಗಿ ಮೇಲಕ್ಕೆತ್ತಿ.

- ಕಾಲುಗಳು ಹೀಗೆ ಲಂಬವಾಗಿರುವಾಗ ತೋಳು ಮತ್ತು ಕೈಗಳನ್ನು ನೆಲಕ್ಕೆ ಒತ್ತುತ್ತ ಪೃಷ್ಠ ಮತ್ತು ಬೆನ್ನನ್ನು ನೆಲದಿಂದ ಮೇಲಕ್ಕೆತ್ತುತ್ತ ಮುಂಡಭಾಗವನ್ನು ಲಂಬವಾಗಿ ಮೇಲೆತ್ತಿ.
- ಮೊಣಕೈಗಳನ್ನು ಮಡಿಸಿ ಕೈಗಳನ್ನು ಪಕ್ಕೆಲುಬುಗಳ ಬಳಿ ಆಧಾರವಾಗಿ ಇಟ್ಟುಕೊಳ್ಳಿ. ಮೊಣಕೈಗಳ ನಡುವೆ ಭುಜಗಳಷ್ಟು ಅಂತರವಿರಲಿ.
- ಕೈಗಳ ಆಧಾರದಿಂದ ದೇಹವನ್ನು ಮೇಲಕ್ಕೆ ಎತ್ತುತ್ತ ಎದೆಯನ್ನು ಮೇಲಕ್ಕೆ ತಂದು ಗಲ್ಲವು ಸಾಧ್ಯವಾದಷ್ಟು ಎದೆಗೆ ತಾಕುವಂತೆ ಮಾಡಿ. ಇಡೀ ದೇಹದ ಭಾರವು ಭುಜ, ಕುತ್ತಿಗೆ ಮತ್ತು ತಲೆಯ ಹಿಂಭಾಗದ ಮೇಲಿರಲಿ.
- ಈ ಸ್ಥಿತಿಯಲ್ಲಿ ನಾಲ್ಕೈದು ಬಾರಿ ದೀರ್ಘ, ಸಹಜ ಉಸಿರಾಟ ಮಾಡಿ.
- ಈಗ ಪ್ರಾರಂಭದ ಸ್ಥಿತಿಗೆ ಮರಳಲು, ಲಂಬವಾಗಿರುವ ಕಾಲುಗಳನ್ನು ತಲೆಯ ಕಡೆಗೆ ತನ್ನಿ. ಕಾಲುಗಳು ನೇರವಾಗಿರಲಿ. ದೇಹಕ್ಕೆ ಆಧಾರವಾಗಿ ಆನಿಸಿಕೊಂಡಿದ್ದ ಕೈಗಳನ್ನು ಬಿಡಿಸಿಕೊಂಡು ದೇಹದ ಪಕ್ಕಕೆ ತನ್ನಿ ಮತ್ತು ಅಂಗೈಗಳನ್ನು ಕೆಳಮುಖವಾಗಿ ಇಟ್ಟುಕೊಂಡು ಕೈಗಳನ್ನು ನೆಲಕ್ಕೆ ಊರಿ.
- ನಿಧಾನವಾಗಿ ಬೆನ್ನುಹುರಿಯ ಕಶೇರುಮಣಿಯನ್ನು ನೆಲಕ್ಕೆ ಇಳಿಸುತ್ತಾ ಬನ್ನಿ. ನಿತಂಬವನ್ನು ನೆಲಕ್ಕೆ ತನ್ನಿ. ತಲೆಯ ಹಿಂಭಾಗದಲ್ಲಿ 45 ಡಿಗ್ರಿಯಲ್ಲಿ ಇರುವ ಕಾಲುಗಳನ್ನು ಮತ್ತೆ ಲಂಬ ಸ್ಥಿತಿಗೆ ತಂದು, ಮೊಣಕಾಲನ್ನು ಬಾಗಿಸದೆ ನಿಧಾನವಾಗಿ ನೆಲಕ್ಕಿಲಿಳಿಸಿ.
- ದೇಹವನ್ನು ಸಡಿಲ ಬಿಟ್ಟು ಶವಾಸನಕ್ಕೆ ಹೋಗಿ. ಸಹಜ ಉಸಿರಾಟದೊಂದಿಗೆ ವಿಶ್ರಮಿಸಿ.

16. ಮತ್ಸ್ಯಾಸನ

ಮಾಡುವ ವಿಧಾನ:

- ಕಾಲುಗಳನ್ನು ಮುಂದಕ್ಕೆ ಚಾಚಿ ಕುಳಿತುಕೊಳ್ಳಿ.
- ಅಂಗೈಗಳು ದೇಹದ ಅಕ್ಕಪಕ್ಕ ಇರಲಿ ಅಥವ ಅಂಗೈಗಳನ್ನು ಕೆಳಮುಖ ಮಾಡಿ ನಿತಂಬದ ಕೆಳಗೆ ಇಟ್ಟುಕೊಳ್ಳಬಹುದು.

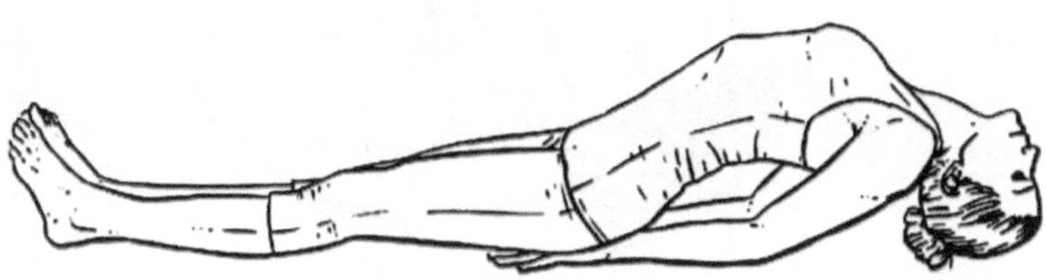

- ತೋಳನ್ನು ಆಧಾರವಾಗಿಟ್ಟುಕೊಂಡು ಹಿಂದಕ್ಕೆ ಬಾಗಿ ತಲೆ ಅಥವ ನೆತ್ತಿಯನ್ನು ನೆಲದ ಮೇಲಿಡಿ.
- ಬೆನ್ನನ್ನು ಬಿಲ್ಲಿನಂತೆ ಬಾಗಿಸಿ. ಅದಕ್ಕಾಗಿ ಮೊಣಕೈಗಳನ್ನು ಹತ್ತಿರ ತನ್ನಿ ಅಥವ ಮೊಣಕೈಗಳ ಆಧಾರದಿಂದ ಬೆನ್ನನ್ನು ಸಾಧ್ಯವಾದಷ್ಟು ಮೇಲೆತ್ತಿ ಬಾಗಿಸಿ.
- ಈ ಸ್ಥಿತಿಯಲ್ಲಿ ನಾಲ್ಕೈದು ಬಾರಿ ದೀರ್ಘ, ಸಹಜ ಉಸಿರಾಟ ಮಾಡಿ.
- ತಲೆಯನ್ನು ಮೇಲಕ್ಕೆ ಎತ್ತಿ, ತೋಳುಗಳ ಸಹಾಯದಿಂದ ಬೆನ್ನನ್ನು ನೆಟ್ಟಗೆ ಮಾಡಿಕೊಂಡು ಅಂಗಾತ ಮಲಗಿದ ಸ್ಥಿತಿಗೆ ಬನ್ನಿ. ಶವಾಸನದಲ್ಲಿ ವಿರಮಿಸಿ.

17. ಪವನಮುಕ್ತಾಸನ

ಮಾಡುವ ವಿಧಾನ:

- ನೆಲದ ಮೇಲೆ ಅಂಗಾತ ಮಲಗಿ. ಕಾಲುಗಳು ನೇರವಾಗಿ ಚಾಚಿ, ಪಾದಗಳನ್ನು ಜೋಡಿಸಿಕೊಳ್ಳಿ.
- ಬಲಗಾಲನ್ನು ಮಡಚಿ ಮಂಡಿಯನ್ನು ಎದೆಯ ಭಾಗಕ್ಕೆ ತನ್ನಿ. ಎರಡೂ ಕೈಗಳಿಂದ ಬಲಗಾಲನ್ನು ಭದ್ರವಾಗಿ ಹಿಡಿದುಕೊಂಡು ತಲೆಯನ್ನು ಮೇಲಕ್ಕೆತ್ತಿ ಹಣೆ ಅಥವ ಮೂಗಿನಿಂದ ಬಲಮಂಡಿಯನ್ನು ಮುಟ್ಟಲು ಪ್ರಯತ್ನಿಸಿ. ಬಲತೊಡೆಯು ಉದರ ಅಥವ ಪಕ್ಕೆಲುಬು ಭಾಗವನ್ನು ಸಾಧ್ಯವಾದಷ್ಟು ಒತ್ತಲಿ. ನಂತರ ಬಲಗಾಲನ್ನು ಸಡಿಲಿಸಿ ಉದ್ದಕ್ಕೆ ಚಾಚಿ.

- ಈಗ ಎಡಗಾಲನ್ನು ಮಡಚಿ ಮೇಲೆ ಮಾಡಿದಂತೆ ಹಣೆ ಅಥವ ಮೂಗಿನಿಂದ ಎಡಮಂಡಿಯನ್ನು ಮುಟ್ಟಲು ಪ್ರಯತ್ನಿಸಿ. ನಂತರ ಕೈಗಳನ್ನು ಸಡಿಲಿಸಿ ಎಡಗಾಲನ್ನು ಉದ್ದ ಚಾಚಿ.
- ಇದನ್ನೇ ಹೀಗೆ 2–3 ಬಾರಿ ಪುನರಾವರ್ತಿಸಿ.
- ಈಗ ಎರಡೂ ಕಾಲುಗಳನ್ನು ಮಡಚಿ ತೊಡೆಗಳನ್ನು ಉದರದ ಮೇಲೆ ಒತ್ತುತ್ತ ಮಂಡಿಗಳನ್ನು ಎದೆಯ ಭಾಗಕ್ಕೆ ತನ್ನಿ. ಕೈಗಳಿಂದ ಮೊಣಕಾಲುಗಳನ್ನು ಬಳಸಿ ಕೈಬೆರಳುಗಳನ್ನು ಹೆಣೆದುಕೊಳ್ಳಿ. ಕತ್ತು ಮತ್ತು ತಲೆಯನ್ನು ಮುಂದಕ್ಕೆ ಬಾಗಿಸುತ್ತ ಹಣೆ ಅಥವ ಮೂಗನ್ನು ಮಂಡಿಗಳಿಗೆ ಮುಟ್ಟಿಸಲು ಪ್ರಯತ್ನಿಸಿ.
- ಈಗ ತಲೆ ಮತ್ತು ಕತ್ತನ್ನು ಸ್ವಲ್ಪವೇ ಹಿಂದೆ ತೆಗೆದುಕೊಂಡು ಇಡೀ ದೇಹವು ಬೆನ್ನಿನ ಮೇಲ್ಭಾಗಕ್ಕೆ ಮತ್ತು ಭುಜದ ಮೇಲೆ ಬರುವ ಹಾಗೆ ಮೇಲಕ್ಕೆ ಮತ್ತು ಹಿಂದಕ್ಕೆ ತನ್ನಿ. ತಕ್ಷಣ ಇಡೀ ಭಾರವನ್ನು ಕಾಲುಗಳ ಕಡೆಗೆ ವರ್ಗಾಯಿಸಿಕೊಂಡು ಉಯ್ಯಾಲೆಯ ರೀತಿಯಲ್ಲಿ ದೇಹವನ್ನು ಮೇಲಕ್ಕೆ ತಂದು ಪಾದಗಳ ಮೇಲೆ ಕುಳಿತುಕೊಳ್ಳಿ. ಪೃಷ್ಠವು ನೆಲಕ್ಕಿಂತ ಸ್ವಲ್ಪ ಮೇಲಿರಲಿ. ಮತ್ತೆ ದೇಹವನ್ನು ಹಿಂದಕ್ಕೆ ಬೆನ್ನಿನ ಮೇಲೆ ಬೀಳಿಸುತ್ತ ಭುಜ ಮತ್ತು ತಲೆಯ ಹಿಂಭಾಗದ ಮೇಲೆ ಬನ್ನಿ. ಇದೇ ರೀತಿಯ ಉಯ್ಯಾಲೆಯನ್ನು ಮೂರ್ನಾಲ್ಕು ಬಾರಿ ಮಾಡಿ.
- ನಂತರ ಕಾಲುಗಳು ಹೊಟ್ಟೆ ಮತ್ತು ಎದೆಯ ಬಳಿ ಮಡಚಿದ ರೀತಿಯಲ್ಲಿ ಇರುವಂತೆಯೇ ಒಮ್ಮೆ ಬಲಕಡೆಗೆ ಹೊರಳಿ. ಹಣೆಯನ್ನು ನೆಲಕ್ಕೆ ತಾಗಿಸಿ. ನಂತರ ಮತ್ತೆ ಬೆನ್ನಮೇಲೆ ಬಂದು ಎಡಬದಿಗೆ ಹೊರಳಿ. ಹೀಗೆ 3–5 ಬಾರಿ ಮಾಡಿ.
- ಕೈಗಳನ್ನು ಸಡಿಲಿಸಿ ಕಾಲುಗಳನ್ನು ಚಾಚಿ. ಸಹಜ ಉಸಿರಾಟದೊಂದಿಗೆ ಶವಾಸನದಲ್ಲಿ ದೀರ್ಘವಾಗಿ ವಿಶ್ರಮಿಸಿ.

ಧ್ಯಾನ

ಧ್ಯಾನದ ಮಹತ್ವ

ಧ್ಯಾನ ಎಂದರೆ ಯಾವುದಾದರೂ ವಿಚಾರ, ವಸ್ತು, ಘಟನೆಯ ಬಗ್ಗೆ ಏಕಾಂಗಿಯಗಿ ಏಕಾಗ್ರತೆಯಿಂದ ಯೋಚಿಸುವುದು ಅಥವ ಅಲೋಚಿಸುವುದು. ದೇವರನ್ನು ಮನಸ್ಸಿನಲ್ಲಿ ಭಕ್ತಿಯಿಂದ ಸ್ತುತಿಸುವುದೂ ಧ್ಯಾನವೇ. ಅದೇ ರೀತಿಯಲ್ಲಿ ಏನೂ ಯೋಚನೆ ಮಾಡದೆ ನಿಶ್ಚಲವಾಗಿ ಸುಮ್ಮನೆ ಇರುವುದೂ ಧ್ಯಾನವೇ. ನಮ್ಮ ಮನಸ್ಸಿನಲ್ಲಿ ಮೂಡುವ ವಿವಿಧ ಆಲೋಚನೆಗಳನ್ನು ಸಾಕ್ಷಿಪ್ರಜ್ಞೆಯಾಗಿ ಸುಮ್ಮನೆ ಗಮನಿಸುವುದೂ ಧ್ಯಾನವೇ. ಹಾಗಾಗಿಯೇ ಧ್ಯಾನದಲ್ಲಿ ಹಲವು ವಿಧಗಳಿವೆ. ಪ್ರತಿಯೊಬ್ಬರ ಮನಸ್ಸು ಅಥವ ಮನೋಭಾವ ಒಂದೊಂದು ರೀತಿ ಇರುವ ಕಾರಣ ಅವರಿಗೆ ಸೂಕ್ತವಾದ ಅಥವ ಅವರಿಂದ ಮಾಡಲು ಸಾಧ್ಯವಾಗುವ ಯಾವುದೇ ಧ್ಯಾನ ಮಾರ್ಗವನ್ನು ಅವರು ರೂಢಿಸಿಕೊಳ್ಳಬಹುದು. ಇಲ್ಲಿ ಪರಿಣಾಮ ಮುಖ್ಯವೇ ಹೊರತು ಇಂತಹ ಧ್ಯಾನ ಕ್ರಿಯೆಯೇ ಉತ್ತಮ ಎಂದಿಲ್ಲ.

ಧ್ಯಾನ ಮಾಡುವುದರಿಂದ ಮನಸ್ಸು ಮತ್ತು ದೇಹ ಎರಡೂ ಪ್ರಶಾಂತವಾಗುತ್ತವೆ ಮತ್ತು ವಿಶ್ರಾಮ ಸ್ಥಿತಿಗೆ ಬರುತ್ತವೆ. ಇದು ಒಂದು ರೀತಿಯಲ್ಲಿ ಪ್ರಜ್ಞಾವಸ್ಥೆಯಲ್ಲಿ ಮಾಡುವ ನಿದ್ರೆ. ದೇಹ ಒಂದು ವಿಧದಲ್ಲಿ ವಿಶ್ರಾಂತಿ ಪಡೆಯುತ್ತಿದ್ದರೂ ಕೆಲವು ಧ್ಯಾನ ಕ್ರಿಯೆಗಳಲ್ಲಿ ಅಥವ ಸಂದರ್ಭಗಳಲ್ಲಿ ಮನಸ್ಸು ತೀವ್ರಗತಿಯಲ್ಲಿ ಕೆಲಸ ಮಾಡುತ್ತಿರಬಹುದು. ಆದರೆ ಮನಸ್ಸನ್ನೂ ವಿಶ್ರಮಿಸುವುದರ ಮೂಲಕ ಮೆದುಳಿನ ಕಾರ್ಯದೊತ್ತಡವನ್ನು ಕಡಿಮೆ ಮಾಡುವುದು ಒಳ್ಳೆಯ ಧ್ಯಾನ ಎನಿಸಿಕೊಳ್ಳುತ್ತದೆ. ಇಲ್ಲವಾದಲ್ಲಿ ಅದು ಏಕಾಂತ ಮಂಥನ ಆಗುತ್ತದೆ. ಧ್ಯಾನದ ಸಕಾರಾತ್ಮಕ ಪರಿಣಾಮಗಳು ದಕ್ಕುವುದಿಲ್ಲ.

ಧ್ಯಾನವನ್ನು ಏಕಾಂಗಿಯಾಗಿ ಮಾಡಬೇಕು. ಆದರೆ ಏಕಾಂತದಲ್ಲಿಯೇ ಮಾಡಬೇಕು ಎಂದಿಲ್ಲ. ಗೌಜುಗದ್ದಲ ಇರುವ ಸ್ಥಳದಲ್ಲಿಯೂ ವ್ಯಕ್ತಿಯೊಬ್ಬ ತನಗೆ ಯಾರೂ ದೈಹಿಕವಾಗಿ ತೊಂದರೆ ಉಂಟುಮಾಡುವುದಿಲ್ಲ ಎನ್ನಿಸುವ ಸ್ಥಳದಲ್ಲಿ ಕುಳಿತು ಧ್ಯಾನ ಮಾಡಬಹುದು. ಬಾಹ್ಯ ಪ್ರಪಂಚದಲ್ಲಿ ನಡೆಯುತ್ತಿರುವ ಘಟನೆ ಅಥವ ಮಾತುಗಳಿಗೆ ಮಹತ್ವ ಕೊಡದೆ ಧ್ಯಾನಾಸನದಲ್ಲಿ ಕಣ್ಣು ಮುಚ್ಚಿಕೊಂಡು ಕುಳಿತು ಧ್ಯಾನಕ್ಕೆ ತೊಡಗಬಹುದು.

ಧ್ಯಾನ ಕೇವಲ ಮಾನಸಿಕ ಶಾಂತಿ ಮತ್ತು ವಿಶ್ರಾಂತಿಯನ್ನು ಮಾತ್ರವಲ್ಲದೆ, ಮಾಡುವ ಕೆಲಸಗಳಿಗೆ ಶಿಸ್ತು, ನಿರಂತರತೆ ಹಾಗೂ ಗಂಭೀರತೆ ತರುತ್ತದೆ. ಏಕಾಗ್ರತೆ ಮೂಡುತ್ತದೆ. ಈ ಕಾಲದ ವಿಶ್ವವಿಖ್ಯಾತ ಲೇಖಕ, ಚಿಂತಕ ಯುವಾಲ್ ನೋವ ಹರಾರಿ ತನ್ನ "21 Lessons for the 21st Century" ಕೃತಿಯಲ್ಲಿ ಹೇಳುವಂತೆ "ಈ (ಧ್ಯಾನದ) ಅಭ್ಯಾಸದಿಂದ ನನಗೆ ಬಂದ ಸ್ಪಷ್ಟತೆ ಇಲ್ಲವಾಗದೆ ಹೋಗಿದ್ದರೆ, ನಾನು Sapiens ಅಥವ Homo Deus ಕೃತಿಗಳನ್ನು ರಚಿಸಲು ಸಾಧ್ಯವೇ ಆಗುತ್ತಿರಲಿಲ್ಲ."

ಧ್ಯಾನದ ವಿಧಗಳು

ಧ್ಯಾನದ ಮೂಲ ಉದ್ದೇಶ ಮತ್ತು ಮೂಲ ವಿಧಾನಗಳು ಒಂದೇ ಆದರೂ, ಒಂದೊಂದು ಗುರುಗಳು ಒಂದೊಂದು ಶಾಲೆಯಲ್ಲಿ ಒಂದೊಂದು ರೀತಿಯಲ್ಲಿ ಕಲಿಸುತ್ತಾರೆ. ಹಾಗಾಗಿಯೇ ಹತ್ತಾರು ಜನಪ್ರಿಯ ಅಥವ ಖ್ಯಾತ ಧ್ಯಾನ ರೀತಿಗಳಿವೆ. ಅವುಗಳಲ್ಲಿ ನಾನು ಗಮನಿಸಿದ ಮತ್ತು ಅಭ್ಯಸಿಸಿದ ವಿಧಾನಗಳನ್ನು ಮಾತ್ರ ಇಲ್ಲಿ ಪರಿಚಯಿಸುತ್ತಿದ್ದೇನೆ. ಇವುಗಳಲ್ಲಿ ನಿಮಗೆ ಸೂಕ್ತ ಅಥವ ಸುಲಭ ಅನ್ನಿಸಿದ್ದನ್ನು ನೀವು ಅಭ್ಯಾಸ ಮಾಡಿ. ಹಾಗೆಯೇ ಒಂದೇ ದಿನದಲ್ಲಿ ಅಥವ ವಾರದಲ್ಲಿ ಅಥವ ತಿಂಗಳಿನಲ್ಲಿ ನಿಮಗೆ ದೊಡ್ಡ ಲಾಭ ಅಥವ ಅನುಭವ ಆಗುತ್ತದೆ ಎಂದು ನಿರೀಕ್ಷಿಸಬೇಡಿ. ಕೆಲವು ಅನುಭವಕ್ಕೆ ಬರುತ್ತವೆ ಮತ್ತೆ ಕೆಲವು ಬರುವುದಿಲ್ಲ. ಹಾಗೆಯೇ ಕೆಲವು ಗೋಚರವಾಗುತ್ತವೆ ಮತ್ತು ಗೋಚರವಾಗದೆಯೂ ಇರಬಹುದು. ಇವೆಲ್ಲವೂ ವ್ಯಕ್ತಿಗತ. ನಿರಂತರ ಅಭ್ಯಾಸ ಬಹಳ ಮುಖ್ಯ. ಯಾವುದೇ ಆಧ್ಯಾತ್ಮಿಕ ಅನುಭವ ಅಥವ ಲಾಭದ ಬಗ್ಗೆ ನಾನು ಹೇಳದಿದ್ದರೂ, ಕನಿಷ್ಠ ಅರ್ಧ ಗಂಟೆಯಾದರೂ ಧ್ಯಾನಾಭ್ಯಾಸ ಮಾಡುವುದರಿಂದ ದೇಹ ಮತ್ತು ಮನಸ್ಸಿಗೆ ಬಹಳಷ್ಟು ವಿಶ್ರಾಂತಿ ಲಭಿಸುತ್ತದೆ ಮತ್ತು ನಿದ್ರಾಹೀನತೆ ಇರುವವರಿಗೆ ಅಥವ ಅಗತ್ಯವಿರುವಷ್ಟು ಸಮಯ ನಿದ್ರೆ ಮಾಡಲು ಸಮಯಾಭಾವ ಇರುವವರಿಗೆ ಮೊದಲ ಹಂತದಲ್ಲಿ ಧ್ಯಾನ ಬಹಳ ಸಹಾಯ ಮಾಡುತ್ತದೆ.

ಭಗವದ್ಗೀತೆಯಲ್ಲಿ ಧ್ಯಾನ

ಭಗವದ್ಗೀತೆಯ ಆರನೆಯ ಅಧ್ಯಾಯವಾದ "ಆತ್ಮಸಂಯಮಯೋಗ"ದಲ್ಲಿ ಧ್ಯಾನ ಮಾಡುವ ವಿಧಾನವನ್ನು ಹೀಗೆ ಪರಿಚಯಿಸಲಾಗಿದೆ:

- ಏಕಾಂತದಲ್ಲಿ ಒಬ್ಬನೇ ಇದ್ದು ಚಿತ್ತ, ಇಂದ್ರಿಯಗಳನ್ನು ವಶಪಡಿಸಿಕೊಂಡು ಸಂಗ್ರಹಬುದ್ಧಿ ಇರದವನಾಗಿ ಯೋಗಿಯು ಅಭ್ಯಾಸವನ್ನು ಮಾಡಬೇಕು.
- ಪವಿತ್ರವಾದ ಪ್ರದೇಶದಲ್ಲಿ ಹೆಚ್ಚು ಎತ್ತರವೂ ಹೆಚ್ಚು ತಗ್ಗೂ ಇಲ್ಲದೆ ದರ್ಭೆ, ಕೃಷ್ಣಾಜಿನ, ವಸ್ತ್ರಗಳನ್ನು ಹಾಸಿಕೊಂಡು ಅದರ ಮೇಲೆ ಕುಳಿತುಕೊಂಡು ಮನಸ್ಸನ್ನು ಏಕಾಗ್ರ ಮಾಡಿ ಇಂದ್ರಿಯ ವೃತ್ತಿಗಳನ್ನು ನಿಗ್ರಹಿಸಿ ಚಿತ್ತಶುದ್ಧಿಗಾಗಿ ಯೋಗಿಯು ಯೋಗಸಾಧನೆಯನ್ನು ಮಾಡಬೇಕು.
- ತಲೆ, ಕುತ್ತಿಗೆ, ಶರೀರಗಳನ್ನು ನೆಟ್ಟಗೆ ದೃಢವಾಗಿ ನಿಲ್ಲಿಸಿಕೊಂಡು, ಮೂಗಿನ ತುದಿಯನ್ನು ನೋಡುತ್ತಾ ದೃಷ್ಟಿಯನ್ನು ಅತ್ತ ಇತ್ತ ಹೋಗಗೊಡದೆ ಸ್ಥಿರಚಿತ್ತನು, ಭಯರಹಿತನು, ಬ್ರಹ್ಮಚರ್ಯದೀಕ್ಷಾಬದ್ಧನೂ ಆದ ಯೋಗಿಯು ನನ್ನನ್ನೇ ಹೆಚ್ಚಿನ ಗತಿ ಎಂದು ಧ್ಯಾನ ಮಾಡುತ್ತಿರಬೇಕು.
- ಈ ವಿಧವಾದ ನೇಮದಿಂದ ಯೋಗವನ್ನು ಮಾಡುವವನು ನನ್ನ ಸ್ಥಾನವಾದ ಪರಮನಿರ್ವಾಣವನ್ನು ಸುಖವಾಗಿ ಪ್ರಾಪ್ತ ಮಾಡಿಕೊಳ್ಳುತ್ತಾನೆ.

ಸಾಧಕನು ಧ್ಯಾನ ಮಾಡಬೇಕಾದ ರೀತಿಯನ್ನು ಹೀಗೆ ಗೀತೆಯ ಆತ್ಮಸಂಯಮಯೋಗ ಅಧ್ಯಾಯದ 10ರಿಂದ 15ನೇ ಶ್ಲೋಕಗಳಲ್ಲಿ ವಿವರಿಸಲಾಗಿದೆ.

ಮುಂದುವರೆದು, ಯೋಗಿಯಾದವನು ಊಟ, ನಿದ್ರೆ ಇತ್ಯಾದಿಗಳಲಿ ಅನುಸರಿಸಬೇಕಾದ ಕೆಲವು ಜೀವನ ರೀತಿಗಳನ್ನೂ ಹಾಗೂ ಧ್ಯಾನದಿಂದ ಯೋಗಿಗೆ ಲಭಿಸುವ ಪ್ರಯೋಜನಗಳನ್ನು ತಿಳಿಸಲಾಗಿದೆ:

- ಅತಿಯಾಗಿ ತಿನ್ನುವವನಿಗೂ, ಏನೂ ತಿನ್ನದೆ ಇರುವವನಿಗೂ, ಮಿತಿಮೀರಿ ನಿದ್ರಿಸುವವನಿಗೂ, ಮಿತಿಮೀರಿ ಎಚ್ಚತ್ತಿರುವವನಿಗೂ ಯೋಗವು ಸಿದ್ಧಿಸುವುದಿಲ್ಲ.
- ಆಹಾರ ವಿಹಾರಗಳಲ್ಲಿ, ಗತಿಸ್ಥಿತಿಗಳಲ್ಲಿ, ನಿದ್ರೆ ಎಚ್ಚರಗಳಲ್ಲಿ, ಯುಕ್ತನಾಗಿರುವವನಿಗೆ ಯೋಗವು ಸುಖವಾಗಿ ಸಿದ್ಧಿಸುತ್ತದೆ.
- ಚಿತ್ತವು ನಿಯಮಿಸಲ್ಪಟ್ಟು ಆತ್ಮಾನುಸಂಧಾನದಲ್ಲಿ ಸ್ಥಿರವಾದರೆ ಆಗ ಕೋರಿಕೆಗಳನ್ನೆಲ್ಲಾ ತ್ಯಜಿಸಿ ಯೋಗಸಿದ್ಧಿಯನ್ನು ಪಡೆಯುತ್ತಾನೆ.

- ಯೋಗಾಭ್ಯಾಸಿಯ ಚಿತ್ತವು ಗಾಳಿಯಿಲ್ಲದ ಸ್ಥಳದಲ್ಲಿಯ ದೀಪದಂತೆ ನಿಶ್ಚಲವಾಗಿರುವುದು.
- ಯೋಗಸೇವೆಯ ಬಲದಿಂದ ಸ್ವಾಧೀನವಾದ ಚಿತ್ತಕ್ಕೆ ಎಲ್ಲಿ ಉಪಶಾಂತಿ ದೊರಕುತ್ತದೆಯೋ, ಶುದ್ಧಾಂತಃಕರಣದಲ್ಲಿ ಆತ್ಮನನ್ನು ದರ್ಶನ ಮಾಡಿ, ಯೋಗಿಯು ಯಾವ ಸ್ಥಿತಿಯಲ್ಲಿ ಸಂತೃಪ್ತಿಯನ್ನು ಪಡೆಯುತ್ತಾನೋ, ಉತ್ತಮೋತ್ತಮವಾದ ಸುಖವು ಯಾವುದೋ, ಯಾವುದು ಇಂದ್ರಿಯಗಳಿಗೆ ಅಗೋಚರವಾಗಿದ್ದರೂ ಶುದ್ಧ ಬುದ್ಧಿಗೆ ಗ್ರಾಹ್ಯವಾಗುವುದೋ, ಯಾವ ಸ್ಥಾನದಲ್ಲಿ ಸೇರಿದರೆ ಪುನಃ ಚಲನವಿರುವುದಿಲ್ಲವೋ, ಯಾವುದಕ್ಕಿಂತ ಹೆಚ್ಚಿನ ಲಾಭವು ಮತ್ತೊಂದಿಲ್ಲವೋ, ಯಾವುದನ್ನು ಹೊಂದಿದವನಿಗೆ ದುಃಖ ಸ್ಪರ್ಶವಿರುವುದಿಲ್ಲವೋ, ರಾಜ್ಯ ಪರಿಧಿಗೆ ಯಾವುದು ದೂರವಾಗಿರುವುದೋ, ಅದನ್ನೇ ಯೋಗವೆನ್ನುತ್ತಾರೆ. ಅಂತಹ ಯೋಗವನ್ನು ದೃಢವಾಗಿಯೂ ಸಹನೆಯಿಂದಲೂ ಆಚರಿಸಬೇಕು.
- ಸಂಕಲ್ಪದಿಂದ ಹುಟ್ಟಿದ ಕೋರಿಕೆಗಳನ್ನು ಪೂರ್ಣ ತ್ಯಜಿಸಿ, ಮನಸ್ಸಿನಿಂದ ಇಂದ್ರಿಯ ಸಮುದಾಯವನ್ನು ನಿಗ್ರಹಿಸಿ, ಧೈರ್ಯದಿಂದ ಕೂಡಿದ ಬುದ್ಧಿಯಿಂದ ವಿಷಯಗಳನ್ನು ಮೆಲ್ಲಮೆಲ್ಲಗೆ ತಡೆದು, ಮನಸ್ಸನ್ನು ಆತ್ಮನಲ್ಲಿ ನಿಲ್ಲಿಸಿ, ಯೋಗಿಯು ನಿಶ್ಚಿಂತನಾಗಿರಬೇಕು.
- ಮನಸ್ಸು ಚಲಿಸಿದಾಗಲೆಲ್ಲಾ ನಿಗ್ರಹಿಸುತ್ತಾ, ಅದನ್ನು ಆತ್ಮನಲ್ಲಿ ನಿಲ್ಲಿಸಲು ಯೋಗಿಯು ಯತ್ನಿಸಬೇಕು.
- ಇಂಥವನೇ ಯೋಗಿ. ಅವನ ಚಿತ್ತವು ಶಾಂತವಾಗಿದೆ. ಅವನಿಗೆ ವಿಕ್ಷೇಪಗಳಿಲ್ಲ. ಅವನು ಪಾಪರಹಿತನು; ಬ್ರಹ್ಮಸ್ವರೂಪನು. ಅಂಥವನಿಗೆ ಸರ್ವೋತ್ತಮವಾದ ಸುಖವು ಸಿದ್ಧಿಸುತ್ತದೆ.
- ಈ ರೀತಿ ಮನಸ್ಸನ್ನು ಯೋಗದಲ್ಲಿ ತೊಡಗಿಸಿದ ಯೋಗಿಯು ದೋಷಗಳನ್ನು ನಿವಾರಣೆ ಮಾಡಿಕೊಂಡು ಎಲ್ಲಕ್ಕೂ ಶ್ರೇಷ್ಠವಾದ ಬ್ರಹ್ಮಾನಂದ ಸುಖವನ್ನು ಪಡೆಯುತ್ತಾನೆ.
- ಯೋಗಯುಕ್ತ ಚಿತ್ತವುಳ್ಳವನಾಗಿ ಎಲ್ಲೆಲ್ಲಿಯೂ ಸಮದೃಷ್ಟಿಯುಳ್ಳವನಾಗಿ ತನ್ನನ್ನು ಎಲ್ಲಾ ಜೀವಿಗಳಲ್ಲಿಯೂ, ತನ್ನಲ್ಲಿ ಎಲ್ಲಾ ಜೀವಿಗಳನ್ನೂ ವೀಕ್ಷಿಸುತ್ತಾನೆ.

(ಆತ್ಮಸಂಯಮಯೋಗ ಅಧ್ಯಾಯ–16ರಿಂದ 29ನೇ ಶ್ಲೋಕಗಳು)

ಹಾಗೆಯೆ ಚಿತ್ತ ಸ್ವಾಧೀನ ಮತ್ತು ಶಿಸ್ತು ಧ್ಯಾನಕ್ಕೆ ಎಷ್ಟು ಮುಖ್ಯ ಎಂದು ಈ ಶ್ಲೋಕದಲ್ಲಿ ವಿವರಿಸಲಾಗಿದೆ:

- ಚಿತ್ತ ಸ್ವಾಧೀನ ಇಲ್ಲದವನು ಯೋಗವನ್ನು ಸಾಧಿಸಲಾರನು. ಚಿತ್ತವನ್ನು ಸ್ವಾಧೀನ ಮಾಡಿಕೊಂಡವನು ಪ್ರಯತ್ನಿಸುತ್ತಾ ಸುಲಭವಾಗಿ ಯೋಗ ಸಿದ್ಧಿಯನ್ನು ಪಡೆಯುವನು.

(ಆತ್ಮಸಂಯಮಯೋಗ ಅಧ್ಯಾಯ–ಶ್ಲೋಕ–36)

ಭಗವದ್ಗೀತೆಯ ಪ್ರಕಾರ ಧ್ಯಾನ ಮಾಡಬಯಸುವವರು ಮೊದಲು ನಿಮಗೆ ಅನುಕೂಲವಾದ ಧ್ಯಾನಾಸನದಲ್ಲಿ ಕುಳಿತುಕೊಳ್ಳಿ. ಬೆನ್ನು ಮತ್ತು ಕತ್ತು ನೇರವಾಗಿರಲಿ. ಕೈಗಳನ್ನು ನೀವು ಆಯ್ಕೆ ಮಾಡಿಕೊಂಡಿರುವ ಧ್ಯಾನಾಸನಕ್ಕೆ ಸೂಕ್ತವಾದ ಚಿನ್ಮುದ್ರೆ ಅಥವ ಭೈರವಮುದ್ರೆಯಲ್ಲಿ ಇಟ್ಟುಕೊಳ್ಳಿ. ಮೂಗಿನ ತುದಿಯ ಮೇಲೆ ದೃಷ್ಟಿಯನ್ನು ಕೇಂದ್ರೀಕರಿಸಿ, ಯಾವುದೇ ಯೋಚನೆಗಳನ್ನು ಮಾಡದೆ, ಮನಸ್ಸಿನಲ್ಲಿಯೇ ನಿಮ್ಮ ಇಷ್ಟದೈವವನ್ನು ಸ್ಮರಿಸುತ್ತಿರಿ. ದೇವರಲ್ಲಿ ನಂಬಿಕೆ ಇರುವವರು ಬಹಳ ಸುಲಭವಾಗಿ ಮಾಡಬಹುದಾದ ಧ್ಯಾನ ಇದು.

ತಮಗೆ ಅನುಕೂಲವಾದಷ್ಟು ಸಮಯ ಹೀಗೆ ಧ್ಯಾನ ಮಾಡಿ. ಸಾಕು ಅನ್ನಿಸಿದಾಗ, ಅದರಿಂದ ಹೊರಬರಲು ಹೀಗೆ ಮಾಡಿ: ಕೈಗಳನ್ನು ಒಂದಕ್ಕೊಂದು ಉಜ್ಜಿಕೊಳ್ಳಿ. ಹಸ್ತಗಳು ಬಿಸಿಯಾದಾಗ ಅವನ್ನು ಕಣ್ಣಿನ ಮುಂದೆ ತಂದು ಕಣ್ಣುಗಳಿಗೆ ತಾಕದ ಹಾಗೆ ಕಣ್ಣನ್ನು ಮುಚ್ಚಿ. ಕಣ್ಣಿಗೆ ಕೈಗಳ ಶಾಖ ಹರಿದು ರಕ್ತಸಂಚಾರ ಹೆಚ್ಚಲಿ. ಈಗ ಕೈಗಳನ್ನು ಕಣ್ಣು ಮತ್ತು ಮುಖದ ಮೇಲೆ ಮೆತ್ತಗೆ ಸ್ಪರ್ಶಿಸುತ್ತ ಹಾಗೆಯೇ ದೇಹದ ಮೇಲಿಂದ ಕೆಳಗಿನ ತನಕ ತನ್ನಿ. ಧ್ಯಾನಾಸನದಿಂದ ಹೊರಬಂದು ಕೈಕಾಲುಗಳನ್ನು ಸಡಿಲಿಸಿಕೊಳ್ಳಿ.

ನಿರ್ಯೋಚನಾ ಧ್ಯಾನ

ಕರ್ನಾಟಕದಲ್ಲಿ ಮತ್ತು ಇತರೆ ಕಡೆಗಳಲ್ಲಿ "ಸಿದ್ಧ ಸಮಾಧಿ ಯೋಗ" ಸಂಸ್ಥೆಯವರು ನಡೆಸುವ SSY ಶಿಬಿರಗಳಲ್ಲಿ ಈ ಪ್ರಕಾರದ ಧ್ಯಾನವನ್ನು ಕಲಿಸಲಾಗುತ್ತಿದೆ ಮತ್ತು ಸಹಸ್ರಾರು ಜನ ಈ ಧ್ಯಾನಾಭ್ಯಾಸ ಮಾಡುತ್ತಿದ್ದಾರೆ. ಇದು ಬಹಳ ಸರಳವಾದ ಧ್ಯಾನ. ಸುಮ್ಮನೆ ಕೂತು, ಪ್ರಜ್ಞಾವಸ್ಥೆಯಲ್ಲಿ ಇದ್ದರೂ ಮನಸ್ಸಿನಲ್ಲಿ ಏನನ್ನೂ ಯೋಚಿಸದ ಸ್ಥಿತಿಯಲ್ಲಿ ಇರುವ ನಿರ್ಯೋಚನಾ ಧ್ಯಾನ. "ಸಿದ್ಧ ಸಮಾಧಿ ಯೋಗ"ದವರು ಇದನ್ನು ಸರಳವಾಗಿ ಧ್ಯಾನ ಎನ್ನುವ ಹೆಸರಿನಿಂದಲೇ ಕರೆಯುತ್ತಾರೆ. ಆದರೆ ಈ ಧ್ಯಾನದ ರೀತಿನೀತಿಗಳನ್ನು ಗಮನಿಸಿ ನಾನೇ ಇದಕ್ಕೆ "ನಿರ್ಯೋಚನಾ ಧ್ಯಾನ" ಎಂದು ನಾಮಕರಣ ಮಾಡಿದ್ದೇನೆ.

ಮಾಡುವ ವಿಧಾನ:

ನಿಮಗೆ ಅನುಕೂಲವಾದ ಧ್ಯಾನಾಸನದಲ್ಲಿ ಕುಳಿತುಕೊಳ್ಳಿ. ಬೆನ್ನು ಮತ್ತು ಕತ್ತು ನೇರವಾಗಿರಲಿ. ಕಣ್ಣುಗಳನ್ನು ಮೃದುವಾಗಿ ಮುಚ್ಚಿಕೊಳ್ಳಿ. ಕೈಗಳನ್ನು ನೀವು ಆಯ್ಕೆ ಮಾಡಿಕೊಂಡಿರುವ ಧ್ಯಾನಾಸನಕ್ಕೆ ಸೂಕ್ತವಾದ ಚಿನ್ಮುದ್ರೆ ಅಥವ ಭೈರವಮುದ್ರೆಯಲ್ಲಿ ಇಟ್ಟುಕೊಳ್ಳಿ.

ಸಹಜವಾದ ಉಸಿರಾಟ ಮಾಡುತ್ತ, ಯಾವುದೇ ವಿಚಾರವಾಗಿ ಯೋಚಿಸದೆ ಅಥವ ಆಲೋಚನೆ ಮಾಡದೆ ಸುಮ್ಮನೆ ಇರಿ. ಪ್ರಜ್ಞಾಪೂರ್ವಕವಾಗಿ ನಿರ್ಯೋಚನೆ ಸ್ಥಿತಿಯಲ್ಲಿ ಇರಿ. ಈ ಸ್ಥಿತಿಯಲ್ಲಿ ನಾವು ಆ ನಿರ್ಯೋಚನಾ ಸ್ಥಿತಿಯಿಂದ ಅಪ್ರಜ್ಞಾಪೂರ್ವಕವಾಗಿ ಯಾವುದೇ ಆಲೋಚನೆಯಲ್ಲಿ ಮುಳುಗಬಹುದು. ಆದರೆ ಹೀಗೆ ಏನನ್ನೋ ಆಲೋಚಿಸುತ್ತಿದ್ದೇನೆ ಎನ್ನುವುದು ಸ್ವಲ್ಪ ಸಮಯದಲ್ಲಿಯೇ ನಿಮ್ಮ ಅರಿವಿಗೆ ಬರುತ್ತದೆ. ಆ ಅರಿವು ನಿಮಗೆ ಮೂಡಿದ ತಕ್ಷಣ ಆ ಆಲೋಚನೆಯನ್ನು ಅಲ್ಲಿಗೇ ನಿಲ್ಲಿಸಿ. ಮತ್ತೆ ಮುಂದುವರೆಸಬೇಡಿ. ಹಾಗೆಯೇ ಯಾವುದೇ ಹೊಸ ಆಲೋಚನೆಯನ್ನು ಪ್ರಜ್ಞಾಪೂರ್ವಕವಾಗಿ ಸೃಷ್ಟಿಸಿಕೊಳ್ಳಬೇಡಿ.

ಆರಂಭದಲ್ಲಿ ಹೀಗೆ ಸುಮ್ಮನೆ ಕೂರುವುದು ಮತ್ತು ಆ ಸಮಯದಲ್ಲಿ ಮನಸ್ಸಿನಲ್ಲಿ ಮೂಡುವ ಆಲೋಚನೆಗಳನ್ನು ಮುಂದುವರೆಸದಿರುವುದು ಸ್ವಲ್ಪ ಕಷ್ಟ ಅನ್ನಿಸಿದರೂ, ಐದುಹತ್ತು ನಿಮಿಷಕ್ಕೆಲ್ಲ ತಾಳ್ಮೆ ಕಡಿಮೆಯಾಗಿ ಸಮಯ ಹೋಗುತ್ತಿಲ್ಲ ಎನ್ನುವ ಕಿರಿಕಿರಿಯ ಭಾವ ಮೂಡಿದರೂ, ಕ್ರಮೇಣ ಅಭ್ಯಾಸವಾಗುತ್ತದೆ. ಕನಿಷ್ಠ 15 ನಿಮಿಷ ಅಭ್ಯಾಸವಾದರೆ ನಂತರ ಅದನ್ನು ಅರ್ಧ ಗಂಟೆ ಅಥವ ಅದಕ್ಕಿಂತ ಹೆಚ್ಚಿಗೆ ಹೆಚ್ಚಿಸುತ್ತಾ ಹೋಗಬಹುದು.

ಈ ಧ್ಯಾನ ಮಾಡುವಾಗ ಒಮ್ಮೊಮ್ಮೆ ಪ್ರಜ್ಞಾವಸ್ಥೆಯಿಂದ ನಿದ್ರೆಗೆ ಜಾರುವುದು ಬಹಳ ಸುಲಭ. ಆದರೆ ಎಚ್ಚರವಾದ ತಕ್ಷಣ ಮತ್ತೆ ಎಚ್ಚರದಲ್ಲಿ ಧ್ಯಾನವನ್ನು ಮುಂದುವರೆಸಿ. ನಿದ್ರೆಗೆ ಜಾರುವ ಪ್ರಮಾಣವನ್ನು ಕಡಿಮೆ ಮಾಡುತ್ತಾ ಹೋಗಿ. ಇಡೀ ಧ್ಯಾನ ಸಮಯವನ್ನು ಮೌನದಲ್ಲಿ, ಎಚ್ಚರದಲ್ಲಿ, ನಿರ್ಯೋಚನೆಯಲ್ಲಿ ಕಳೆಯಿರಿ. ಧ್ಯಾನದಲ್ಲಿ ಒಬ್ಬೊಬ್ಬರಿಗೆ ಒಂದೊಂದು ಅನುಭವ ಆಗಬಹುದು, ಆಗದೆಯೂ ಇರಬಹುದು. ಹಾಗೆಯೇ ಒಮ್ಮೆ ಆದ ಅನುಭವ ಮತ್ತೆ ಆಗದೆಯೂ ಇರಬಹುದು. ಹಾಗಾಗಿ ಅನುಭವಗಳಿಗೆ, ಅವು ಎಷ್ಟೆ ಪ್ರಿಯವಾದ ಅನುಭವ ಅನ್ನಿಸಿದ್ದರೂ, ಅವುಗಳಿಗೆ ಕಾತರಿಸದೆ ನಿರ್ಯೋಚನೆಗಳಿಂದ, ನಿರಪೇಕ್ಷೆಯಿಂದ ಧ್ಯಾನ ಮಾಡಿ.

ಧ್ಯಾನ ಸಾಕು ಅನ್ನಿಸಿದಾಗ, ಅದರಿಂದ ಹೊರಬರಲು ಹೀಗೆ ಮಾಡಿ: ಕೈಗಳನ್ನು ಒಂದಕ್ಕೊಂದು ಉಜ್ಜಿಕೊಳ್ಳಿ. ಹಸ್ತಗಳು ಬಿಸಿಯಾದಾಗ ಅವನ್ನು

ಕಣ್ಣಿನ ಮುಂದೆ ತಂದು ಕಣ್ಣುಗಳಿಗೆ ತಾಕದ ಹಾಗೆ ಕಣ್ಣನ್ನು ಮುಚ್ಚಿ. ಕಣ್ಣಿಗೆ ಕೈಗಳ ಶಾಖ ಹರಿದು ರಕ್ತಸಂಚಾರ ಹೆಚ್ಚಲಿ. ಈಗ ಕೈಗಳನ್ನು ಕಣ್ಣು ಮತ್ತು ಮುಖದ ಮೇಲೆ ಮೆತ್ತಗೆ ಸ್ಪರ್ಶಿಸುತ್ತ ಹಾಗೆಯೇ ದೇಹದ ಮೇಲಿಂದ ಕೆಳಗಿನ ತನಕ ತನ್ನಿ. ನಿಧಾನವಾಗಿ ಕಣ್ಣನ್ನು ತೆರೆಯಿರಿ. ಧ್ಯಾನಾಸನದಿಂದ ಹೊರಬಂದು ಕೈಕಾಲುಗಳನ್ನು ಸಡಿಲಿಸಿಕೊಳ್ಳಿ.

ವಿಪಶ್ಯನ ಧ್ಯಾನ

ವಿಪಶ್ಯನ ಧ್ಯಾನವು ಗೌತಮ ಬುದ್ಧನು ಸುಮಾರು 2500 ವರ್ಷಗಳ ಹಿಂದೆ ರೂಪಿಸಿದ ಧ್ಯಾನ ವಿಧಾನ ಎಂದು ಹೇಳಲಾಗುತ್ತದೆ. ವಿಪಶ್ಯನ ಎಂದರೆ ವಸ್ತುಸ್ಥಿತಿಗಳನ್ನು ಅವು ಇರುವಂತೆಯೇ ನೋಡುವುದು ಎಂದರ್ಥ. ಇತ್ತೀಚಿನ ದಿನಗಳಲ್ಲಿ ಇದನ್ನು ಸತ್ಯನಾರಾಯಣ ಗೋಯಂಕರು (1924–2013) ಸಾಕಷ್ಟು ಚಾಲ್ತಿಗೆ ತಂದಿದ್ದಾರೆ. ಅವರ ಸಹವರ್ತಿಗಳು ಮತ್ತು ಅನುಯಾಯಿಗಳು ಇಂದು ವಿಶ್ವದ ನೂರಾರು ಕಡೆ ಈ ಧ್ಯಾನವನ್ನು ಆಸಕ್ತರಿಗೆ ಉಚಿತವಾಗಿ ಕಲಿಸುತ್ತಿದ್ದಾರೆ. ನಮ್ಮ ರಾಜ್ಯದಲ್ಲಿಯೂ ಹಲವು ಕಡೆ ಇದನ್ನು ಕಲಿಸುವ ಧ್ಯಾನ ಕೇಂದ್ರಗಳು ಸ್ಥಾಪನೆಯಾಗಿವೆ. ಆಸಕ್ತರು https://www.dhamma.org ಜಾಲತಾಣಕ್ಕೆ ಹೋಗಿ ಹೆಚ್ಚಿನ ಮಾಹಿತಿಯನ್ನು ಪಡೆಯಬಹುದು.

ಸತ್ಯನಾರಾಯಣ ಗೋಯಂಕರ ಪ್ರಕಾರ:

"ವ್ಯಕ್ತಿಯು ತಾನೂ ಶಾಂತಿಯಿಂದ ಬದುಕಿ, ಇತರರೊಡನೆಯೂ ಶಾಂತಿಯಿಂದಿರಬೇಕಾಗುತ್ತದೆ. ಎಷ್ಟಾದರೂ ಮನುಷ್ಯನು ಸಮಾಜ ಜೀವಿ. ಅವನು ಸಮಾಜದಲ್ಲಿ ಬದುಕಲೇಬೇಕು ಮತ್ತು ಇತರರೊಡನೆ ವ್ಯವಹರಿಸಲೇಬೇಕು. ಶಾಂತಿಯಿಂದ ಬದುಕುವುದು ಹೇಗೆ? ನಮ್ಮೊಳಗೇ ನಾವು ಗೊಂದಲಗಳಿಲ್ಲದೇ ಶಾಂತಿಯಿಂದಿರುವುದು ಹೇಗೆ, ಮತ್ತು ನಮ್ಮ ಸುತ್ತಮುತ್ತಲೂ ಶಾಂತಿ, ಸಾಮರಸ್ಯವನ್ನು ಕಾಪಾಡಿಕೊಂಡು ಆ ಮುಖೇನ ಇತರರೂ ಶಾಂತಿ, ಸಾಮರಸ್ಯದಿಂದ ಬದುಕುವಂತೆ ಮಾಡುವುದು ಹೇಗೆ?

"ನಾವು ತಳಮಳಕ್ಕೊಳಗಾದಾಗ, ಅದರಿಂದ ಹೊರಬರಲು, ಆ ತಳಮಳದ ಮೂಲ ಕಾರಣವನ್ನು, ದುಃಖದ ಕಾರಣವನ್ನು ತಿಳಿಯಲೇ ಬೇಕು. ಸಮಸ್ಯೆಯನ್ನು ತನಿಖೆ ಮಾಡಿದಾಗ, ಇದು ಬಹಳ ಬೇಗ ಸ್ಪಷ್ಟವಾಗುತ್ತದೆ. ಯಾವಾಗ ನಮ್ಮ ಮನಸ್ಸಿನಲ್ಲಿ

ನಕಾರಾತ್ಮಕತೆಯನ್ನು ಅಥವಾ ಮಲಿನತೆಯನ್ನು ಉತ್ಪತ್ತಿ ಮಾಡಿಕೊಳ್ಳಲು ಪ್ರಾರಂಭಿಸುತ್ತೇವೆಯೋ ಆಗ ಖಂಡಿತವಾಗಿಯೂ ನಾವು ದುಃಖಿತರಾಗುತ್ತೇವೆ. ಮನಸ್ಸಿನ ನಕಾರಾತ್ಮಕತೆ, ಮನಸ್ಸಿನ ಮಲಿನತೆ ಅಥವಾ ಅಶುದ್ಧತೆ ಮತ್ತು ಶಾಂತಿ - ಸಾಮರಸ್ಯ ಎರಡೂ ಜೊತೆ ಜೊತೆಯಾಗಿರಲು ಸಾಧ್ಯವಿಲ್ಲ.

"... ಸಂಪೂರ್ಣ ಜ್ಞಾನೋದಯ ಹೊಂದಿ ಅಂತಿಮ ಸತ್ಯವನ್ನು ತಲುಪಿದ ವ್ಯಕ್ತಿಯು (ಈ ಸಮಸ್ಯೆಗೆ) ನಿಜವಾದ ಪರಿಹಾರವನ್ನು ಹುಡುಕಿದರು. ಯಾವಾಗ ಮನಸ್ಸಿನಲ್ಲಿ ನಕಾರಾತ್ಮಕತೆ ಬರುತ್ತದೋ ಅದರ ಜೊತೆ ಜೊತೆಗೆ ದೇಹದ ಮಟ್ಟದಲ್ಲಿ ಎರಡು ಬದಲಾವಣೆಗಳು ಆಗುತ್ತವೆ ಎಂಬುದನ್ನು ಅವರು ಕಂಡುಹಿಡಿದರು. ಒಂದನೆಯದು, ಉಸಿರು ತನ್ನ ಸ್ವಾಭಾವಿಕ ಗತಿಯನ್ನು ಕಳೆದುಕೊಳ್ಳುತ್ತದೆ. ನಮ್ಮ ಮನಸ್ಸಿನಲ್ಲಿ ನಕಾರಾತ್ಮಕತೆ ಬಂದಾಗ ನಾವು ಗಟ್ಟಿಯಾಗಿ ಉಸಿರಾಡಲು ಪ್ರಾರಂಭಿಸುತ್ತೇವೆ. ಇದು ಸ್ಥೂಲವಾದ್ದರಿಂದ ಇದನ್ನು ಗಮನಿಸುವುದು ಸುಲಭ. ಇದೇ ಸಮಯದಲ್ಲಿ ಅತಿ ಸೂಕ್ಷ್ಮ ಮಟ್ಟದಲ್ಲಿ, ಒಂದು ರೀತಿಯ ಜೀವರಸಾಯನಿಕ ಕ್ರಿಯೆ ಆರಂಭವಾಗಿ ಸಂವೇದನೆಯನ್ನು ಹುಟ್ಟಿಸುತ್ತದೆ. ಪ್ರತಿಯೊಂದು ಅಶುದ್ಧತೆಯೂ ಒಂದಿಲ್ಲೊಂದು ಸಂವೇದನೆಯನ್ನು, ದೇಹದ ಒಂದಿಲ್ಲೊಂದು ಭಾಗದಲ್ಲಿ ಉತ್ಪಾದಿಸುತ್ತದೆ.

"ಇದು ಪ್ರಯೋಜನಕಾರಿ ಪರಿಹಾರ. ಮನಸ್ಸಿನ ಅಮೂರ್ತ ವಿಕಾರಗಳನ್ನು, ಅಮೂರ್ತ ಭಯ, ಕೋಪ, ಅಥವಾ ಭಾವೋದ್ವೇಗವನ್ನು ಸಾಮಾನ್ಯ ಮನುಷ್ಯ ಗಮನಿಸಲು ಸಾಧ್ಯವಾಗುವುದಿಲ್ಲ. ಆದರೆ ಸರಿಯಾದ ತರಬೇತಿ ಮತ್ತು ಸಾಧನೆಯಿಂದ ಬಹಳ ಸುಲಭವಾಗಿ ಉಸಿರಾಟ ಮತ್ತು ಸಂವೇದನೆಯನ್ನು ಗಮನಿಸಬಹುದು. ಇವೆರಡೂ ನೇರವಾಗಿ ಮನಸ್ಸಿನ ಮಲಿನತೆಗೆ (ಕಲ್ಮಶಕ್ಕೆ) ಸಂಬಂಧಿಸಿವೆ.

"ಉಸಿರಾಟ ಮತ್ತು ಸಂವೇದನೆಗಳು ಎರಡು ರೀತಿಯಲ್ಲಿ ಸಹಾಯ ಮಾಡುತ್ತವೆ. ಮೊದಲನೆಯದಾಗಿ ಅವು ಆಪ್ತ ಕಾರ್ಯದರ್ಶಿಗಳಿದ್ದಂತೆ. ಮನಸ್ಸಿನಲ್ಲಿ ದುರ್ಭಾವನೆ ಪ್ರಾರಂಭವಾದ ತಕ್ಷಣ ಉಸಿರಾಟ ಅದರ ಗತಿಯನ್ನು ಕಳೆದುಕೊಳ್ಳುತ್ತದೆ. "ನೋಡು, ಏನೋ ತಪ್ಪಾಗಿದೆ" ಎಂದು ಕೂಗಲು ಪ್ರಾರಂಭಿಸುತ್ತದೆ. ನಾವು ಉಸಿರಾಟಕ್ಕೆ ಹೊಡೆಯಲು ಸಾಧ್ಯವಿಲ್ಲ. ಈ ಎಚ್ಚರಿಕೆಯನ್ನು ನಾವು

ಒಪ್ಪಿಕೊಳ್ಳಲೇಬೇಕು. ಅದೇ ರೀತಿ ಸಂವೇದನೆಗಳೂ "ಏನೋ ತಪ್ಪಾಗಿದೆ" ಎಂದು ಹೇಳುತ್ತವೆ. ಇದನ್ನು ನಾವು ಒಪ್ಪಿಕೊಳ್ಳಲೇಬೇಕು. ಎಚ್ಚರಿಕೆ ಕೊಟ್ಟ ಮೇಲೆ ನಾವು ಉಸಿರಾಟವನ್ನು, ಸಂವೇದನೆಗಳನ್ನು ಗಮನಿಸಲು ಪ್ರಾರಂಭಿಸುತ್ತೇವೆ. ದುರ್ಭಾವನೆ ಬಹಳ ವೇಗವಾಗಿ ನಶಿಸಿಹೋಗುವುದನ್ನು ಕಂಡುಕೊಳ್ಳುತ್ತೇವೆ.

"ಈ ಮನೋ–ದೈಹಿಕ ವಿದ್ಯಮಾನ ಎರಡು ಮುಖಗಳಿರುವ ನಾಣ್ಯದಂತೆ. ಮನಸ್ಸಿನಲ್ಲಿ ಬರುವ ಆಲೋಚನೆಗಳು ಅಥವಾ ಉದ್ವೇಗಗಳು ಒಂದು ಮುಖ. ಉಸಿರಾಟ ಮತ್ತು ದೇಹದ ಸಂವೇದನೆ ಇನ್ನೊಂದು ಮುಖ. ಯಾವುದೇ ಆಲೋಚನೆ ಅಥವಾ ಉದ್ವೇಗ (ಅರಿವಿಗೆ ಬರುವಂಥದ್ದು ಅಥವಾ ಬರದೆ ಇರುವಂಥದ್ದು), ಮನಸ್ಸಿನ ಯಾವುದೇ ದುರ್ಭಾವನೆ, ಆ ಕ್ಷಣದ ಉಸಿರಾಟ ಅಥವಾ ಸಂವೇದನೆಯಲ್ಲಿ ಪ್ರಕಟವಾಗುತ್ತದೆ. ಹಾಗಾಗಿ ಉಸಿರಾಟ ಅಥವಾ ಸಂವೇದನೆಯನ್ನು ಗಮನಿಸುತ್ತಾ, ವಾಸ್ತವವಾಗಿ ನಾವು ನಮ್ಮ ಮನಸ್ಸಿನ ದುರ್ಭಾವನೆಯನ್ನು ಗಮನಿಸುತ್ತೇವೆ. ಸಮಸ್ಯೆಯಿಂದ ಓಡಿ ಹೋಗುವ ಬದಲು, ನಾವು ಸತ್ಯವನ್ನು ಹೇಗಿದೆಯೋ ಹಾಗೆಯೇ ಎದುರಿಸುತ್ತೇವೆ. ಆಗ ದುರ್ಭಾವನೆ ತನ್ನ ಶಕ್ತಿಯನ್ನು ಕಳೆದುಕೊಳ್ಳುತ್ತಿರುವುದನ್ನು ಕಾಣುತ್ತೇವೆ. ಈ ಹಿಂದಿನಂತೆ ಇನ್ನು ಮುಂದೆ ಅದಕ್ಕೆ ನಮ್ಮಮೇಲೆ ಹಿಡಿತ ಸಾಧಿಸಲಾಗುವುದಿಲ್ಲ. ನಾವು ದೃಢವಾಗಿ ಮುಂದುವರಿದರೆ, ಕೊನೆಗೆ ದುರ್ಭಾವನೆ ಸಂಪೂರ್ಣವಾಗಿ ಹೊರಟುಹೋಗುತ್ತದೆ. ನಾವು ಶಾಂತಿ ಮತ್ತು ಸಂತೋಷದಿಂದ ಇರುತ್ತೇವೆ.

"ಈ ರೀತಿ ತನ್ನನ್ನೇ ತಾನು ಗಮನಿಸುವ ಸಾಧನೆಯು, ಹೊರಗಿನ ಮತ್ತು ಒಳಗಿನ ಎರಡು ಸತ್ಯಗಳನ್ನು ತೋರಿಸುತ್ತದೆ. ಈ ಹಿಂದೆ, ನಾವು ಯಾವಾಗಲೂ ತೆರೆದ ಕಣ್ಣುಗಳಿಂದ ನೋಡುತ್ತಾ, ಒಳಗಿನ ಸತ್ಯವನ್ನು ಕಳೆದುಕೊಳ್ಳುತ್ತಿದ್ದೆವು. ನಮ್ಮ ಅಸಂತೋಷಕ್ಕೆ ಕಾರಣವನ್ನು ನಾವು ಯಾವಾಗಲೂ ಹೊರಗೆ ಹುಡುಕುತ್ತಿದ್ದೆವು. ಹೊರಗಿನ ಸತ್ಯವನ್ನು ಶಪಿಸುತ್ತ, ಅದನ್ನು ಬದಲಾಯಿಸುವ ಪ್ರಯತ್ನ ಮಾಡುತ್ತಿದ್ದೆವು. ಆಂತರಿಕ (ಒಳಗಿನ) ಸತ್ಯದ ತಿಳುವಳಿಕೆ ಇಲ್ಲದ್ದರಿಂದ, ನಮ್ಮ ದುಃಖದ ಕಾರಣ ನಮ್ಮಲ್ಲಿಯೇ ಇದೆ, ನಮ್ಮ ಕುರುಡು ಪ್ರತಿಕ್ರಿಯೆಗಳಲ್ಲಿದೆ ಎಂಬುದನ್ನು ಯಾವಾಗಲೂ ಅರ್ಥಮಾಡಿಕೊಳ್ಳಲಿಲ್ಲ.

"ಆದರೆ ಈಗ, ತರಬೇತಿಯಿಂದಾಗಿ, ನಾವು ನಾಣ್ಯದ ಇನ್ನೊಂದು ಮುಖವನ್ನು ನೋಡಬಲ್ಲೆವು. ನಮ್ಮ ಉಸಿರಾಟವನ್ನು ಮತ್ತು ನಮ್ಮೊಳಗೆ ಏನಾಗುತ್ತಿದೆ ಎಂಬುದನ್ನು ಅರಿಯಬಲ್ಲೆವು. ಅದು ಏನೇ ಆಗಲಿ, ಉಸಿರು ಅಥವಾ ಯಾವುದೇ ಸಂವೇದನೆ, ಮನಸ್ಸಿನ ಸಮತೋಲನವನ್ನು ಕಳೆದುಕೊಳ್ಳದೆ ಅದನ್ನು ಸುಮ್ಮನೆ ಗಮನಿಸುವುದನ್ನು ಕಲಿಯುತ್ತೇವೆ. ನಮ್ಮ ಕ್ಲೇಶಗಳನ್ನು ಹೆಚ್ಚು ಮಾಡಿಕೊಳ್ಳುವುದನ್ನು ನಿಲ್ಲಿಸುತ್ತೇವೆ. ಜೊತೆಗೆ, ನಕಾರಾತ್ಮಕತೆ ಪ್ರಕಟವಾಗಿ ನಶಿಸಿಹೋಗಲು ಅನುವು ಮಾಡಿಕೊಡುತ್ತೇವೆ.

"ಈ ಸಾಧನೆಯನ್ನು ಎಷ್ಟು ಹೆಚ್ಚು ಅಭ್ಯಾಸ ಮಾಡುತ್ತಾರೋ, ಅಷ್ಟು ಹೆಚ್ಚು ವೇಗವಾಗಿ ಹೇಗೆ ನಕಾರಾತ್ಮಕತೆಯಿಂದ ಬೇಗ ಹೊರಬರಬಹುದು ಎಂಬುದನ್ನು ಸಾಧಕರು ಕಂಡುಕೊಳ್ಳುತ್ತಾರೆ. ಕ್ರಮೇಣ ಮನಸ್ಸು ವಿಕಾರದಿಂದ ಮುಕ್ತವಾಗುತ್ತದೆ. ಅದು ಪರಿಶುದ್ಧವಾಗುತ್ತದೆ. ಪರಿಶುದ್ಧ ಮನಸ್ಸು ಯಾವಾಗಲೂ ಪ್ರೀತಿಯಿಂದ ತುಂಬಿರುತ್ತದೆ. ಇತರ ಎಲ್ಲರಲ್ಲೂ ನಿಷ್ಪಕ್ಷಪಾತ ಪ್ರೀತಿ; ಬೇರೆಯವರ ಸೋಲು ಮತ್ತು ನೋವುಗಳ ಬಗ್ಗೆ ಕರುಣೆ ತುಂಬಿರುತ್ತದೆ. ಬೇರೆಯವರ ಗೆಲವು ಮತ್ತು ಸಂತೋಷ ನಮ್ಮಲ್ಲಿ ಅತೀವ ಸಂತೋಷವನ್ನುಂಟುಮಾಡುತ್ತದೆ. ಯಾವುದೇ ಸಂದರ್ಭವಿರಲಿ ಸಮತೆಯೇ ತುಂಬಿರುತ್ತದೆ."

(ಆಕರ: https://www.dhamma.org/kn/about/art)

ಮಾಡುವ ವಿಧಾನ:

ನಿಮಗೆ ಅನುಕೂಲವಾದ ಧ್ಯಾನಾಸನದಲ್ಲಿ ಕುಳಿತುಕೊಳ್ಳಿ. ಬೆನ್ನು ಮತ್ತು ಕತ್ತು ನೇರವಾಗಿರಲಿ. ಕಣ್ಣುಗಳನ್ನು ಮೃದುವಾಗಿ ಮುಚ್ಚಿಕೊಳ್ಳಿ. ಕೈಗಳನ್ನು ನೀವು ಆಯ್ಕೆ ಮಾಡಿಕೊಂಡಿರುವ ಧ್ಯಾನಾಸನಕ್ಕೆ ಸೂಕ್ತವಾದ ಚಿನ್ಮುದ್ರೆ ಅಥವ ಭೈರವಮುದ್ರೆಯಲ್ಲಿ ಇಟ್ಟುಕೊಳ್ಳಿ.

ಮೊದಲಿಗೆ ಸಹಜ ಉಸಿರಾಟ ಮಾಡಿ ಮತ್ತು ನಿಮ್ಮ ಗಮನವನ್ನು ಉಸಿರಾಟದ ಮೇಲೆ ಮತ್ತು ಮೂಗಿನ ಹೊಳ್ಳೆಗಳ ಅಡಿಗೆ ತನ್ನಿ. ಉಸಿರಾಡುವಾಗ ಮೂಗಿನ ಹೊಳ್ಳೆಗಳಲ್ಲಿ ಆಗುವ ಸೂಕ್ಷ್ಮ ಕಂಪನಗಳನ್ನು ಗಮನಿಸಿ. ಉಸಿರು ಎಳೆದುಕೊಳ್ಳುವಾಗ ಮೂಗಿನ ಹೊಳ್ಳೆಯ ಅಡಿಯಲ್ಲಿ ಅಗುವ ತಣ್ಣನೆಯ ಅನುಭವವನ್ನೂ, ಉಸಿರು ಬಿಡುವಾಗ

ಆಗುವ ಸ್ವಲ್ಪ ಬೆಚ್ಚನೆಯ ಗಾಳಿಯ ಅನುಭವವನ್ನೂ ಗಮನಿಸಿ. ನಿಮ್ಮ ಗಮನವೆಲ್ಲಾ ಪ್ರತಿ ಉಚ್ಛ್ವಾಸ ಮತ್ತು ನಿಶ್ವಾಸದ ಮೇಲೆಯೇ ಇರಲಿ. ಇತರೆ ಯಾವುದೇ ಅನುಭವಗಳಿಗೆ ಅಥವ ಸಂವೇದನೆಗಳಿಗೆ ಪ್ರತಿಕ್ರಿಯಿಸಬೇಡಿ.

ಈ ಅಭ್ಯಾಸವನ್ನು ಸ್ವಲ್ಪ ಹೊತ್ತು ಮಾಡಿದ ನಂತರ ಕಾಲಿನ ಹೆಬ್ಬೆರಳಿನಿಂದ ಹಿಡಿದು ತಲೆಯ ಮುಡಿಯವರೆಗೂ ಆಯಾಯ ಭಾಗದಲ್ಲಿ ಆಗುತ್ತಿರುವ ಸಂವೇದನೆಗಳನ್ನು ಗಮನಿಸುತ್ತಾ ಬನ್ನಿ. ಬಲಗಾಲಿನ ಹೆಬ್ಬೆರಳು, ಇತರ ಬೆರಳುಗಳು, ಬಲ ಅಂಗಾಲು, ಬಲ ಪಾದ, ಬಲ ಹಿಮ್ಮಡಿ, ಈಗ ಎಡಗಾಲಿನ ಹೆಬ್ಬೆರಳು, ಇತರ ಬೆರಳುಗಳು, ಅಂಗಾಲು, ಪಾದ, ನಂತರ ಮತ್ತೆ ಬಲಗಾಲಿನ ಮೊಣಕಾಲು, ಮೀನಖಂಡಗಳು, ಮತ್ತೆ ಎಡಗಾಲಿನ ಅದೇ ಭಾಗಗಳು, ಬಲಮಂಡಿ, ಎಡಮಂಡಿ, ಬಲತೊಡೆ, ಎಡತೊಡೆ, ಎರಡೂ ತೊಡೆಗಳ ಸಂದಿಯ ಭಾಗಗಳು, ಪೃಷ್ಠಗಳು. ಸೊಂಟದ ಹಿಂಭಾಗ, ಬೆನ್ನಿನ ಕೆಳಭಾಗ, ಮೇಲ್ಭಾಗ, ಭುಜದ ಭಾಗಗಳು, ನಂತರ ಬಲ ತೋಳು, ಮೊಣಕೈ, ಮಣಿಕಟ್ಟು, ಮುಂಗೈ, ಅಂಗೈ, ಕೈಯ ಎಲ್ಲಾ ಐದು ಬೆರಳುಗಳು, ತದನಂತರ ಎಡ ತೋಳು, ಮೊಣಕೈ, ಮಣಿಕಟ್ಟು, ಮುಂಗೈ, ಅಂಗೈ, ಕೈಯ ಎಲ್ಲಾ ಐದು ಬೆರಳುಗಳು, ಕಿಬ್ಬೊಟ್ಟೆಯ ಭಾಗ, ಹೊಕ್ಕಳು ಮತ್ತು ಅದರ ಸುತ್ತಲಿನ ಉದರದ ಭಾಗ, ಉದರದ ಮೇಲ್ಭಾಗ, ಪಕ್ಕೆಲುಬುಗಳ ಭಾಗ, ಎದೆ, ಕತ್ತು, ಗಂಟಲು, ಗಲ್ಲ, ತುಟಿಗಳು, ಮೂಗು, ಎರಡೂ ಬದಿಯ ಕೆನ್ನೆಗಳು, ಕಿವಿಗಳು, ಕಣ್ಣುಗಳು, ಹುಬ್ಬುಗಳು, ಹಣೆ, ತಲೆಯ ಹಿಂಭಾಗ, ಮೇಲ್ಭಾಗ, ಮಧ್ಯಭಾಗ.... ಹೀಗೆ ಅಡಿಯಿಂದ ಮುಡಿಯವರೆಗೆ ನಿಧಾನವಾಗಿ ಒಂದೊಂದೇ ಭಾಗವನ್ನು ಮತ್ತು ಅಲ್ಲಿ ಅನುಭವಕ್ಕೆ ಬರುವ ಸಂವೇದನೆಗಳನ್ನು ಗಮನಿಸುತ್ತಾ ಬನ್ನಿ. ಅವೂ ಸೇರಿದಂತೆ ದೇಹದಲ್ಲಿ ಅನುಭವಕ್ಕೆ ಬರುವ ಯಾವುದೇ ಸಂವೇದನೆಗಳಿಗೆ ಪ್ರತಿಕ್ರಿಯಿಸಬೇಡಿ. ಕೇವಲ ಗಮನಿಸಿ, ಅದನ್ನು ಅಲ್ಲಿಗೇ ಬಿಟ್ಟುಬಿಡಿ. ಯಾವುದೇ ಚಲನೆ ಮಾಡಬೇಡಿ. ಕೇವಲ ಗಮನಿಸುತ್ತಾ ಮುಂದುವರೆಯಿರಿ. ಮತ್ತೆ ಮೇಲಿನಿಂದ ಕೆಳಕ್ಕೆ ಅದೇ ರೀತಿಯಾಗಿ ಗಮನಿಸುತ್ತಾ ಬನ್ನಿ.

ಈ ಅಭ್ಯಾಸದಲ್ಲಿ ನಿಮಗೆ ಯಾವುದೇ ರೀತಿಯ ತೀವ್ರವಾದ ಪ್ರಿಯ ಅಪ್ರಿಯ ಸಂವೇದನೆಗಳು ಅನುಭವಕ್ಕೆ ಬಂದಾಗ "ಇದು ತಾತ್ಕಾಲಿಕ. ಇದು ಶಾಶ್ವತವಲ್ಲ. ಇದು ಸಹ ಹೋಗುತ್ತದೆ." ಎಂದು ಅಂದುಕೊಂಡು ಅಭ್ಯಾಸವನ್ನು, ಅಂದರೆ ದೇಹದ ಒಂದೊಂದೇ ಅಂಗ ಅಥವ ಭಾಗವನ್ನು ಗಮನಿಸುತ್ತಾ ಮುಂದುವರೆಯುವುದನ್ನು ಮುಂದುವರೆಸಿ.

ಈ ಅಭ್ಯಾಸದ ಸಂದರ್ಭದಲ್ಲಿ ಯಾವುದಾದರೂ ಕಾರಣಕ್ಕೆ ಮನಸ್ಸು ವಿಚಲಿತವಾದರೆ ಮತ್ತೆ ನಿಮ್ಮ ಉಸಿರಾಟವನ್ನು, ಅಂದರೆ ಉಸಿರಾಡುವಾಗ ಮೂಗಿನ ಹೊಳ್ಳೆಗಳ ಬಳಿ ಆಗುವ ಸಂವೇದನೆಗಳನ್ನು ಗಮನಿಸುವ ಅಭ್ಯಾಸಕ್ಕೆ ಹಿಂತಿರುಗಿ. ಮನಸ್ಸು ತಹಬಂದಿಗೆ ಬಂದ ನಂತರ ಮತ್ತೆ ದೇಹಭಾಗಗಳನ್ನು ಗಮನಿಸುವ ಅಥವ ಅವಲೋಕಿಸುವ ಅಭ್ಯಾಸವನ್ನು ಆರಂಭಿಸಿ.

ಧ್ಯಾನ ಸಾಕು ಅನ್ನಿಸಿದಾಗ, ಅದರಿಂದ ಹೊರಬರಲು ಹೀಗೆ ಮಾಡಿ: ಕೈಗಳನ್ನು ಒಂದಕ್ಕೊಂದು ಉಜ್ಜಿಕೊಳ್ಳಿ. ಹಸ್ತಗಳು ಬಿಸಿಯಾದಾಗ ಅವನ್ನು ಕಣ್ಣಿನ ಮುಂದೆ ತಂದು ಕಣ್ಣುಗಳಿಗೆ ತಾಕದ ಹಾಗೆ ಕಣ್ಣನ್ನು ಮುಚ್ಚಿ. ಕಣ್ಣಿಗೆ ಕೈಗಳ ಶಾಖ ಹರಿದು ರಕ್ತಸಂಚಾರ ಹೆಚ್ಚಲಿ. ಈಗ ಕೈಗಳನ್ನು ಕಣ್ಣು ಮತ್ತು ಮುಖದ ಮೇಲೆ ಮೆತ್ತಗೆ ಸ್ಪರ್ಶಿಸುತ್ತ ಹಾಗೆಯೇ ದೇಹದ ಮೇಲಿಂದ ಕೆಳಗಿನ ತನಕ ತನ್ನಿ. ನಿಧಾನವಾಗಿ ಕಣ್ಣನ್ನು ತೆರೆಯಿರಿ. ಧ್ಯಾನಾಸನದಿಂದ ಹೊರಬಂದು ಕೈಕಾಲುಗಳನ್ನು ಸಡಿಲಿಸಿಕೊಳ್ಳಿ.

ಯೋಗನಿದ್ರೆ

ಯೋಗನಿದ್ರೆಯು ಪುರಾತನವಾದ ವಿದ್ಯೆ ಅಥವ ಅಭ್ಯಾಸವಲ್ಲ. ಸ್ವಾಮಿ ಸತ್ಯಾನಂದ ಸರಸ್ವತಿಯವರು ಕಳೆದ ಶತಮಾನದ ಮಧ್ಯಭಾಗದಲ್ಲಿ ರೂಪಿಸಿದ ಧ್ಯಾನ ಪದ್ಧತಿ ಮತ್ತು ವಿಶ್ರಾಮ ಪದ್ಧತಿ ಇದು.

ಯೋಗನಿದ್ರೆಯ ಅಭ್ಯಾಸ

ಆರಂಭದ ಪ್ರಾರ್ಥನೆ:

ಓಂ ಸಹನಾವವತು ।
ಸಹನೌ ಭುನಕ್ತು ।
ಸಹವೀರ್ಯಂ ಕರವಾವಹೈ ।
ತೇಜಸ್ವಿ ನಾವಧೀತಮಸ್ತು
ಮಾ ವಿದ್ವಿಷಾವ ಹೈ ।
ಓಂ ಶಾಂತಿ ಶಾಂತಿ ಶಾಂತಿಃ ॥

ಅರ್ಥ: *ಈ ಪ್ರಕೃತಿಯು ನಮ್ಮನ್ನು ಕಾಪಾಡಲಿ. ಜೊತೆಯಾಗಿ ಉಣ್ಣೋಣ. ಕೂಡಿ ಕೆಲಸ ಮಾಡೋಣ. ಒಟ್ಟಿಗೆ ಕಲಿತು ತೇಜಸ್ವಿಗಳಾಗೋಣ. ನಮ್ಮಲ್ಲಿ ದ್ವೇಷವಿರದಿರಲಿ. ಎಲ್ಲೆಡೆಯೂ ಶಾಂತಿ ನೆಲೆಸಲಿ...*

ಅಭ್ಯಾಸದ ಸೂಚನಾ ಪತ್ರ

(ಸಿದ್ಧತೆ)

ಮೆತ್ತನೆಯ ಚಾಪೆ ಅಥವ ಹೊದಿಕೆಯನ್ನು ನೆಲದ ಮೇಲೆ ಹಾಸಿ ಅದರ ಮೇಲೆ ಶವಾಸನದಲ್ಲಿ, ಅಂದರೆ ಬೆನ್ನಿನ ಮೇಲೆ ಅಂಗಾತ ಮಲಗಿ. ಕೈಕಾಲುಗಳು ಸಡಿಲವಾಗಿರಲಿ. ಕಾಲುಗಳ ನಡುವೆ ಅಂತರವಿರಲಿ. ಕೈಗಳು ದೇಹಕ್ಕೆ ತಾಕದಂತೆ ದೇಹದಿಂದ ಅರ್ಧ ಅಥವ ಮುಕ್ಕಾಲು ಅಡಿ ದೂರದಲ್ಲಿರಲಿ.

ಅಂಗೈಗಳು ಮೇಲ್ಮುಖವಾಗಿರಲಿ; ಬೆರಳುಗಳು ಸಡಿಲವಾಗಿ, ಸಹಜವಾಗಿ, ಅಂದರೆ ಸ್ವಲ್ಪವೇ ಬಾಗಿದ ಹಾಗೆ ಇರಲಿ.

ಯೋಗನಿದ್ರೆಯ ಸಮಯದಲ್ಲಿ ಯಾವುದೇ ಶಾರೀರಿಕ ಚಲನೆ ಇರಬಾರದು. ಹಾಗಾಗಿ ಧರಿಸಿರುವ ಉಡುಪು ಅಥವ ದೇಹದ ಯಾವುದೇ ಭಾಗ ನೀವು ಶವಾಸನದಲ್ಲಿ ದೀರ್ಘಕಾಲ ಆರಾಮವಾಗಿ ಇರಲು ಸಹಕರಿಸುತ್ತಿಲ್ಲ ಅಂದರೆ ಅದನ್ನು ಸರಿಪಡಿಸಿಕೊಳ್ಳಿ.

ಕಣ್ಣುಗಳು ಮೃದುವಾಗಿ ಮುಚ್ಚಿರಲಿ. ಅಭ್ಯಾಸದ ಕೊನೆಯಲ್ಲಿ ಕಣ್ತೆರೆಯುವಂತೆ ಹೇಳುವವರೆಗೆ ಕಣ್ಣುಗಳನ್ನು ತೆರೆಯಬೇಡಿ.

ಈಗ ಒಮ್ಮೆ ಉಸಿರನ್ನು ದೀರ್ಘವಾಗಿ ಎಳೆದುಕೊಂಡು, ಮುಷ್ಟಿ ಬಿಗಿಹಿಡಿದು, ಇಡೀ ಶರೀರವನ್ನು ಗಟ್ಟಿಯಾಗಿ ಬಿಗಿಹಿಡಿಯಿರಿ. (ಸ್ವಲ್ಪಸಮಯ ಹಾಗೆಯೇ ಇದ್ದು, ನಂತರ) ಈಗ ನಿಧಾನವಾಗಿ ಮುಷ್ಟಿ ಮತ್ತು ಮೈಸಡಿಲಿಸುತ್ತ ಉಸಿರನ್ನು ಹೊರಗೆ ಬಿಡಿ. ಇಡೀ ದೇಹ ವಿಶ್ರಾಂತ ಸ್ಥಿತಿಯಲ್ಲಿರಲಿ; ಸಡಿಲವಾಗಿರಲಿ. ಸಹಜ ಉಸಿರಾಟ ಮಾಡಿ.

ಯೋಗನಿದ್ರೆ ಅಭ್ಯಾಸ ಮಾಡುತ್ತಿರುವ ಈ ಸಮಯದಲ್ಲಿ ನಿಮ್ಮೆಲ್ಲ ಚಿಂತೆಗಳನ್ನು ಮರೆತು ಸಂಪೂರ್ಣ ಅರಿವಿನಲ್ಲಿ ಯೋಗನಿದ್ರಾಭ್ಯಾಸ ಮಾಡಿ. ನೀವೀಗ ಹೊರಬಿಡುತ್ತಿರುವ ದೀರ್ಘವಾದ ಉಸಿರಿನೊಂದಿಗೆ ನಿಮ್ಮೆಲ್ಲ ಚಿಂತೆ, ಯೋಚನೆಗಳೆಲ್ಲವೂ ಹೊರಹೋಗುತ್ತಿವೆ ಎಂದು ಭಾವಿಸಿಕೊಳ್ಳಿ.

ಉಸಿರಾಟ ಸಹಜವಾಗಿರಲಿ. ಇನ್ನು ಮುಂದಕ್ಕೆ ನಿಮಗೆ ಕೇಳಿಸುವ ಶಬ್ದ ಅಥವ ಸೂಚನೆಗಳ ಮೇಲೆ ಮತ್ತು ನಿಮ್ಮಲ್ಲಿ ಉತ್ಪತ್ತಿ ಆಗುವ ಭಾವನೆಗಳ ಮೇಲೆ ಮಾತ್ರ ನಿಮ್ಮ ಗಮನವಿರಲಿ.

ಈಗ, ನೀವಿರುವ ಪರಿಸರದಲ್ಲಿ ಕೇಳಿಸುತ್ತಿರುವ ಶಬ್ದಗಳ ಕಡೆಗೆ ಗಮನ ಹರಿಸಿ. ಮೊದಲಿಗೆ ಕೋಣೆಯ ಒಳಗಿನ ಶಬ್ದ ಅಥವ ಹತ್ತಿರದಲ್ಲಿ ಕೇಳಿಬರುತ್ತಿರುವ ಶಬ್ದಗಳನ್ನು ಗಮನಿಸಿ. ನಂತರ ಹೊರಗಿನ ಅಥವ ದೂರದಿಂದ ಕೇಳಿಬರುತ್ತಿರುವ ಶಬ್ದ. ನಿಧಾನವಾಗಿ ನಿಮ್ಮ ಗಮನವನ್ನು,

ಅರಿವನ್ನು, ನಿಮ್ಮ ಹತ್ತಿರಕ್ಕೆ, ನೆಲದ ಮೇಲಿರುವ ನಿಮ್ಮ ಶರೀರದ ಕಡೆಗೆ ತನ್ನಿ. ನಿಮ್ಮ ಉಸಿರಾಟವನ್ನು ಗಮನಿಸಿ. ಉಸಿರಾಡುವಾಗ ಆಗುವ ಮೂಗಿನ ಹೊಳ್ಳೆಗಳ ಸೂಕ್ಷ್ಮ ಕಂಪನಗಳನ್ನು ಗಮನಿಸಿ. ಉಸಿರು ಎಳೆದುಕೊಳ್ಳುವಾಗ ಮೂಗಿನ ಹೊಳ್ಳೆಯ ಅಡಿಯಲ್ಲಿ ಅಗುವ ತಣ್ಣನೆಯ ಅನುಭವವನ್ನೂ, ಉಸಿರು ಬಿಡುವಾಗ ಆಗುವ ಸ್ವಲ್ಪ ಬೆಚ್ಚನೆಯ ಗಾಳಿಯ ಅನುಭವವನ್ನೂ ಗಮನಿಸಿ.

(ಪ್ರವೇಶ)

ಈಗ ನಿಮಗೆ ನೀವೇ ಹೇಳಿಕೊಳ್ಳಿ. "ನಾನೀಗ ಯೋಗನಿದ್ರೆಯ ಅಭ್ಯಾಸ ಮಾಡುತ್ತಿದ್ದೇನೆ. ಈ ಅಭ್ಯಾಸದ ಸಮಯದಲ್ಲಿ ನಾನು ಎಚ್ಚರವಾಗಿರುತ್ತೇನೆ ಮತ್ತು ನಿದ್ರಿಸುವುದಿಲ್ಲ. ಧ್ವನಿಗಳನ್ನು ಮಾತ್ರ ಆಲಿಸುತ್ತೇನೆ." ಇದನ್ನೇ ಒಂದೆರಡು ಬಾರಿ ಮನಸ್ಸಿನಲ್ಲಿ ಹೇಳಿಕೊಳ್ಳಿ.

ಈಗ ನಿಮಗೆ ಕೊಡುವ ಸೂಚನೆಗಳನ್ನು ಪಾಲಿಸುತ್ತ ದೇಹದ ಒಂದೊಂದೇ ಅಂಗಾಂಗಗಳ ಮೇಲೆ ಗಮನ ಹರಿಸುವ ಮೂಲಕ, ಪ್ರಜ್ಞೆಯ ಹರಿವನ್ನು ಅಭ್ಯಾಸ ಮಾಡಿ.

ಈಗ ನಿಮ್ಮ ಗಮನವನ್ನು ಬಲಗೈಯ ಹೆಬ್ಬೆರಳಿನ ಮೇಲೆ ತನ್ನಿ. ನಂತರ ಅದರ ಪಕ್ಕದ ತೋರುಬೆರಳಿನ ಮೇಲೆ ತನ್ನಿ. ಹಾಗೆಯೇ ಮುಂದುವರೆದು ನಡುಬೆರಳು, ಉಂಗುರದ ಬೆರಳು, ಕಿರುಬೆರಳಿನ ಮೆಲೆ ಗಮನ ಹರಿಸಿ. ಬಲ ಅಂಗೈ, ಅಂಗೈಯ ಹಿಂಭಾಗ, ಮಣಿಕಟ್ಟು, ಮುಂಗೈ, ಮೊಣಕೈ, ತೋಳು, ಭುಜ, ಕಂಕುಳು, ಬಲಭಾಗದ ನಡು, ಬಲ ಪೃಷ್ಠ, ಬಲ ತೊಡೆ, ಮಂಡಿ, ಮೊಣಕಾಲು, ಮೀನಖಂಡ, ಬಲಗಾಲಿನ ಮಣಿಕಟ್ಟು, ಹಿಮ್ಮಡಿ, ಅಂಗಾಲು, ಬಲಪಾದ, ಬಲಗಾಲಿನ ಹೆಬ್ಬೆರಳು, ಅದರ ಪಕ್ಕದ ಬೆರಳು, ಮಧ್ಯದ ಬೆರಳು, ನಾಲ್ಕನೆಯ ಬೆರಳು, ಐದನೆಯ ಬೆರಳಿನ ಮೇಲೆ ಗಮನವನ್ನು ತನ್ನಿ.

ಈಗ ಎಡಗೈಯ ಹೆಬ್ಬೆರಳಿನ ಮೇಲೆ ಗಮನವನ್ನು ತನ್ನಿ. ನಂತರ ಅದರ ಪಕ್ಕದ ತೋರುಬೆರಳಿನ ಮೇಲೆ ತನ್ನಿ. ಈಗ ನಡುಬೆರಳು, ಉಂಗುರದ ಬೆರಳು, ಕಿರುಬೆರಳಿನ ಮೆಲೆ ಗಮನ ಹರಿಸಿ. ಎಡ ಅಂಗೈ, ಅಂಗೈಯ ಹಿಂಭಾಗ, ಮಣಿಕಟ್ಟು, ಮುಂಗೈ, ಮೊಣಕೈ, ತೋಳು, ಭುಜ, ಕಂಕುಳು, ಎಡಭಾಗದ ನಡು, ಎಡ ಪೃಷ್ಠ, ಎಡ ತೊಡೆ, ಮಂಡಿ, ಮೊಣಕಾಲು, ಮೀನಖಂಡ, ಎಡಗಾಲಿನ ಮಣಿಕಟ್ಟು, ಹಿಮ್ಮಡಿ, ಅಂಗಾಲು, ಎಡಪಾದ, ಎಡಗಾಲಿನ ಹೆಬ್ಬೆರಳು, ಅದರ ಪಕ್ಕದ ಬೆರಳು, ಮಧ್ಯದ ಬೆರಳು, ನಾಲ್ಕನೆಯ ಬೆರಳು, ಐದನೆಯ ಬೆರಳಿನ ಮೇಲೆ ಗಮನವನ್ನು ತನ್ನಿ.

ಈಗ ಗಮನವನ್ನು ದೇಹದ ಹಿಂಭಾಗಕ್ಕೆ ತನ್ನಿ. ಮೊದಲಿಗೆ ಸೊಂಟದತ್ತ ಗಮನ ಹರಿಸಿ. ಈಗ ಬೆನ್ನಿನ ಕೆಳಭಾಗದತ್ತ. ನಂತರ ಹಾಗೆಯೇ ಬೆನ್ನಿನ ಮೇಲ್ಭಾಗದತ್ತ ಗಮನ ತನ್ನಿ. ಅದರ ಪಕ್ಕದ ಎರಡೂ ಕಡೆಯ ಪಕ್ಕೆಲುಬುಗಳ ಜಾಗ, ನಡು, ಕಿಬ್ಬೊಟ್ಟೆ, ನಾಭಿ, ಹೊಕ್ಕುಳ ಸುತ್ತಲಿನ ಹೊಟ್ಟೆಯ ಭಾಗದ ಮೇಲೆ ಗಮನ ಹರಿಸಿ. ಉದರದ ಮೇಲ್ಭಾಗ, ಎದೆಯ ಕೆಳಭಾಗ, ಎದೆಯ ಮಧ್ಯಭಾಗ, ಮೇಲ್ಭಾಗ, ಭುಜಗಳ ಮುಂಭಾಗ. ಕತ್ತು, ಗಂಟಲು, ಗಲ್ಲ, ಕೆಳದುಟಿ, ಮೇಲ್ದುಟಿ, ಮೂಗಿನ ಹೊಳ್ಳೆಗಳ ಭಾಗ, ಮೂಗಿನ ತುದಿ, ಮೂಗು, ಬಲಗೆನ್ನೆ, ಎಡಗೆನ್ನೆ, ಎಡಗಿವಿ, ಬಲಗಿವಿ, ಬಲಗಣ್ಣು, ಬಲಗಣ್ಣಿನ ಹುಬ್ಬು, ಎಡಗಣ್ಣು, ಎಡಗಣ್ಣಿನ ಹುಬ್ಬು, ಹುಬ್ಬುಗಳ ಮಧ್ಯೆಯ ಭ್ರೂಮಧ್ಯೆ, ಹಣೆ, ತಲೆಯ ಹಿಂಭಾಗ, ತಲೆಯ ಮೇಲ್ಭಾಗದ ಮೇಲೆ ಗಮನವನ್ನು ತನ್ನಿ.

ಈಗ ಕಾಲ್ಬೆರಳಿನಿಂದ ಹಿಡಿದು ತಲೆಯ ಮೇಲ್ಭಾಗದವರೆಗೆ ಇಡೀ ದೇಹವನ್ನು ಒಮ್ಮೆ ಅವಲೋಕಿಸಿ. ಸಂಪೂರ್ಣ ಬಲಗಾಲು. ಸಂಪೂರ್ಣ ಎಡಗಾಲು. ಎರಡೂ ಕಾಲ್ಗಳು. ಸಂಪೂರ್ಣ ಬಲಗೈ, ಸಂಪೂರ್ಣ ಎಡಗೈ. ಎರಡೂ ಕೈಗಳು. ದೇಹದ ಸಂಪೂರ್ಣ ಹಿಂಭಾಗ. ಸಂಪೂರ್ಣ ಮುಂಭಾಗ. ಸಂಪೂರ್ಣ ಮುಖ ಮತ್ತು ತಲೆ. ಅಡಿಯಿಂದ ಮುಡಿಯವರೆಗೆ ಸಂಪೂರ್ಣ ಶರೀರವನ್ನು ಅವಲೋಕಿಸಿ.

ಈಗ ಉಸಿರಾಟದ ಕಡೆಗೆ ಗಮನಹರಿಸಿ. ಸಹಜವಾದ ಉಸಿರಾಟ ಮಾಡಿ. ಗಾಳಿ ಒಳಬರುವಾಗ ಮತ್ತು ಹೊರಹೋಗುವಾಗ ಮೂಗಿನ ಹೊಳ್ಳೆಗಳಲ್ಲಿ ಆಗುವ ಸಂವೇದನೆಯನ್ನು ಗಮನಿಸುತ್ತಿರಿ.

ಮನಸ್ಸಿನಲ್ಲಿ ಯಾವುದಾದರೂ ಆಲೋಚನೆ ಬಂದಿದ್ದರೆ ಆ ಆಲೋಚನೆಯನ್ನು ಅಲ್ಲಿಗೇ ನಿಲ್ಲಿಸಿ. ಅದನ್ನು ಮುಂದುವರೆಸಬೇಡಿ. ಹಾಗೆಯೇ ಯಾವುದೇ ಹೊಸ ಆಲೋಚನೆಯನ್ನು ಪ್ರಜ್ಞಾಪೂರ್ವಕವಾಗಿ ಸೃಷ್ಟಿಸಿಕೊಳ್ಳಬೇಡಿ.

ದೇಹದಲ್ಲಿ ಅನುಭವಕ್ಕೆ ಬರುವ ಯಾವುದೇ ಸಂವೇದನೆಗಳಿಗೆ ಪ್ರತಿಕ್ರಿಯಿಸಬೇಡಿ. ಕೇವಲ ಗಮನಿಸಿ, ಅದನ್ನು ಅಲ್ಲಿಗೇ ಬಿಟ್ಟುಬಿಡಿ. ಯಾವುದೇ ಚಲನೆ ಮಾಡಬೇಡಿ.

ಇಡೀ ದೇಹ ಮತ್ತು ಮನಸ್ಸಿನ ಸಂಪೂರ್ಣ ಅರಿವನ್ನು ಪಡೆಯಿರಿ.

(ಚಿತ್ರಕಲ್ಪನೆ)

ಈಗ ನಿಮ್ಮ ಚಿಂತನೆ ಮತ್ತು ಏಕಾಗ್ರತೆಯನ್ನು ಒಂದೆಡೆ ತನ್ನಿ. ಪ್ರಕೃತಿಯ ಸೌಂದರ್ಯವನ್ನು ಕಲ್ಪಿಸಿಕೊಳ್ಳಿ. ಸೂರ್ಯೋದಯಕ್ಕೆ ಸ್ವಲ್ಪ ಮೊದಲು

ನೀವು ಸಮುದ್ರದ ದಂಡೆಯಲ್ಲಿ ನಿಂತಿರುವಂತೆ ಕಲ್ಪಿಸಿಕೊಳ್ಳಿ. ನಿಧಾನವಾಗಿ ಸ್ವಲ್ಪವೇ ಬೆಳಗಾಗುತ್ತ ಮೂಡಣದಲ್ಲಿ ಸೂರ್ಯ ಉದಯಿಸುವುದನ್ನು ಕಲ್ಪಿಸಿಕೊಳ್ಳಿ. ಅದು ದಿಗಂತದಲ್ಲಿ ಸೃಷ್ಟಿಸುತ್ತಿರುವ ವರ್ಣಮಯ ಸುಂದರ ಚಿತ್ರಣಗಳನ್ನು ಕಲ್ಪಿಸಿಕೊಳ್ಳಿ. ಈಗ ವಿಶಾಲ ನೀಲಾಕಾಶವನ್ನು ಕಲ್ಪಿಸಿಕೊಳ್ಳಿ. ನೆಲದ ಮೇಲಿನ ಹುಲ್ಲಿನ ಮೇಲೆ ಮುಂಜಾನೆಯ ಇಬ್ಬನಿ ಇರುವುದನ್ನು ಗಮನಿಸಿ. ವಿಶಾಲವಾದ ಹೊಲಗದ್ದೆಗಳು, ತೆಂಗಿನ ತೋಟಗಳು, ಹಚ್ಚಹಸಿರಿನ ಬಾಳೆಯ ತೋಟ, ಕಬ್ಬಿನ ಗದ್ದೆ, ಬಂಗಾರದ ಬಣ್ಣದ ಭತ್ತದ ಪೈರುಗಳು, ಕಾಲುವೆಯಲ್ಲಿ ಜುಳುಜುಳನೆ ಹರಿಯುವ ನೀರು, ನಿತ್ಯಹರಿದ್ವರ್ಣದ ದಟ್ಟ ಕಾಡು, ಅಲ್ಲಿ ಹುಲ್ಲುಮೇಯುತ್ತಿರುವ ಜಿಂಕೆಗಳು, ಸ್ವಚ್ಛಂದವಾಗಿ ಅಲೆದಾಡುತ್ತಿರುವ ವನ್ಯಮೃಗಗಳು, ವಿಶಾಲವಾಗಿ ಹರಿಯುವ ನದಿ, ಭೋರ್ಗರೆಯುವ ಜಲಪಾತ, ಸುಂದರ ಬೆಟ್ಟಗುಡ್ಡಗಳು, ಹಿಮಚ್ಛಾದಿತ ಪರ್ವತಗಳು, ಇಳಿಸಂಜೆಯಲ್ಲಿ ಬಯಲುಸೀಮೆಯ ಆಕಾಶದಲ್ಲಿ ಮೂಡಿರುವ ಚಿತ್ತಾರಗಳನ್ನು ಗಮನಿಸಿ. ವಾತ್ಸಲ್ಯಭರಿತ ಅಜ್ಜಿಯ ಬೊಚ್ಚುಬಾಯಿಯ ನಗುಮೊಗ, ಪುಟ್ಟಮಗುವಿನ ನಿರ್ಮಲ ಮಂದಹಾಸವನ್ನು ಕಲ್ಪಿಸಿಕೊಳ್ಳಿ.

ಈಗ ಜೀವನದ ಸೌಂದರ್ಯವನ್ನು ಕಲ್ಪಿಸಿಕೊಳ್ಳಿ. ಸಕಲ ಜೀವರಾಶಿಗಳೆಡೆಗೆ ಪ್ರೀತಿ, ಪ್ರೇಮ, ಕರುಣೆ, ವಾತ್ಸಲ್ಯ, ಅನುಕಂಪ, ಅನುಬಂಧವನ್ನು ಹರಿಸಿ. ಮೈಮನಗಳಲ್ಲಿ ಆಗುತ್ತಿರುವ ಸಂವೇದನೆಗಳನ್ನು ಗಮನಿಸಿ. ಪ್ರಜ್ಞೆಯಲ್ಲಿ ಪ್ರವಹಿಸುತ್ತಿರುವ ಚೈತನ್ಯವನ್ನು ಗಮನಿಸಿ. ಮನಸ್ಸಿನಲ್ಲಿ ಮೂಡುತ್ತಿರುವ ಆನಂದದ, ನಿರಾಳತೆಯ, ಸಂತೋಷದ ಸಾಕ್ಷಾತ್ಕರವನ್ನು ಅನುಭವಿಸಿ. ಪ್ರೇಮದ ಸಾಕ್ಷಾತ್ಕಾರ, ಸತ್ಯದ ಸಾಕ್ಷಾತ್ಕಾರ. ಧರ್ಮದ ಸಾಕ್ಷಾತ್ಕಾರವನ್ನು ಕಲ್ಪಿಸಿಕೊಳ್ಳಿ. ಅದನ್ನು ಅನುಭವಿಸಿ. ದಿವ್ಯವೂ ಭವ್ಯವೂ ಆದ ಈ ಆತ್ಮಾನಂದವನ್ನು ಅನುಭವಿಸಿ.

(ಸಂಕಲ್ಪ)

ಈಗ ನಿಸರ್ಗ ಸಹಜವಾದ, ಪರಿಸರಸ್ನೇಹಿಯಾದ ನಿಮ್ಮ ಕ್ರಿಯಾಶೀಲ, ಸೃಜನಶೀಲ, ಸಂತೋಷದ ಸಾರ್ಥಕ ಸಜೀವ ಬದುಕನ್ನು ಕಲ್ಪಿಸಿಕೊಳ್ಳಿ.

ಆ ಸುಂದರ ಮತ್ತು ಸಾರ್ಥಕ ಬದುಕು ಬದುಕಲು ಮನಸ್ಸಿನಲ್ಲಿ ಸಂಕಲ್ಪ ಮಾಡಿ. ಅದನ್ನು ಸಿದ್ಧಿಸಿಕೊಳ್ಳುವುದಕ್ಕೆ ಪ್ರಕೃತಿಯ ಸಹಾಯ ಕೇಳಿ. ಸರ್ವರಿಗೂ ಒಳಿತಾಗಲೆಂದು ಹಾರೈಸಿ. ಸುಂದರ, ಸಾರ್ಥಕ, ಅರ್ಥಪೂರ್ಣ ಜೀವನವನ್ನು

ನಡೆಸುವ ಈ ಮನೋಸಂಕಲ್ಪವನ್ನು ಒಂದೆರಡು ಬಾರಿ ಮನಸ್ಸಿನಲ್ಲಿಯೇ ಹೇಳಿಕೊಳ್ಳಿ.

ಓಂ... ಸರ್ವೇಜನಾಃ ಸುಖಿನೋಭವಂತು. ಸಮಸ್ತ ಸನ್ಮಂಗಳಾನಿಸಂತು. ಓಂ... ಓಂ... ಓಂ...

(ಯೋಗನಿದ್ರೆಯಿಂದ ಹೊರಬರುವ ಪ್ರಕ್ರಿಯೆ)

ಈಗ ನಿಧಾನವಾಗಿ ಮತ್ತು ಮೆತ್ತಗೆ ಕೈಬೆರಳು ಮತ್ತು ಕಾಲ್ಬೆರಳುಗಳನ್ನು ಅಲುಗಾಡಿಸಿ. ತಲೆಯನ್ನು ಎಡಕ್ಕೆ ಬಲಕ್ಕೆ ಹೊರಳಿಸಿ. ಕಾಲುಗಳನ್ನು ಜೋಡಿಸಿ. ಎರಡೂ ಕೈಗಳನ್ನು ಹತ್ತಿರ ತಂದು ಒಂದಕ್ಕೊಂದು ಹೆಣೆದುಕೊಂಡು ತಲೆಯ ಹಿಂಭಾಗಕ್ಕೆ ನೀಳವಾಗಿ ತೆಗೆದುಕೊಂಡು ಹೋಗಿ, ದೀರ್ಘವಾಗಿ ಉಸಿರನ್ನು ಎಳೆದುಕೊಳ್ಳುತ್ತ ಇಡೀ ದೇಹವನ್ನು, ಕಾಲ್ಬೆರಳಿನಿಂದ ಹಿಡಿದು ಹೆಣೆದಿರುವ ಕೈಗಳವರೆಗೆ ನೀಳವಾಗಿ ಉದ್ದಕ್ಕೂ ಚಾಚಿ. ನಂತರ ಒಮ್ಮೆಲೆ ಉಸಿರನ್ನು ಹೊರಬಿಡುತ್ತ ಇಡೀ ಮೈಯನ್ನು ಸಡಿಲಬಿಡಿ. ಒಂದು ಕೈಯನ್ನು ತಲೆಯ ಹಿಂದಕ್ಕೆ ತೆಗೆದುಕೊಂಡು ದೇಹವನ್ನು ಆ ಬದಿಗೆ ಹೊರಳಿಸುತ್ತ, ಕೈಗಳನ್ನು ಆಸರೆಯಾಗಿ ಬಳಸಿಕೊಂಡು ಬೆನ್ನನ್ನು ನೆಟ್ಟಗೆ ಮಾಡಿಕೊಂಡು ಮೇಲೆ ಬನ್ನಿ. ಸುಖಾಸನದಲ್ಲಿ ಕುಳಿತುಕೊಳ್ಳಿ. ಕಣ್ಣು ಮುಚ್ಚಿಯೇ ಇರಲಿ.

ಕೊನೆಯಲ್ಲಿಯ ಪ್ರಾರ್ಥನೆ:

ಕೈಗಳನ್ನು ಎದೆಯ ಮುಂದೆ ಪ್ರಾರ್ಥನೆಯ ಭಂಗಿಯಲ್ಲಿ ಜೋಡಿಸಿ.

ಓಂ ಸರ್ವೇ ಭವಂತು ಸುಖಿನಃ
ಸರ್ವೇ ಸಂತು ನಿರಾಮಯಾಃ
ಸರ್ವೇ ಭದ್ರಾಣಿ ಪಶ್ಯಂತು
ಮಾ ಕಶ್ಚಿದ್ ದುಖಃ ಭಾಗ್ಭವೇತ್.

ಓಂ ಅಸತೋಮಾ ಸದ್ಗಮಯ
ತಮಸೋಮಾ ಜ್ಯೋತಿರ್ಗಮಯ
ಮೃತ್ಯೋರ್ಮಾ ಅಮೃತಂಗಮಯ
ಓಂ ಶಾಂತಿ ಶಾಂತಿ ಶಾಂತಿಃ.

ಅರ್ಥ:

ಎಲ್ಲರೂ ಸುಖವಾಗಿರಲಿ
ಎಲ್ಲರೂ ಆರೋಗ್ಯವಾಗಿರಲಿ
ಎಲ್ಲರೂ ಒಳ್ಳೆಯದನ್ನೇ ನೋಡುವಂತಾಗಲಿ
ಯಾರಿಗೂ ದುಃಖವಾಗದಿರಲಿ

ಅಸತ್ಯದಿಂದ ಸತ್ಯದೆಡೆಗೆ,
ಅಜ್ಞಾನವೆಂಬ ಕತ್ತಲಿನಿಂದ ಜ್ಞಾನ ಎಂಬ ಬೆಳಕಿನ ಕಡೆಗೆ
ಮೃತ್ಯುವಿನಿಂದ ಅಮೃತತ್ವದೆಡೆಗೆ
ಸಾಗೋಣ.
ಎಲ್ಲೆಡೆಯೂ ಶಾಂತಿ ನೆಲೆಸಲಿ.

(ಮುಕ್ತಾಯ)

ಕೈಗಳನ್ನು ಒಂದಕ್ಕೊಂದು ಉಜ್ಜಿಕೊಳ್ಳಿ. ಹಸ್ತಗಳು ಬಿಸಿಯಾದಾಗ ಅವನ್ನು ಕಣ್ಣಿನ ಮುಂದೆ ತಂದು ಕಣ್ಣುಗಳಿಗೆ ತಾಕದ ಹಾಗೆ ಕಣ್ಣನ್ನು ಮುಚ್ಚಿ. ಕಣ್ಣಿಗೆ ಕೈಗಳ ಶಾಖ ಹರಿದು ರಕ್ತಸಂಚಾರ ಹೆಚ್ಚಲಿ. ಈಗ ಕೈಗಳನ್ನು ಕಣ್ಣು ಮತ್ತು ಮುಖದ ಮೇಲೆ ಮೆತ್ತಗೆ ಸ್ಪರ್ಶಿಸುತ್ತ ಹಾಗೆಯೇ ದೇಹದ ಮೇಲಿಂದ ಕೆಳಗಿನ ತನಕ ತನ್ನಿ. ನಿಧಾನವಾಗಿ ಕಣ್ಣನ್ನು ತೆರೆಯಿರಿ.

ಆಹಾರ

ಒಂದೊತ್ತು ಉಂಡವನು ಯೋಗಿ
ಎರಡೊತ್ತು ಉಂಡವನು ಭೋಗಿ
ಮೂರೊತ್ತು ಉಂಡವನು ರೋಗಿ
ನಾಲ್ಕೊತ್ತು ಉಂಡವನನ್ನು ಹೊತ್ಕೊಂಡು ಹೋಗಿ.

– ಕನ್ನಡದ ಪ್ರಸಿದ್ಧ ಆಡುಮಾತು

ಋತುಮಾನಕ್ಕೆ ತಕ್ಕಂತಹ ಸೊಪ್ಪು, ತರಕಾರಿ, ಹಣ್ಣು ತಿನ್ನಬೇಕೇ ಹೊರತು ಪರಸ್ಥಳಗಳಿಂದ ಅಥವ ಪರದೇಶಗಳಿಂದ ಬಂದ, ಆ ಋತುವಿನಲ್ಲಿ ನಮ್ಮ ದೇಶದಲ್ಲಿ ಬೆಳೆಯದ ತರಕಾರಿ ಅಥವ ಹಣ್ಣುಗಳನ್ನು ತಿನ್ನಬಾರದು. ನಮ್ಮ ಪ್ರಾದೇಶಿಕ ಹವಾಮಾನಕ್ಕೆ ಅನುಗುಣವಾಗಿ, ಸ್ಥಳೀಯವಾಗಿ ಲಭ್ಯವಿರುವ ಆಹಾರ ಪದಾರ್ಥಗಳಿಗೆ ಅನುಗುಣವಾಗಿ ನಮ್ಮ ದೇಹವು ವಿಕಾಸ ಅಥವ ಬೆಳವಣಿಗೆ ಆಗಿರುತ್ತದೆ. ಅದನ್ನು ನಿರ್ಲಕ್ಷಿಸಿ ನಾವು ನಮ್ಮ ಹವಾಮಾನದಲ್ಲಿ ಬೆಳೆಯದ ಅಥವ ಸ್ಥಳೀಯವಲ್ಲದ ಆಹಾರ ಪದಾರ್ಥಗಳನ್ನು ಸೇವಿಸಿದರೆ ಅದು ನಮ್ಮ ಆರೋಗ್ಯದ ಮೇಲೆಯಷ್ಟೇ ಅಲ್ಲ, ಪರಿಸರದ ಮೇಲೆಯೂ ದುಷ್ಪರಿಣಾಮಗಳನ್ನು ಬೀರುತ್ತದೆ.

ಹಾಗೆಯೇ, ಒಬ್ಬೊಬ್ಬರ ದೇಹ ಪ್ರಕೃತಿ ಒಂದೊಂದು ತೆರನಾಗಿರುತ್ತದೆ. ಹಾಗಾಗಿ ನಮ್ಮ ದೇಹಕ್ಕೆ ಯಾವುದು ಒಗ್ಗುತ್ತದೆ ಅಥವ ಯಾವುದು ಒಗ್ಗುವುದಿಲ್ಲ ಎನ್ನುವ ಅರಿವನ್ನೂ ಸಹ ನಾವು ಬೆಳೆಸಿಕೊಳ್ಳುತ್ತ ಹೋಗಬೇಕು.

ಸುಮಾರು ಹತ್ತುಸಾವಿರ ವರ್ಷಗಳ ಹಿಂದೆ ಮನುಷ್ಯ ಕೃಷಿಗೆ ಹೊರಳಿದಾಗ ಆತನ ಆಹಾರ ಪದ್ಧತಿಗಳು ಅನಿರೀಕ್ಷಿತವಾಗಿ ಮತ್ತು ಅಗಾಧವಾಗಿ ಬದಲಾದವು. ಅದು ಒಂದೆರಡು ಶತಮಾನಗಳ ಹಿಂದಿನವರೆಗೂ ಸಣ್ಣಪುಟ್ಟ ಬದಲಾವಣೆಗಳೊಂದಿಗೆ ಸ್ಥಳೀಯ ಲಭ್ಯತೆಯ ಆಧಾರದ ಮೇಲೆ ಅವರು ಸೇವಿಸುವ ಆಹಾರ ಯಾವುದೆಂದು ನಿರ್ಧಾರವಾಗಿತ್ತು. ಆದರೆ 16ನೇ

ಶತಮಾನದ ನಂತರದ ಕ್ರಾಂತಿಕಾರಕ ನೌಕಾಯಾನ, ಕೈಗಾರಿಕಾ ಕ್ರಾಂತಿ, ಸಾರಿಗೆ, ವಸಾಹತುಶಾಹಿ ಮುಂತಾದ ಕಾರಣಗಳಿಂದ ಆಹಾರ ಪದ್ಧತಿಯಲ್ಲಿ ಪ್ರಪಂಚದಾದ್ಯಂತ ತೀವ್ರತರ ಬದಲಾವಣೆಗಳಾದವು.

ಈ ವಿದ್ಯಮಾನದ ಕುರಿತು ಕನ್ನಡದ ಖ್ಯಾತ ಲೇಖಕ ಮತ್ತು ಸಸ್ಯ ವಿಜ್ಞಾನಿ ಬಿ.ಜಿ.ಎಲ್. ಸ್ವಾಮಿ ತಮ್ಮ ಜನಪ್ರಿಯ "ನಮ್ಮ ಹೊಟ್ಟೆಯಲ್ಲಿ ದಕ್ಷಿಣ ಅಮೆರಿಕ" ಕೃತಿಯಲ್ಲಿ (ಪ್ರಕಟಣೆ: 1978) ಹೀಗೆ ಹೇಳುತ್ತಾರೆ: "ನೂರಕ್ಕೆ ತೊಂಬತ್ತು ಪಾಲು ಭಾರತ ಭೂಮಾತೆ ಈಯ್ದ ಕಾಯಿಪಲ್ಯಗಳನ್ನೂ ಗಡ್ಡೆಗೆಣಸುಗಳನ್ನೂ ಹಣ್ಣು ಹಂಪಲುಗಳನ್ನೂ ತಿಂದು ತೃಪ್ತಿಪಟ್ಟುಕೊಂಡಿದ್ದ ನಮ್ಮ ಹೊಟ್ಟೆಯೊಳಕ್ಕೆ ಹದಿನಾರನೆ ಶತಮಾನದಿಂದ ಈಚೆಗೆ ಕಡಲಾಚೆಯಿಂದ ಕಾಲಿಟ್ಟ ಸಸ್ಯಜನ್ಯ ತಿನಿಸುಗಳು ಒದಗಿ ಬಂದವು. ಅವುಗಳಿಗೆ ನಮ್ಮ ನಾಲಿಗೆ ಲೊಟಗೆ ಹೊಡೆಯಿತು. ಹೊಟ್ಟೆ ತಾಳ ಹಾಕಿತು. ಹೀಗೆ ಬಂದ 50–100 ವರ್ಷಗಳೊಳಗಾಗಿ ಆಮದು ಸಸ್ಯಗಳ ಫಲವೇ ನಮ್ಮ ದೈನಂದಿನ ಉಣಿಸುತಿನಿಸುಗಳಲ್ಲಿ ಮೇಲುಗೈಯಾಯಿತು. ಭಾರತೀಯ ಮಡಲಿನಲ್ಲಿ ಬೇರು ಬಿಟ್ಟಿತು, ಬೆಳೆಯಿತು, ಸಾಗುವಳಿಗೆ ಒಗ್ಗಿತು. ಮಡಿಲ ವಿಸ್ತಾರದ ಬಹುಭಾಗವನ್ನು ಆಕ್ರಮಿಸಿಕೊಂಡಿತು. ಅದುವರೆಗೂ ನಮ್ಮ ಹೊಟ್ಟೆಪಾಡನ್ನು ನಿರ್ವಹಿಸಿಕೊಂಡು ಬಂದಿದ್ದ ಕಾಯಿಪಲ್ಯ ಹಣ್ಣು ಹಂಪಲುಗಳು ತೆರೆಯ ಹಿಂದೆ ಸರಿದವು. 'ಸೀಮೆ' ಆಹಾರ ವಸ್ತುಗಳು ಬಹಿರಂಗಕೆ ಇಳಿದವು."

ಭಾರತೀಯರೂ ಸೇರಿದಂತೆ ವಿಶ್ವದ ಬಹುತೇಕರ ಅಡಿಗೆಮನೆಗಳಲ್ಲಿ ಮತ್ತು ಊಟದ ತಟ್ಟೆಗಳಲ್ಲಿ ಇಂದು ಮುಖ್ಯವಾಗಿ ಮತ್ತು ಯಥೇಚ್ಚವಾಗಿ ಇರುವ ವಿವಿಧ ಮೆಣಸಿನಕಾಯಿಗಳು, ಮುಸುಕಿನ ಜೋಳ, ಟೊಮೇಟೋ, ನೆಲಗಡಲೆ, ಗೋಡಂಬಿ, ಹುರುಳಿಕಾಯಿ, ಸೀಮೆ ಬದನೆ (ಚೋ ಚೋ), ಆಲೂಗಡ್ಡೆ, ಸಿಹಿಗೆಣಸು, ಮರಗೆಣಸು, ಪಪಾಯ, ಅನಾನಸ್ (ಪೈನ್ ಆಪಲ್), ಸೀತಾಫಲ, ಸಪೋಟ, ಸೀಬೆ, ಇತ್ಯಾದಿ ತರಕಾರಿ, ಹಣ್ಣು, ಗೆಡ್ಡೆಗೆಣಸುಗಳ ಮೂಲ ದಕ್ಷಿಣ ಅಮೇರಿಕ ಖಂಡ. ಅವು ಪರದೇಶಗಳಿಗೆ ಪರಿಚಯವಾದದ್ದು 16ನೇ ಶತಮಾನದ ನಂತರವೇ. ನಮ್ಮಲ್ಲಿಯೂ ಅವು ವ್ಯಾಪಕವಾಗಿ ದಿನಬಳಕೆಗೆ ಬಂದದ್ದು ನೂರಿನ್ನೂರು ವರ್ಷಗಳ ಹಿಂದೆ ಮಾತ್ರ.

ನಮ್ಮ ದೇಶದ ಅಥವ ಕರ್ನಾಟಕ ರಾಜ್ಯದ ಭೂಪ್ರದೇಶದ ವಿಚಾರಕ್ಕೇ ಹೇಳುವುದಾದರೆ 18–19ನೇ ಶತಮಾನದಲ್ಲಿ ಅಥವ ಅದಕ್ಕೆ ಪೂರ್ವದಲ್ಲಿ ಜೀವಿಸಿದ್ದ ನಮ್ಮ ಪೂರ್ವಿಕರಿಗಿಂತ ಹೆಚ್ಚಿನ ತರಕಾರಿಗಳನ್ನು, ಉಪ್ಪನ್ನು, ಸಕ್ಕರೆಯನ್ನು 20–21ನೇ ಶತಮಾನದ ನಾವುಗಳು ತಿನ್ನುತ್ತಿದ್ದೇವೆ. ನೂರಿನ್ನೂರು ವರ್ಷಗಳ ಹಿಂದೆ ನಮ್ಮ ಹಿರಿಯರ ಮನೆಗಳಲ್ಲಿ ಮೆಣಸಿನಕಾಯಿ ಇರಲಿಲ್ಲ.

ಖಾರಕ್ಕೆ ಕರಿಮೆಣಸು (ಕಾಳುಮೆಣಸು) ಬಳಸುತ್ತಿದ್ದರು. ಅದೂ ಅಗ್ಗವಾಗಿರಲಿಲ್ಲ. ಮಲೆನಾಡಿನಿಂದ ಬರಬೇಕಿದ್ದ ಕಾರಣ ಅದೂ ದುರ್ಲಭವಾಗಿತ್ತು ಮತ್ತು ಬಹುತೇಕರು ಕಡಿಮೆ ಪ್ರಮಾಣದಲ್ಲಿ ಬಳಸುತ್ತಿದ್ದರು. ಉಪ್ಪೂ ಸಹ ಹಾಗೆಯೇ. ಕರಾವಳಿಯಿಂದ ಒಳನಾಡಿಗೆ ಕತ್ತೆಗಳ ಮೇಲೆ ಉಪ್ಪು ರವಾನೆ ಆಗುತ್ತಿತ್ತು. ಆಗ ಸಕ್ಕರೆ ಇರಲಿಲ್ಲ. ಬೆಲ್ಲ ಇತ್ತು, ಆದರೆ ಎಲ್ಲೆಡೆಯೂ ಸಿಗುತ್ತಿರಲಿಲ್ಲ ಮತ್ತು ಭಾರತದ ಜನಸಾಮಾನ್ಯರಿಗೆಲ್ಲ ಎಟಕುವ ದರದಲ್ಲಿ ಇರಲಿಲ್ಲ. ಹಾಗಾಗಿ ಹಬ್ಬ ಅಥವ ಮದುವೆಯಂತಹ ವಿಶೇಷ ದಿನಗಳಲ್ಲಿ ಮಾತ್ರ ಸಿಹಿ ತಿಂಡಿ ಮಾಡುತ್ತಿದ್ದರು.

ಇಂದು ನಾವು ಯಾವ ಪದಾರ್ಥಗಳ ಅತಿಸೇವನೆ ಆರೋಗ್ಯಕ್ಕೆ ಹಾನಿಕಾರಕ ಎನ್ನುತ್ತೇವೋ, –ಉದಾಹರಣೆಗೆ ಸಕ್ಕರೆ/ಬೆಲ್ಲ, ಉಪ್ಪು, ಪಿಷ್ಠ ಅಹಾರಗಳು (ಅಕ್ಕಿ/ಗೋಧಿ ಇತ್ಯಾದಿ), ಎಣ್ಣೆಯಲ್ಲಿ ಕರಿದದ್ದು, ಮಸಾಲೆಯುಕ್ತ ವಿವಿಧ ರುಚಿಕರ ತಿಂಡಿಗಳು–ಇವುಗಳನ್ನು ಬಹಳ ಕಡಿಮೆ ಪ್ರಮಾಣದಲ್ಲಿ ತಿನ್ನುತ್ತಿದ್ದರು. ಹಾಗಾಗಿಯೇ ಇಂದಿನ ಬಹುತೇಕ ಜೀವನಶೈಲಿಯ ಮಾರಣಾಂತಿಕ ಕಾಯಿಲೆಗಳು ಹಿಂದಿನ ಕಾಲದಲ್ಲಿ ಕೇವಲ ಶ್ರೀಮಂತರಿಗೆ ಮಾತ್ರ ಬರುತ್ತಿದ್ದ ಕಾಯಿಲೆಗಳಾಗಿದ್ದವು.

ಹಾಗಿದ್ದಲ್ಲಿ, ನಾವು ಈಗ ಏನನ್ನು ತಿನ್ನಬೇಕು?

ಇಂದು ಮಾರುಕಟ್ಟೆಯಲ್ಲಿ ಲಭ್ಯವಿರುವ ಆಹಾರ ಪದಾರ್ಥಗಳಲ್ಲಿ ಯಾವುದನ್ನು ನಾವು ಪ್ರಮುಖವಾಗಿ ತಿನ್ನಬೇಕು ಎನ್ನುವ ವಿಚಾರಕ್ಕೆ ಎರಡು ಮಾನದಂಡಗಳನ್ನು ಬಳಸಬೇಕು. ಮೊದಲನೆಯದು, ಅದು ಎಲ್ಲಿಂದ ಬಂದಿದೆ ಎನ್ನುವುದು, ಮತ್ತು ಎರಡನೆಯದಾಗಿ ಈ ಋತುಮಾನದಲ್ಲಿ ಅದನ್ನು ಸ್ಥಳೀಯವಾಗಿ ಮತ್ತು ನೈಸರ್ಗಿಕವಾಗಿ ಬೆಳೆಯಲು ಸಾಧ್ಯವೇ ಎಂದು.

ನಮ್ಮ ತಟ್ಟೆಯಲ್ಲಿರುವ ಆಹಾರ ಪದಾರ್ಥಗಳನ್ನು ಅವುಗಳಲ್ಲಿ ಯಾವ ಪದಾರ್ಥಗಳು ಎಲ್ಲಿಂದ ಬಂದಿದೆ ಎಂದು ನಾವು ಸೂಕ್ಷ್ಮವಾಗಿ ಅವಲೋಕಿಸಿದಾಗ, ಅಂದರೆ ಅವು ಕುಯಿಲಾದ ಸಂದರ್ಭದಿಂದ ಇಲ್ಲಿಯವರೆಗೆ ಸಾಗಿ ಬಂದಿರುವ ಪ್ರಯಾಣದ ಹಾದಿಯನ್ನು ಗಮನಿಸಿದಾಗ ಆಶ್ಚರ್ಯ ಮತ್ತು ಆಘಾತ ಆಗದೇ ಇರದು. ಉದಾಹರಣೆಗೆ, ಇತ್ತೀಚೆಗೆ ಬಹಳ ಜನಪ್ರಿಯವಾಗಿರುವ ಬಿರಿಯಾನಿಯನ್ನು ಗಮನಿಸಿದಾಗ, ಅದಕ್ಕೆ ಬಳಸಿರುವ ಬಾಸ್ಮತಿ ಅಕ್ಕಿ ಬಹುಶಃ ಪಂಜಾಬಿನ ಗದ್ದೆಗಳಿಂದ ಬಂದಿದೆ; ಕೋಳಿ ಮಾಂಸ ಬಹುಶಃ ನೂರಾರು ಕಿಲೋಮೀಟರ್ ಬಂದಿರುವ ಸಾಧ್ಯತೆ ಇದೆ. ಕೋಳಿ ಮಾಂಸದ ಬದಲಿಗೆ ಕುರಿ ಮಾಂಸ ಇದ್ದರೆ, ಅದೂ ಸಹ

ನೂರಾರು ಕಿಲೋಮೀಟರ್ ದೂರದಲ್ಲಿ ಸಾಕಿದ್ದ ಕುರಿಯೇ ಆಗಿರುತ್ತದೆ. ಈರುಳ್ಳಿ ಮತ್ತು ಬೆಳ್ಳುಳ್ಳಿಗಳು ನಮ್ಮ ಉತ್ತರ ಕರ್ನಾಟಕದಿಂದ ಬಂದಿರಬಹುದು ಅಥವ ಮಹಾರಾಷ್ಟ್ರದ್ದೂ ಆಗಿರಬಹುದು. ಎಣ್ಣೆ ಶೇಂಗಾದ್ದು ಆಗಿದ್ದರೆ ಮಧ್ಯ ಕರ್ನಾಟಕದಿಂದ ಬಂದಿರಬಹುದು, ಸೂರ್ಯಕಾಂತಿ ಆಗಿದ್ದರೆ ದೇಶದ ಉತ್ತರದಿಂದಲೂ ಬಂದಿರಬಹುದು, ಸಾಸಿವೆ ಎಣ್ಣೆ ಆಗಿದ್ದರೆ ಅದು ಖಂಡಿತ ಉತ್ತರ ಭಾರತದ್ದೇ. ಏಲಕ್ಕಿ ಮತ್ತು ಕರಿಮೆಣಸು ಮಲೆನಾಡಿನಿಂದ ಬಂದಿದ್ದರೆ, ಕೊತ್ತಂಬರಿ ಬೀಜ ರಾಜ್ಯದ ಬಯಲುಸೀಮೆಯಿಂದ ಬಂದಿರುತ್ತದೆ. ಕೆಂಪುಮೆಣಸಿನಕಾಯಿಯ ಖಾರದ ಪುಡಿ ಬ್ಯಾಡಗಿಯದ್ದೂ ಆಗಿರಬಹುದು, ಸಿರುಗುಪ್ಪದ್ದೂ ಆಗಿರಬಹುದು. ಅಥವ ನೆರೆಯ ಆಂಧ್ರದ ಗುಂಟೂರಿನಿಂದಲೂ ಬಂದಿರಬಹುದು. ಉಪ್ಪು ದೇಶದ ಯಾವುದೋ ಕರಾವಳಿ ತೀರದಿಂದ, ನೂರಾರೇನು, ಸಾವಿರಕ್ಕೂ ಹೆಚ್ಚಿನ ಕಿಲೋಮೀಟರ್ ದೂರದಿಂದ ಬಂದಿರಬಹುದು. ಚಕ್ಕೆ ಶ್ರೀಲಂಕಾದ್ದು ಇರಬಹುದು. ಲವಂಗ ತಮಿಳುನಾಡಿನದ್ದು ಇದ್ದರೆ, ಬೇ ಎಲೆ ಈಶಾನ್ಯ ಭಾರತದಿಂದ ಬಂದಿರಬಹುದು. ತಾಜಾ ಇರಬೇಕಾದ ಕಾರಣದಿಂದ ಬಹುಶಃ ಕೊತ್ತಂಬರಿ ಸೊಪ್ಪು, ಪುದೀನ ಸೊಪ್ಪು, ಹಸಿ ಮೆಣಸಿನಕಾಯಿ ಮಾತ್ರ ಒಂದೈವತ್ತು ಕಿಲೋಮೀಟರ್ ಒಳಗಿನದ್ದು ಇರಬಹುದು. ಇಲ್ಲಿ ಬಿರಿಯಾನಿಯ ಬದಲಿಗೆ ಚಪಾತಿ ಮತ್ತು ಪನೀರ್ ಬಟರ್ ಮಸಾಲ ತೆಗೆದುಕೊಳ್ಳಿ. ಗಮನಿಸಿ. ಇವೂ ಬೇಡ, ನಮ್ಮ ಸ್ಥಳೀಯ ರಾಗಿಮುದ್ದೆ, ಬೇಳೆ ಮತ್ತು ತರಕಾರಿ ಸಾರು, ಅನ್ನ ಹಾಗೂ ಮಜ್ಜಿಗೆಯಲ್ಲಿರುವ ಪದಾರ್ಥಗಳ ಉಗಮ ಮತ್ತು ಪಯಣವನ್ನು ಗಮನಿಸಿ. ಉತ್ತರ ಕರ್ನಾಟಕದ ಜೋಳದ ರೊಟ್ಟಿ ಊಟ, ಕರಾವಳಿಯ ಗಂಜಿ ಊಟದ ಅಥವ ಮೀನಿನ ಊಟದ ಪದಾರ್ಥಗಳ ಪ್ರಯಾಣವನ್ನು ಗಮನಿಸಿ. ಅವುಗಳ ಈ ಪ್ರಯಾಣಕ್ಕೆ, ಅಂದರೆ ಸಾರಿಗೆ-ಸಾಗಾಣಿಕೆಗೆ ಎಷ್ಟೆಲ್ಲಾ ಖರ್ಚು ಆಗಿರಬಹುದು ಮತ್ತು ಅದಕ್ಕೆ ಎಷ್ಟೆಲ್ಲಾ ಪ್ರಮಾಣದ ಪೆಟ್ರೋಲ್, ಡೀಸಲ್, ಕಲ್ಲಿದ್ದಲು ಸೇರಿದಂತೆ ಪಳೆಯುಳಿಕೆ ಇಂಧನಗಳು ದಹಿಸಿರಬಹುದು!

ಸ್ಥಳೀಯವಾಗಿ ಬೆಳೆಯುವ ಆಹಾರ ಪದಾರ್ಥಗಳನ್ನು ಹೆಚ್ಚು ಸೇವಿಸಬೇಕು ಎನ್ನುವುದಕ್ಕೆ ಇದೊಂದೇ ಕಾರಣವಲ್ಲ. ನಾವು ಸ್ಥಳೀಯವಾಗಿ ಬೆಳೆಯುವ ಋತುಮಾನದ ತರಕಾರಿ ಮತ್ತು ಹಣ್ಣುಗಳನ್ನೇ (Seasonal fruits and vegetables) ಹೆಚ್ಚು ಸೇವಿಸಬೇಕು. ಯಾಕೆಂದರೆ ನಮ್ಮ ಪೂರ್ವಿಕರು ಒಂದು ಭೂಪ್ರದೇಶದಲ್ಲಿ ಶತಮಾನಗಳ ಕಾಲ ವಾಸ ಮಾಡಿದ್ದ ಕಾರಣದಿಂದಾಗಿ ನಮ್ಮ ದೇಹವೂ ಸ್ಥಳೀಯವಾಗಿ ಬೆಳೆಯುತ್ತಿದ್ದ ಆಹಾರ ಪದಾರ್ಥಗಳಿಗೆ ಒಗ್ಗಿಕೊಂಡಿರುತ್ತದೆ. ಪ್ರತಿ ಆಹಾರ ಪದಾರ್ಥದಲ್ಲಿಯೂ

ಖನಿಜಾಂಶ, ಲವಣಾಂಶ ಮತ್ತು ವಿಟಮಿನ್‌ಗಳಂತಹ ಪೋಷಕಾಂಶಗಳ ಪ್ರಮಾಣ ಬೇರೆಯದ್ದೇ ಆಗಿರುತ್ತದೆ. ಕೆಲವು ಆಹಾರ ಪದಾರ್ಥಗಳ ಅತಿಸೇವನೆ ಅವುಗಳಲ್ಲಿಯ ಪೋಷಕಾಂಶಗಳ ಆಧಾರದ ಮೇಲೆ ನಮ್ಮ ಆರೋಗ್ಯದ ಮೇಲೆ ದುಷ್ಪರಿಣಾಮ ಬೀರಬಹುದು. ಇತರೆ ಆಹಾರದ ಕಡಿಮೆ ಸೇವನೆಯಿಂದ ಪೋಷಕಾಂಶಗಳ ಕೊರತೆಯೂ ಆಗಬಹುದು. ಇದೆಲ್ಲವನ್ನೂ ನಮ್ಮ ಪೂರ್ವಿಕರು ತಮ್ಮ ನೂರಾರು ವರ್ಷಗಳ ಹತ್ತಾರು ತಲೆಮಾರುಗಳ ಕಾಲದಲ್ಲಿ incremental ಪ್ರಯೋಗಗಳ ಮೂಲಕ ಆಯಾಯ ಭೂಪ್ರದೇಶದ ಹವಾಮಾನ ಮತ್ತು ವಾರ್ಷಿಕ ಋತುಗಳಿಗೆ ಹೊಂದುವ ಯಾವ ಆಹಾರ ಪದಾರ್ಥಗಳು ತಮ್ಮ ದೀರ್ಘಕಾಲೀನ ಆರೋಗ್ಯಕ್ಕೆ ಒಳ್ಳೆಯದು ಎಂದು ಕಂಡುಕೊಂಡಿದ್ದರು. ಅಂತಹುಗಳನ್ನೇ ಬೆಳೆಯುತ್ತಿದ್ದರು, ತಿನ್ನುತ್ತಿದ್ದರು. ಅದು ಪಾರಂಪರಿಕ ಜ್ಞಾನ. ಈ ತಿಳಿವು ಆಧುನಿಕ ವೈಜ್ಞಾನಿಕ ಮಾದರಿಯಲ್ಲಿ ರೂಪುಗೊಂಡಿಲ್ಲ ಮತ್ತು ಅದರ ದಾಖಲೀಕರಣ ನಡೆದಿಲ್ಲ ಎನ್ನುವುದನ್ನು ಬಿಟ್ಟರೆ ಅದು ನೈಸರ್ಗಿಕವಾದದ್ದು ಮತ್ತು ವಿಕಾಸದ ಪರೀಕ್ಷೆಯಲ್ಲಿ ತೇರ್ಗಡೆ ಆಗಿರುವಂತಹದ್ದು.

ಈಗ ಬಹುತೇಕ ಕಡೆಗಳಲ್ಲಿ, ಅದರಲ್ಲಿಯೂ ನಗರ ಪ್ರದೇಶಗಳಲ್ಲಿಯ ಆಹಾರ ಪದ್ಧತಿ ನಮ್ಮ ಪೂರ್ವಿಕರಿಗಿಂತ ಬಹಳವೇ ಬೇರೆ ಆಗಿದೆ. ಹಾಗೆಯೇ ಈಗಿನ ತಲೆಮಾರಿನ ಗಣನೀಯ ಸಂಖ್ಯೆಯ ಜನ ವಿದ್ಯೆ, ಉದ್ಯೋಗ, ಜೀವನೋಪಾಯ ಎಂದು ತಮ್ಮ ಪೂರ್ವಿಕರ ಸ್ಥಳದಿಂದ ಬೇರೆಯದೇ ಪ್ರದೇಶಗಳಿಗೆ ವಲಸೆ ಹೋಗಿದ್ದಾರೆ ಮತ್ತು ಹೋಗುತ್ತಿದ್ದಾರೆ. ಹೀಗಿರುವಾಗ ನಾವು ಈಗ ಯಾವುದನ್ನು ತಿನ್ನಬೇಕು ಎನ್ನುವ ಪ್ರಶ್ನೆ ಎಲ್ಲರಿಗೂ ಕಾಡುತ್ತದೆ. ಇದಕ್ಕೆ ಸರಳವಾದ ಉತ್ತರ ಎಂದರೆ, ನಾವು ಹಾಲಿ ವಾಸ ಮಾಡುತ್ತಿರುವ ಪ್ರದೇಶದಲ್ಲಿ ಸುಮಾರು ಐವತ್ತು ವರ್ಷದ ಹಿಂದೆ ಸ್ಥಳೀಯರು ಯಾವ ಪದಾರ್ಥಗಳನ್ನು ತಿನ್ನುತ್ತಿದ್ದರೋ ಅಂತಹವನ್ನು ಹಾಗೂ ಈಗಲೂ ಅಲ್ಲಿ ಸ್ಥಳೀಯವಾಗಿ ಬೆಳೆಯುತ್ತಿರುವ ಧವಸ ಧಾನ್ಯಗಳನ್ನು, ಮತ್ತು ಆ ಪ್ರದೇಶದಲ್ಲಿ ಆ ಋತುವಿನಲ್ಲಿ ಬೆಳೆಯುವ ಹಣ್ಣು, ತರಕಾರಿಗಳನ್ನು ತಿನ್ನಬೇಕು. ಒಮ್ಮೊಮ್ಮೆ, ಆಗಾಗ, ವಿಶೇಷ ಸಂದರ್ಭಗಳಲ್ಲಿ, ಅನ್ಯಪ್ರದೇಶದ ವಿಶೇಷ ಆಹಾರ ಪದಾರ್ಥಗಳನ್ನು ಬಳಸುವುದರಲ್ಲಿ ತಪ್ಪೇನೂ ಇಲ್ಲ. ಆದರೆ ನಮ್ಮ ಬಹುತೇಕ ದೈನಂದಿನ ಆಹಾರ ಸ್ಥಳೀಯವಾದದ್ದು, ಆ ಋತುವಿನಲ್ಲಿ ಬೆಳೆದದ್ದು, ಮತ್ತು ಪೌಷ್ಟಿಕವಾಗಿದ್ದು ಸಮತೋಲನದ ಆಹಾರವಾಗಿರಬೇಕು. ಇದನ್ನು ನೀವೇ ಅಧ್ಯಯನದಿಂದ, ಅರಿವಿನಿಂದ, ಪ್ರಯೋಗಗಳಿಂದ ಕಂಡುಕೊಳ್ಳಬೇಕು.

ಹಸಿಯಾಗಿ ತಿನ್ನಬಹುದಾದ ಕೆಲವು ಸೊಪ್ಪು ಮತ್ತು ತರಕಾರಿಗಳನ್ನು ಬೇಯಿಸದೇ ತಿನ್ನುವುದು ಒಳ್ಳೆಯದು. ಆ ಮೂಲಕ ಆ ಪದಾರ್ಥದ ಬಹುತೇಕ ಪೋಷಕಾಂಶಗಳು ಅಡಿಗೆ ತಯಾರಿಸುವ ಪ್ರಕ್ರಿಯೆಯಲ್ಲಿ ನಾಶವಾಗದೇ ನಮ್ಮ ದೇಹ ಸೇರುತ್ತವೆ. ಆದರೆ ಅದಕ್ಕೆ ಮೊದಲು ಅವನ್ನು ಚೆನ್ನಾಗಿ ತೊಳೆಯಬೇಕು. ಇಲ್ಲವಾದಲ್ಲಿ ಕೆಲವು ರೋಗಾಣುಗಳು ಸಹ ನಮ್ಮ ದೇಹ ಸೇರಬಹುದು ಮತ್ತು ಕೆಲವು ಪ್ರದೇಶಗಳಲ್ಲಿ ಕಲಬೆರಕೆ ಅಥವ ಅಶುಚಿತ್ವದ ಕಾರಣ E-Coliನಂತಹ ಬ್ಯಾಕ್ಟೀರಿಯಾಗಳೂ ಸಹ ನಮ್ಮ ದೇಹ ಹೊಕ್ಕು ಮಾರಣಾಂತಿಕ ಆಗಬಹುದು. ಹಾಗಾಗಿಯೇ ಪ್ರತಿಯೊಂದು ಬಾರಿಯೂ ನಾವು ಆಹಾರ ಸೇವಿಸುವಾಗ ಕೆಲವು ಮುನ್ನೆಚ್ಚರಿಕೆ ಮತ್ತು ವಿವೇಚನೆ ಬಳಸಬೇಕು. ಹಸಿಯಾದ ತರಕಾರಿ ಅಥವ ಸೊಪ್ಪುಗಳನ್ನು ಸೇವಿಸುವುದರಿಂದ ಆಗುವ ಮತ್ತೊಂದು ಲಾಭವೆಂದರೆ ಅವುಗಳಲ್ಲಿ ಇರುವ ಹೆಚ್ಚಿನ ನೀರಿನಾಂಶದ ಕಾರಣ ಒಟ್ಟಾರೆಯಾಗಿ ಹೆಚ್ಚು ಪ್ರಮಾಣ ತಿಂದಂತೆ ಅನ್ನಿಸಿದರೂ ವಾಸ್ತವದಲ್ಲಿ ಕಡಿಮೆ ಆಹಾರ ತಿನ್ನುತ್ತೇವೆ ಮತ್ತು ಪರೋಕ್ಷವಾಗಿ ಹೆಚ್ಚು ಪ್ರಮಾಣದಲ್ಲಿ ನೀರು ಸೇವಿಸಿರುತ್ತೇವೆ.

ಆದರೆ ಬೇಯಿಸಿದರೆ ಯಾವ ಪದಾರ್ಥ ಹಿಗ್ಗುತ್ತದೋ–ವಿಶೇಷವಾಗಿ ಒಣಗಿಸಿದ ಧವಸ, ಧಾನ್ಯ ಮತ್ತು ಬೇಳೆಗಳು ಹಾಗೂ ಅವುಗಳ ಹಿಟ್ಟು– ಅವನ್ನು ಬೇಯಿಸಿಯೇ ತಿನ್ನಬೇಕು. ಆಗ ಮಾತ್ರ ಅದು ಜಠರದಲ್ಲಿ ಮತ್ತು ಕರುಳಿನಲ್ಲಿ ಚೆನ್ನಾಗಿ ಮತ್ತು ಸುಲಭವಾಗಿ ಜೀರ್ಣವಾಗುತ್ತದೆ.

ವಿಶ್ವದ ಆಹಾರೋದ್ಯಮ ಇಂದು ಸುಮಾರು ಎರಡು ಲಕ್ಷ ಶತಕೋಟಿ ರೂಪಾಯಿಗಳ ಉದ್ಯಮ (ಸುಮಾರು 2.5 ಟ್ರಿಲಿಯನ್ ಡಾಲರ್‌ಗಳು). ತಮ್ಮ ಉದ್ಯಮದ ರಕ್ಷಣೆಗಾಗಿ ಹಾಗೂ ಲಾಭಾಂಶ ಹೆಚ್ಚಳಕ್ಕಾಗಿ ಸತ್ಯವನ್ನು ಮರೆಮಾಚುವ ಹಾಗೂ ಸುಳ್ಳುಗಳನ್ನು ಪ್ರಚಾರ ಮಾಡುವ ಕೆಲಸವನ್ನು ಈ ಉದ್ಯಮದಲ್ಲಿ ತೊಡಗಿರುವವರು ಮಾಡುವುದು ಸಹಜ. ಸಿಗರೇಟ್ ಸೇದುವುದು ಆರೋಗ್ಯಕ್ಕೆ ಒಳ್ಳೆಯದು ಎಂದು ಏಳೆಂಟು ದಶಕಗಳ ಹಿಂದೆ ತಂಬಾಕು ಉದ್ಯಮ ಜಾಹೀರಾತು ನೀಡುತ್ತಿತ್ತು ಮತ್ತು ಆಗಿನ ಕೆಲವು ವೈದ್ಯರೂ ಅದನ್ನು ನಂಬಿದ್ದರು ಮತ್ತು ಹೇಳುತ್ತಿದ್ದರು. ಅದನ್ನು ನಂಬಿ ಆಗ ಲಕ್ಷಾಂತರ ಅಥವ ಕೋಟ್ಯಾಂತರ ಜನರು ಸಿಗರೇಟು ಸೇದುವ ಅಭ್ಯಾಸ ಮಾಡಿಕೊಂಡರು. ಆ ದುರಭ್ಯಾಸದಿಂದಾಗಿ ಕ್ರಮೇಣ ಲಕ್ಷಾಂತರ ಜನ ಕ್ಯಾನ್ಸರ್ ಪೀಡಿತರಾದರು. ಅವರು ಮತ್ತು ಅವರ ಕುಟುಂಬಗಳು ಪಡಬಾರದ ಸಂಕಟಗಳನ್ನು ಅನುಭವಿಸಿದರು. ಗೊತ್ತಿಲ್ಲದೆ ಲಕ್ಷಾಂತರ ಜನ ಅದಕ್ಕೆ ಬಲಿಯಾದರು. ವೈದ್ಯಕೀಯ ವೆಚ್ಚ ಭರಿಸಲಾಗದೆ ಮತ್ತು ಕುಟುಂಬದ ಏಕೈಕ ದುಡಿಯುವ ವ್ಯಕ್ತಿ ರೋಗಪೀಡಿತನಾಗಿ ಕೆಲಸಕ್ಕೆ ಹೋಗಲಾರದ ಸ್ಥಿತಿ ಮುಟ್ಟಿದ

ಕಾರಣ ಆತನ/ಆಕೆಯ ಕುಟುಂಬಗಳು ದಾರಿದ್ರ್ಯಕ್ಕೆ ಸಿಲುಕಿದವು. ಅದೇ ರೀತಿ ಇಂದಿನ ಆಹಾರ ಉದ್ಯಮದ ಜಾಹೀರಾತುಗಳಿವೆ. ಸಂಸ್ಕರಿತ ಆಹಾರ ಸಾಮಗ್ರಿಗಳು, ಕೊಬ್ಬುಭರಿತ ತಿನಿಸುಗಳು, ಉಪ್ಪು-ಸಕ್ಕರೆ-ಎಣ್ಣೆ ಹೆಚ್ಚಿರುವ ಆದರೆ ನಾಲಗೆಗೆ ರುಚಿ ಎನಿಸುವ ವ್ಯಸನಕಾರಿ ಪದಾರ್ಥಗಳ ಮಾರುಕಟ್ಟೆ ಬಹಳ ದೊಡ್ಡದಿದೆ ಮತ್ತು ಅವುಗಳ ಜಾಹೀರಾತುಗಳೂ ಜನರನ್ನು ಮರಳು ಮಾಡುವಂತಿವೆ. ಹಾಗಾಗಿಯೇ ಇಂದಿನ ಬಹುತೇಕ ಜನ ತಮ್ಮ ಅರೋಗ್ಯಕ್ಕೆ ಯಾವುದು ಒಳ್ಳೆಯದೋ ಅದನ್ನು ಬಿಟ್ಟು ಅನಾರೋಗ್ಯಕಾರಿ ಪದಾರ್ಥಗಳತ್ತ ಒಲವು ಬೆಳೆಸಿಕೊಂಡಿದ್ದಾರೆ.

ಈ ಎಲ್ಲದರ ಹಿನ್ನೆಲೆಯಲ್ಲಿ ನಾವು ಈಗ ಏನನ್ನು ತಿನ್ನಬೇಕು ಎಂದರೆ, ನಮ್ಮ ಆಹಾರದಲ್ಲಿ ಹೆಚ್ಚಿನ ಪ್ರಮಾಣದ ಸೊಪ್ಪು, ತರಕಾರಿ, ಬೇಳೆ, ಕಾಳು, ಸಿರಿಧಾನ್ಯ, ಹಣ್ಣು ಇರಬೇಕು. ಇವುಗಳಲ್ಲಿ ಎಲ್ಲಾ ರೀತಿಯ ಪೋಷಕಾಂಶಗಳು ಇರುತ್ತವೆ. ಅಕ್ಕಿ ಮತ್ತು ಗೋಧಿ ಪದಾರ್ಥಗಳನ್ನು ಸಾಧ್ಯವಾದಷ್ಟು ಕಡಿಮೆ ಪ್ರಮಾಣದಲ್ಲಿ ತಿನ್ನಬೇಕು. ಉಪ್ಪು ಮತ್ತು ಸಕ್ಕರೆಯನ್ನಂತೂ ಅತ್ಯಂತ ಕಡಿಮೆ ಪ್ರಮಾಣದಲ್ಲಿ ಬಳಸಬೇಕು. ಮಸಾಲೆ ಸಾಂಬಾರ ಪದಾರ್ಥಗಳನ್ನು ರುಚಿಗೆ ಮಾತ್ರ ಬಳಸಬೇಕು. ಇತ್ತೀಚಿನ ದಿನಗಳಲ್ಲಿ ಹೀಗೆ ಹೆಚ್ಚಿನ ಬೇಳೆ, ಕಾಳು, ಬೀಜಗಳು, ಸೊಪ್ಪು, ತರಕಾರಿ, ಹಣ್ಣುಗಳನ್ನು ತಿನ್ನುವ ಅಹಾರಪದ್ಧತಿಯು ಮೆಡಿಟೆರೇನಿಯನ್ ಪಥ್ಯ (Mediterranean Diet) ಎಂಬ ಹೆಸರಿನಲ್ಲಿ ಸಾಕಷ್ಟು ಜನಪ್ರಿಯವಾಗಿದೆ. ಪ್ರಪಂಚದಲ್ಲಿ ವಿವಿಧೆಡೆ ಉತ್ತಮ ಆರೋಗ್ಯ ಹೊಂದಿರುವ ಮತ್ತು ದೀರ್ಘಾಯುಷಿಗಳಾಗಿರುವ ಸಮುದಾಯಗಳ ಆಹಾರ ಪದ್ಧತಿಯು ಹೆಚ್ಚುಕಡಿಮೆ ಇದೇ ಆಗಿದೆ ಎಂದು ಇತ್ತೀಚಿನ ಸಂಶೋಧನೆಗಳು ಹೇಳುತ್ತಿವೆ. ಅರ್ಧ ಶತಮಾನದ ಹಿಂದಿನ ನಮ್ಮ ಬಹುತೇಕ ಪೂರ್ವಿಕ ಆಹಾರ ಪದ್ಧತಿಯೂ ಇದೇ ಆಗಿತ್ತಲ್ಲವೇ?

ಎಚ್ಚರಿಕೆ: ಇತ್ತೀಚಿನ ದಶಕಗಳಲ್ಲಿ ನಮ್ಮ ಜಲಮೂಲಗಳು ಕಲುಷಿತಗೊಂಡಿರುವ ಕಾರಣ ಸೊಪ್ಪು ಮತ್ತು ತರಕಾರಿಗಳನ್ನು ಬಹಳ ಎಚ್ಚರಿಕೆಯಿಂದ ಆಯ್ದುಕೊಳ್ಳಬೇಕು. ಜೀವಕ್ಕೆ ಹಾನಿ ಮಾಡುವ ಕೆಲವು ಖನಿಜ ಭಾರಧಾತುಗಳು ಇಂದು ತರಕಾರಿಗಳಲ್ಲಿ ಸೇರಿಕೊಳ್ಳುತ್ತಿವೆ. ಹಾಗಾಗಿ ಸಾಧ್ಯವಾದಷ್ಟೂ ಸಾವಯವ ಕೃಷಿ ಪದ್ಧತಿಯಲ್ಲಿ ಬೆಳೆದ ಸೊಪ್ಪು ಮತ್ತು ತರಕಾರಿಗಳನ್ನೇ ಬಳಸಬೇಕು. ಧವಸ ಮತ್ತು ಧಾನ್ಯಗಳ ವಿಚಾರಕ್ಕೆ ಸಾವಯವ ಕೃಷಿಯಲ್ಲಿ ಬೆಳೆದ ಪದಾರ್ಥಗಳೇ ಬೇಕಂತಿಲ್ಲ. ಮಳೆಯಾಶ್ರಿತ ಕೃಷಿಯಲ್ಲಿ ಬೆಳೆದ ಆಹಾರ ಪದಾರ್ಥಗಳು ಅತಿರೇಕದ ಕೀಟನಾಶಕ ಮತ್ತು ಕಳೆನಾಶಕಗಳ ಪ್ರಭಾವದಿಂದ ಬಹುತೇಕ ಮುಕ್ತವಾಗಿರುತ್ತವೆ.

Locavore (ಸ್ಥಳೀಯವಾಗಿ ಬೆಳೆದ ಆಹಾರವನ್ನೇ ತಿನ್ನುವ ಜನರು)

ಸ್ಥಳೀಯವಾಗಿ ಬೆಳೆದ ಅಥವಾ ಉತ್ಪಾದಿಸುವ ಆಹಾರವನ್ನು ಮಾತ್ರ ತಿನ್ನುವ ಜನರ ಸಂಖ್ಯೆ ಪಾಶ್ಚಾತ್ಯ ದೇಶಗಳಲ್ಲಿ ಕಳೆದ ಎರಡು-ಮೂರು ದಶಕಗಳಿಂದ ಹೆಚ್ಚಾಗುತ್ತಿದೆ. ಈ ತರಹದ ಚಿಂತನೆ ಮತ್ತು ಜೀವನಶೈಲಿ ರೂಢಿಸಿಕೊಳ್ಳುವುದಕ್ಕೆ ಆರೋಗ್ಯ ಸುಧಾರಣೆಯ ಜೊತೆಜೊತೆಗೆ ಸ್ಥಳೀಯ ರೈತರನ್ನು ಅಥವಾ ಆರ್ಥಿಕತೆಯನ್ನು ಬೆಂಬಲಿಸುವುದು, ಇಂಗಾಲದ ಹೆಜ್ಜೆಗುರುತನ್ನು ಕಡಿಮೆ ಮಾಡುವುದೂ ಪ್ರಮುಖ ಕಾರಣಗಳಾಗಿವೆ. ನಮ್ಮ ದೇಶದಲ್ಲಿಯೂ ಇದನ್ನು ಜನಪ್ರಿಯ ಮಾಡುವ ಕೆಲಸ ಆಗಬೇಕಿದೆ. ಮುಖ್ಯವಾಗಿ ಸಮಾಜದ ಗಣ್ಯರು ಹಾಗೂ ಅಭಿಪ್ರಾಯರೂಪಕರು ಈ ಜೀವನಶೈಲಿಯನ್ನು ರೂಢಿಸಿಕೊಂಡು ಅದರ ಕುರಿತು ಮಾತನಾಡುತ್ತ, ಬರೆಯುತ್ತ, ಜನರಿಗೆ ಮಾಹಿತಿ ನೀಡುವ ಮತ್ತು ಸ್ಫೂರ್ತಿ ನೀಡುವ ಕೆಲಸ ಮಾಡಬೇಕು.

ಮನೆ ಊಟವೋ, ಹೋಟೆಲ್ ಊಟವೋ?

ಇತ್ತೀಚಿನ ತಲೆಮಾರುಗಳ ಜೀವನೋಪಾಯ, ಉದ್ಯೋಗ, ವ್ಯವಹಾರ, ಜೀವನಶೈಲಿ ಇತ್ಯಾದಿಗಳಿಂದಾಗಿ ಮನೆಯಲ್ಲಿ ಅಡಿಗೆ ಮಾಡಿ ತಿನ್ನುವ ಸಂದರ್ಭಗಳು ಕಡಿಮೆ ಆಗುತ್ತಿವೆ. ಗ್ರಾಮೀಣ ಭಾಗದ ಜನರನ್ನು ಬಿಟ್ಟರೆ ನಗರ ಪ್ರದೇಶದ ಬಹುತೇಕ ಜನ ವಾರದಲ್ಲಿ ಕೆಲವು ಸಲವಾದರೂ ಹೋಟೆಲ್‌ಗಳಲ್ಲಿ ಊಟ ಮಾಡುವುದು ಇಂದು ಸರ್ವೇಸಾಮಾನ್ಯವಾಗಿದೆ.

ಸೌದೆ ಒಲೆಗಳಲ್ಲಿ ಅಡಿಗೆ ಮಾಡಬೇಕಿದ್ದ ಹಿಂದಿನವರಿಗೆ ಹೋಲಿಸಿದರೆ ಇಂದಿನವರಿಗೆ ಮನೆಯಲ್ಲಿ ಅಡಿಗೆ ಮಾಡುವುದು ಇಂದು ಅಷ್ಟು ಕಷ್ಟದ ಕೆಲಸವಲ್ಲ. ಇತ್ತೀಚಿನವರೆಗೂ ಪ್ರಚಲಿತದಲ್ಲಿದ್ದ ಅಡಿಗೆ ಮಾಡುವುದು ಹೆಂಗಸರ ಕೆಲಸ ಎನ್ನುವ ಸಂಪ್ರದಾಯ ಇಂದು ಅಪ್ರಸ್ತುತವಾದದ್ದು. ಮಹಿಳೆಯೂ ಇಂದು ಮನೆಯ ಒಳಗೆ ಮತ್ತು ಹೊರಗೆ ದುಡಿಯುತ್ತಿದ್ದಾಳೆ. ಎಷ್ಟೋ ಸಂದರ್ಭಗಳಲ್ಲಿ ಮನೆಯ ಗಂಡಸಿಗಿಂತ ಹೆಚ್ಚಿನ ದೈಹಿಕ ಶ್ರಮ ಅವಳದ್ದೇ ಆಗಿದೆ. ಆದರೂ ಮನೆಯಲ್ಲಿ ಅಡಿಗೆಯನ್ನೂ ಆಕೆಯೇ ಮಾಡಬೇಕು ಎನ್ನುವುದು ಕ್ರೂರತೆ ಅಷ್ಟೇ ಅಲ್ಲ, ಬಹುತೇಕ ಕುಟುಂಬಗಳು ಹೋಟೆಲ್ ಊಟದ ಮೇಲೆ ಅವಲಂಬಿತರಾಗುವ ಮತ್ತು ಆ ಮೂಲಕ ಹೆಚ್ಚು ಅನಾರೋಗ್ಯಕಾರಿ ಆಹಾರ (Junk Food) ಸೇವಿಸುವ ದುರದೃಷ್ಟಕರ ಪರಿಸ್ಥಿತಿ ತಲುಪಲು ಕಾರಣವಾಗಿದೆ.

ಹೋಟೆಲ್‌ಗಳಲ್ಲಿ ಸಿಗುವ ಬಹುತೇಕ ತಿಂಡಿತಿನಿಸುಗಳಲ್ಲಿ ಹೆಚ್ಚಿನ ರುಚಿಗಾಗಿ ಉಪ್ಪು, ಖಾರ, ಮಸಾಲೆ ಸಾಮಗ್ರಿ, ಎಣ್ಣೆ, ರುಚಿವರ್ಧಕ ಲವಣಗಳು, ಕೃತಕ ಸುವಾಸನೆ ಸಾಮಗ್ರಿ ಇತ್ಯಾದಿಗಳನ್ನು ಅಗತ್ಯಕ್ಕಿಂತ ಹೆಚ್ಚು ಬಳಸಲಾಗುತ್ತದೆ. ಹೆಚ್ಚಿನ ಪ್ರಮಾಣದಲ್ಲಿ ಇವುಗಳನ್ನು ತಿನ್ನುವುದು ಆರೋಗ್ಯಕ್ಕೆ ಖಂಡಿತ ಒಳ್ಳೆಯದಲ್ಲ. ಕೆಲವು ಹೋಟೆಲ್‌ಗಳಲ್ಲಿ ಅಡಿಗೆ ಸಿದ್ಧಪಡಿಸುವ ಸ್ಥಳಗಳಲ್ಲಿ ಶುಚಿತ್ವ ಇರುವುದಿಲ್ಲ. ಕೆಲವು ಸಂದರ್ಭಗಳಲ್ಲಿ ಕೊಳೆತ ಅಥವ ಹಿಂದಿನ ದಿನದ ಪದಾರ್ಥಗಳಿಗೆ ಕೆಲವು ಮಾರ್ಪಾಡುಗಳನ್ನು ಮಾಡಿ ಬಡಿಸುತ್ತಾರೆ. ಕಡಿಮೆ ಗುಣಮಟ್ಟದ, ಅಂದರೆ ಹುಳುಹಿಡಿದ, ರೋಗ ತಗುಲಿದ್ದ, ಜೀವಸತ್ವ ನಷ್ಟವಾಗಿರುವ ಅಹಾರ ಸಾಮಗ್ರಿಗಳನ್ನು ಬಳಸಿದ್ದರೂ ನಮಗದು ಗೊತ್ತಾಗುವುದಿಲ್ಲ. ಇನ್ನು ಎಲ್ಲವೂ ಅತ್ಯುತ್ತಮ ಗುಣಮಟ್ಟದ್ದೇ ಆಗಿದೆ ಎನ್ನುವ ಕಡೆ ಅದು ಬಹುತೇಕ ಸಂದರ್ಭದಲ್ಲಿ ಜನಸಾಮಾನ್ಯರಿಗೆ ಎಟಕುವ ಬೆಲೆಯಲ್ಲಿ ಇರುವುದಿಲ್ಲ.

ಹಾಗಾಗಿ, ಕೆಲಸಕಾರ್ಯಗಳ ಮೇಲೆ ಮನೆಯಿಂದ ಹೊರಹೋದ ಸಂದರ್ಭದಲ್ಲಿ ಅನಿವಾರ್ಯವಾಗಿ ಹೋಟೆಲ್‌ಗಳ ಮೇಲೆ ಅವಲಂಬಿತವಾಗಬೇಕೇ ಹೊರತು ಅದನ್ನೇ ದೈನಂದಿನ ಸಂಪ್ರದಾಯ ಮಾಡಿಕೊಳ್ಳಬಾರದು. ಅಡಿಗೆ ಮಾಡುವ ಕೆಲಸದಲ್ಲಿ ಗಂಡುಹೆಣ್ಣು ಎನ್ನುವ ಭೇದವಿಲ್ಲದೆ ಮನೆಯವರೆಲ್ಲ ತೊಡಗಿಕೊಂಡರೆ ಅದು ಉತ್ತಮ ಕೌಟುಂಬಿಕ ವಾತಾವರಣವನ್ನು ನಿರ್ಮಿಸುವುದು ಮಾತ್ರವಲ್ಲ, ಆರೋಗ್ಯಪೂರ್ಣ ಆಹಾರವನ್ನೂ ಖಾತ್ರಿ ಮಾಡುತ್ತದೆ. ನಾವು ಏನನ್ನು ಎಷ್ಟು ಪ್ರಮಾಣದಲ್ಲಿ ತಿನ್ನುತ್ತಿದ್ದೇವೆ ಎನ್ನುವ ಸಂಪೂರ್ಣ ಅರಿವು ಆಗ ನಮಗಿರುತ್ತದೆ. ಹೊರಗೆ ಹೋಗಿ ದುಡಿಯುವವರು ಮಧ್ಯಾಹ್ನದ ಊಟವನ್ನು ಮನೆಯಿಂದಲೇ ಒಯ್ಯುವುದು ಸಹ ಕಷ್ಟಸಾಧ್ಯವಲ್ಲ. ಗೃಹಕೃತ್ಯಗಳಲ್ಲಿ ಪಾಲ್ಗೊಳ್ಳುವ ವಿಚಾರದಲ್ಲಿ ಹಾಗೂ ಸಮಯ ಹೊಂದಾಣಿಕೆಯಲ್ಲಿ ಸಣ್ಣಪುಟ್ಟ ಬದಲಾವಣೆ ಮಾಡಿಕೊಂಡರೆ ಯಾವುದೂ ಕಷ್ಟವಲ್ಲ. ಮೊದಲಿಗೆ ನಾವು ಅದಕ್ಕೆ ಪೂರಕವಾದ ಮನಸ್ಥಿತಿ ಬೆಳೆಸಿಕೊಳ್ಳಬೇಕು.

ಹಾಗೆಂದು ಹೋಟೆಲ್ ತಿಂಡಿ ತಿನ್ನಲೇ ಬಾರದು ಅಂತಲ್ಲ. ಅನಿವಾರ್ಯ ಪರಿಸ್ಥಿತಿಯಲ್ಲಿ ಅಥವ ಕುಟುಂಬದವರ, ಆಪ್ತರ ಜೊತೆಗೆ ಆಗೊಮ್ಮೆ ಈಗೊಮ್ಮೆ ಹೋಗಿಬರುವುದು ಅನಪೇಕ್ಷಿತವಲ್ಲ. ಆದರೆ ಬಾಯಿರುಚಿಗಾಗಿ ಮತ್ತು ಅಡಿಗೆ ಮಾಡುವ ಕೆಲಸವನ್ನು ತಪ್ಪಿಸಿಕೊಳ್ಳುವುದಕ್ಕಾಗಿ ಹೋಟೆಲ್ ಊಟದ ಮೇಲೆ ಅವಲಂಬಿತವಾಗುವುದು ದೀರ್ಘಕಾಲದಲ್ಲಿ ನಮ್ಮ ಅರೋಗ್ಯದ ಮೇಲೆ ದುಷ್ಪರಿಣಾಮಗಳನ್ನು ಬೀರುತ್ತದೆಯೇ ಹೊರತು ಸತ್ಪರಿಣಾಮಗಳನ್ನಲ್ಲ.

ಮಾಂಸಾಹಾರ ಕನಿಷ್ಠವಲ್ಲ, ಅಪವಿತ್ರವಲ್ಲ, ಪಾಪವಲ್ಲ; ಸಸ್ಯಾಹಾರ ಸರ್ವೋತ್ತಮ, ಈ ಕಾಲದ ಅಗತ್ಯ

ಪ್ರಾಣಿಗಳಲ್ಲಿ ಕೆಲವು ಸಂಪೂರ್ಣ ಮಾಂಸಾಹಾರಿ ಆಗಿದ್ದರೆ ಕೆಲವು ಸಂಪೂರ್ಣ ಸಸ್ಯಾಹಾರಿ. ಮನುಷ್ಯನೂ ಸೇರಿದಂತೆ ಕೆಲವು ಪ್ರಾಣಿಗಳು ಮಾತ್ರ ಮಿಶ್ರಾಹಾರಿ. ಲಕ್ಷಾಂತರ ಅಥವ ಕೋಟ್ಯಾಂತರ ವರ್ಷಗಳಲ್ಲಿ ಪಶುಪಕ್ಷಿಗಳು ಜೈವಿಕವಾಗಿ ವಿಕಾಸವಾಗಿರುವ ರೀತಿ ಅದು. ಯಾವ ರೀತಿಯ ಆಹಾರವನ್ನು ಸೇವಿಸುತ್ತವೆ ಎನ್ನುವುದರ ಮೇಲೆ ಪ್ರಾಣಿಗಳ ಜೀರ್ಣಾಂಗ ವ್ಯವಸ್ಥೆ ರೂಪುಗೊಂಡಿರುತ್ತದೆ.

ಹತ್ತಾರು ಸಾವಿರ ವರ್ಷಗಳ ಹಿಂದಿನ ತನಕವೂ ನಮ್ಮ ಬಹುತೇಕ ಎಲ್ಲಾ ಪೂರ್ವಿಕರು ಮಿಶ್ರಾಹಾರಿಗಳೇ. ಕಳೆದ ಮೂರ್ನಾಲ್ಕುಸಾವಿರ ವರ್ಷಗಳಲ್ಲಿ ಪ್ರಪಂಚದ ಹಲವೆಡೆ–ವಿಶೇಷವಾಗಿ ಭಾರತದ ಕೆಲವು ಸಮುದಾಯ ಮತ್ತು ಪ್ರದೇಶಗಳಲ್ಲಿ–ಮಾಂಸಾಹಾರವನ್ನು ಸಂಪೂರ್ಣವಾಗಿ ತ್ಯಜಿಸಿ ಸಸ್ಯಾಹಾರಿಗಳಾಗುವ ಪ್ರವೃತ್ತಿ ಬೆಳೆಯಿತು. ಆದರೆ ಅದು ಆಗಲೂ ಸಾರ್ವತ್ರಿಕವಾಗಲಿಲ್ಲ, ಈಗಲೂ ಸಾರ್ವತ್ರಿಕವಲ್ಲ.

ಹೀಗೆ ಸಸ್ಯಾಹಾರಿಗಳಾಗಿ ಮುಂದುವರೆದ ಸಮುದಾಯಗಳು ಸೈದ್ಧಾಂತಿಕ ಅಥವ ಸಾಮಾಜಿಕ ನೆಲೆಯಲ್ಲಿ ಸಸ್ಯಾಹಾರವೇ ಶ್ರೇಷ್ಠ ಮತ್ತು ಮಾಂಸಾಹಾರ ಪಾಪ, ಅಪವಿತ್ರ ಎಂದು ಪ್ರತಿಪಾದಿಸಲು ಆರಂಭಿಸಿದರು. ಕ್ರಮೇಣ ಅದು ಮಾಂಸಾಹಾರಿಗಳು ಕೀಳುಪ್ರವೃತ್ತಿಯ ಅಥವ ಕೀಳುಮನಸ್ಥಿತಿಯ ಜನ ಎನ್ನುವ ಭಾವನೆ ಕೇವಲ ಸಸ್ಯಾಹಾರಿಗಳಲ್ಲಿ ಮಾತ್ರವಲ್ಲ, ಸ್ವತಃ ಮಾಂಸಾಹಾರಿಗಳೂ ಭಾವಿಸುವಂತಹ ಅಸತ್ಯ ಮತ್ತು ಅನೈಸರ್ಗಿಕ ವಾತಾವರಣ ಸೃಷ್ಟಿಸಿತು. ಆದರೆ ಕಳೆದ ಐದಾರು ದಶಕಗಳಲ್ಲಿ ಆ ಮನಸ್ಥಿತಿ ಬಹುತೇಕ ಕಡಿಮೆ ಆಗಿದೆ.

ಪ್ರಪಂಚದ ಬಹುತೇಕ ಎಲ್ಲಾ ಕಡೆಯೂ ಇಂದು ಮಾಂಸಾಹಾರ ಹಿಂದೆಂದಿಗಿಂತಲೂ ಬಹಳ ಸುಲಭವಾಗಿ ಮತ್ತು ಅಗ್ಗವಾಗಿ ಮನುಷ್ಯನಿಗೆ ದಕ್ಕುತ್ತಿದೆ. ಅದೇ ಕಾರಣದಿಂದ ಉಪ್ಪು, ಸಕ್ಕರೆ, ಮಸಾಲೆ ಪದಾರ್ಥಗಳ ಜೊತೆಗೆ ಮಾಂಸಾಹಾರವನ್ನೂ ಇಂದಿನವರು ತಮ್ಮ ಪೂರ್ವಿಕರಿಗಿಂತ ಹೆಚ್ಚು ತಿನ್ನುತ್ತಿದ್ದಾರೆ. ಈ ಬೆಳವಣಿಗೆ ಕೇವಲ ಮನುಷ್ಯನ ಆರೋಗ್ಯದ ಮೇಲೆ ಮಾತ್ರವಲ್ಲ, ಭೂಮಿಯ ಹವಾಮಾನ ಮತ್ತು ಪರಿಸರದ ಮೇಲೆಯೂ ಅನಪೇಕ್ಷಿತ, ಅನೂಹ್ಯ, ಅಪಾಯಕಾರಿ ಪರಿಣಾಮವನ್ನು ಉಂಟು ಮಾಡುತ್ತಿದೆ. ಇಂದಿನ ಜಾಗತಿಕ ತಾಪಮಾನ ಏರಿಕೆಯಲ್ಲಿ (Global Warming) ಮಾಂಸೋತ್ಪಾದನೆ ಉದ್ಯಮದ ಪಾಲು ಬಹಳ ಗಣನೀಯವಾದದ್ದು.

ಯಾವುದೇ ರೀತಿಯ ಆಹಾರ ಬೆಳೆಯಬೇಕೆಂದರೂ ಜೀವದ್ರವ, ಅಂದರೆ ನೀರು, ಬೇಕೇಬೇಕು. ನೀರಿಲ್ಲದೆ ಜೀವವಿಲ್ಲ. ನೀರಿಲ್ಲದೆ ಆಹಾರವಿಲ್ಲ. ಈ ಹಿನ್ನೆಲೆಯಲ್ಲಿ ನಾವು ಮಾಂಸ ಮತ್ತು ಸಸ್ಯಾಹಾರಗಳ ಉತ್ಪಾದನೆಯನ್ನು ಗಮನಿಸಿದಾಗ ಮಾಂಸ ಉತ್ಪಾದನೆಗೆ ಎಷ್ಟರ ಮಟ್ಟಿಗಿನ ನೀರನ್ನು ವ್ಯಯಿಸುತ್ತಿದ್ದೇವೆ ಎನ್ನುವ ಅಂಶ ಆಘಾತವನ್ನುಂಟು ಮಾಡುತ್ತದೆ.

ಅಹಾರ ಪದಾರ್ಥ (1 ಕೆಜಿ)	**ನೀರಿನ ಅಗತ್ಯ** (ಲೀಟರ್‌ಗಳಲ್ಲಿ) (ಸರಾಸರಿ ಅಂದಾಜು)
ಗೋಮಾಂಸ	15000
ಕುರಿ ಮಾಂಸ	10000
ಹಂದಿ ಮಾಂಸ	6000
ಕೋಳಿ ಮಾಂಸ	4500
ಅಕ್ಕಿ	2500
ಗೋಧಿ	1000
ಸಿರಿಧಾನ್ಯಗಳು (ರಾಗಿ, ಸಜ್ಜೆ, ಜೋಳ, ಇತ್ಯಾದಿ)	700–1200
ಆಲೂಗಡ್ಡೆ	300

(ಆಕರ: https://www.theguardian.com/news/datablog/2013/jan/10/how-much-water-food-production-waste)

ಕೃಷಿ ಚಟುವಟಿಕೆಗಳಿಗೆ ಮಾತ್ರವೆಂದೇ ವಿಶ್ವದ 70% ಸಿಹಿನೀರು ಬಳಕೆ ಆಗುತ್ತಿದೆ ಎಂದರೆ ನಾವು ಭೂಮಿಯ ಮೇಲೆ ಲಭ್ಯವಿರುವ ಜೀವದ್ರವನ್ನು ಯಾವ ಪ್ರಮಾಣದಲ್ಲಿ ಆಹಾರ ಉತ್ಪಾದನೆಗೆ ಬಳಸುತ್ತಿದ್ದೇವೆ ಎನ್ನುವುದು ನಮ್ಮನ್ನು ಎಚ್ಚರಿಸಲೇಬೇಕು. 70% of global freshwater withdrawls are used for agriculture.

ಇನ್ನು ಆಹಾರ ಉತ್ಪಾದನೆಗೆ ನೀರೊಂದೇ ಸಾಕಾಗುವುದಿಲ್ಲ. ಉಳುಮೆ, ಬಿತ್ತನೆ, ರಸಗೊಬ್ಬರ, ಕೊಯಿಲು, ಸಾಗಾಣಿಕೆ ಮುಂತಾದ ಕ್ರಿಯೆಗಳಿಗೆ ನಾನಾ ರೀತಿಯ ಚಟುವಟಿಕೆ ಮಾಡಬೇಕಾಗುತ್ತದೆ ಮತ್ತು ರಾಸಾಯನಿಕಗಳೂ ಸೇರಿದಂತೆ ಅನೇಕ ನೈಸರ್ಗಿಕ ಸಂಪನ್ಮೂಲಗಳನ್ನು ಬಳಸಬೇಕಾಗುತ್ತದೆ. ಅದರಿಂದ ಪರಿಸರದ ಮೇಲೆ ನೇರ ಮತ್ತು ಪರೋಕ್ಷ ಪರಿಣಾಮಗಳು

ಉಂಟಾಗುತ್ತದೆ. ಪ್ರಪಂಚದ ಅರ್ಧದಷ್ಟು ವಾಸಯೋಗ್ಯ ಭೂಮಿಯನ್ನು ನಾವು ಕೃಷಿಗೆ ಬಳಸುತ್ತಿದ್ದೇವೆ. Half of the world's habitable land is used for agriculture.

ಇದೆಲ್ಲವನ್ನೂ ನಾವು ಒಟ್ಟಾರೆಯಾಗಿ ಗಮನಿಸಿದಾಗ, ಯಾವ ಆಹಾರ ಪದಾರ್ಥಗಳ ಉತ್ಪಾದನೆ ಎಷ್ಟು ಪ್ರಮಾಣದಲ್ಲಿ ಹಸಿರುಮನೆ ಅನಿಲಗಳನ್ನು ಹೊರಸೂಸುತ್ತದೆ (Greenhouse Gas Emissions) ಮತ್ತು ಜಾಗತಿಕ ತಾಪಮಾನ ಏರಿಕೆಗೆ ಅವುಗಳ ಕೊಡುಗೆ ಎಷ್ಟು ಎನ್ನುವುದನ್ನು ಈ ಕೆಳಗಿನ ಚಿತ್ರಗಳು ತಿಳಿಸುತ್ತವೆ:

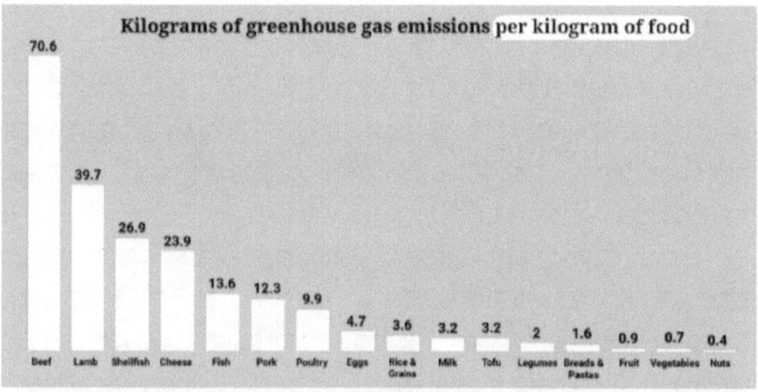

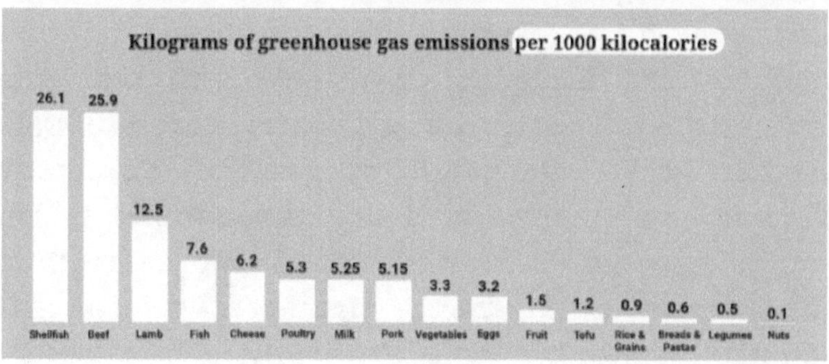

(ಆಕರ: https://www.un.org/en/climatechange/science/climate-issues/food)

ಜಾಗತಿಕ ಹಸಿರುಮನೆ ಅನಿಲಗಳ ಹೊರಸೂಸುವಿಕೆಯಲ್ಲಿ ಅಹಾರ ಉತ್ಪಾದನೆಯ ಪಾಲು 26%. Food production accounts for over a quarter of global greenhouse gas emissions. ಈಗಾಗಲೆ ಮೇಲಿನ ಅಂಕಿಅಂಶಗಳ ಮೂಲಕ ವಿವರಿಸಿರುವಂತೆ ಇದರಲ್ಲಿ ಗಣನೀಯ ಪಾಲು ಮಾಂಸ ಉತ್ಪಾದನೆಯದ್ದೇ ಆಗಿದೆ.

ಹಾಗಾಗಿ ಕೇವಲ ನಮ್ಮ ಆರೋಗ್ಯದ ದೃಷ್ಟಿಯಿಂದ ಮಾತ್ರವಲ್ಲ ಭೂಮಿಯ ತಾಪಮಾನವು ವಿನಾಶಕಾರಿಯಾಗಿ ಏರಿಕೆಯಾಗುವುದನ್ನು ತಡೆಗಟ್ಟಲು ನಾವೆಲ್ಲಾ ಕಡಿಮೆ ಪ್ರಮಾಣದ ಮಾಂಸಾಹಾರ ಸೇವಿಸುವ ಅಥವ ಅದನ್ನು ತ್ಯಜಿಸುವ ತೀರ್ಮಾನ ಮಾಡಬೇಕಿದೆ.

ಮಾಂಸದಿಂದ ಮಾತ್ರವೇ ನಮಗೆ ಪ್ರೋಟೀನ್ ಸೇರಿದಂತೆ ಕೆಲವು ಪೌಷ್ಟಿಕಾಂಶಗಳು ಲಭಿಸುತ್ತವೆ ಎನ್ನುವುದು ಮೌಢ್ಯಾಧಾರಿತವಾದದ್ದು ಅಥವ ಉತ್ಪಾದಿತ ಸುಳ್ಳು ಅಥವ ತಪ್ಪು ಕಲ್ಪನೆ. ಕೇವಲ ಮಾಂಸವಷ್ಟೇ ಅಲ್ಲ, ಹಾಲು ಆಧಾರಿತ ಉತ್ಪನ್ನಗಳನ್ನೂ ಸೇವಿಸದವರು (Vegans) ನಮ್ಮ ನಡುವೆಯೇ ಆರೋಗ್ಯವಾಗಿರುವುದು ಮತ್ತು ಜೀವಮಾನಪೂರ್ತಿ ಸಸ್ಯಾಹಾರಿಗಳಾಗಿದ್ದವರೂ ಶತಾಯುಷಿಗಳಾಗಿ ಬಾಳಿ ಬದುಕಿದ ಉದಾಹರಣೆಗಳೂ ಸಹಸ್ರಾರು ಸಂಖ್ಯೆಯಲ್ಲಿವೆ.

ಅಂದ ಹಾಗೆ, ಜೀವವಿಕಾಸದ ನಿರಂತರ, ಮಹೋನ್ನತ, ಜೀವಂತ ಪ್ರದರ್ಶನದಲ್ಲಿ –ಖ್ಯಾತ ಜೀವವಿಜ್ಞಾನಿ ರಿಚರ್ಡ್ ಡಾಕಿನ್ಸ್ ಜೀವವಿಕಾಸ ಕುರಿತಾದ ತನ್ನ ಪ್ರಖ್ಯಾತ ಪುಸ್ತಕಕ್ಕೆ ಇಟ್ಟಿರುವ ಹೆಸರು "The Greatest Show on Earth"–ನಮ್ಮ, ಅಂದರೆ Homo Sapiensಗಳ ದಾಯಾದಿಗಳಾಗಿರುವ ಚಿಂಪಾಂಜಿ ಮತ್ತು ಗೊರಿಲ್ಲಾಗಳು (ಅಂದರೆ ಲಕ್ಷಾಂತರ ಅಥವ ಕೋಟ್ಯಾಂತರ ವರ್ಷಗಳ ಹಿಂದೆ ನಮ್ಮ ಮತ್ತು ಅವರ ಪೂರ್ವಿಕರು ಒಬ್ಬರೇ ಆಗಿದ್ದರು. ಮನುಷ್ಯನ ಮತ್ತು ಚಿಂಪಾಜಿಯ DNA ಸಾಮ್ಯತೆ 98.8%) ಬಹುತೇಕವಾಗಿ ಸಸ್ಯಾಹಾರಿಗಳೇ. ಯಾವಾಗಲೋ ಒಮ್ಮೊಮ್ಮೆ ಅಥವ ಲಭ್ಯವಿದ್ದಾಗ ಮಾತ್ರ ಅವು ಭ್ರೂಣಾವಸ್ಥೆಯ ಜೇನುನೊಣ, ಇರುವೆ, ಗೆದ್ದಲುಹುಳು ಅಥವ ಗೊದ್ದಗಳನ್ನು ತಿನ್ನುತ್ತವೆ. ಚಿಂಪಾಂಜಿಗಳು ಮಾತ್ರ ಕಾಡಿನಲ್ಲಿ ಆಗಾಗ ಅಪರೂಪಕ್ಕೆ ಕೆಂಪುಕೋತಿಗಳನ್ನು ಬೇಟೆಯಾಡಿ ತಿನ್ನುತ್ತವೆ. ಮೃಗಾಲಯಗಳಲ್ಲಿ ಇರುವ ಚಿಂಪಾಂಜಿಗಳು ಹೆಚ್ಚಿನ ಪ್ರಮಾಣದಲ್ಲಿ ಮಾಂಸವನ್ನು ತಿನ್ನಬಹುದಾದರೂ ಕಾಡಿನಲ್ಲಿ ಇರುವ ಚಿಂಪಾಂಜಿಗಳ 98% ಆಹಾರ ಸಸ್ಯಜನ್ಯವಾದದ್ದು ಎಂದು ಸಂಶೋಧನೆಗಳು ತಿಳಿಸುತ್ತವೆ. ಅಂದರೆ, ಸಂಘಟಿತ ಬೇಟೆ ಹಾಗೂ ಮಾರಕಾಸ್ತ್ರಗಳ ಬಳಕೆಯಿಂದಾಗಿ ಹೆಚ್ಚಾದ ಮಾಂಸದ ಲಭ್ಯತೆ ಹಾಗೂ ಬೆಂಕಿಯ ಉಪಯೋಗ ಪಡೆದುಕೊಂಡು ಮಾಂಸವನ್ನು ರುಚಿಕರವಾಗಿ ಮಾಡಿಕೊಂಡದ್ದಷ್ಟೇ ಅಲ್ಲದೆ

ಅದನ್ನು ಸುಲಭವಾಗಿ ಜೀರ್ಣಿಸಿಕೊಳ್ಳಲೂ ಸಾಧ್ಯವಾಯಿತು ಎನ್ನುವ ಕಾರಣ ಮನುಷ್ಯನ ಮಾಂಸಾಹಾರ ಸೇವನೆಯ ಪ್ರಮಾಣ ಹೆಚ್ಚಾಯಿತು ಎಂದು ನಾವು ಊಹಿಸಬಹುದು. ಸುಮಾರು ಹತ್ತು ಸಾವಿರ ವರ್ಷಗಳ ಹಿಂದೆ ಆರಂಭವಾದ ಕೃಷಿಯ ಜೊತೆಗೆ ಪಶುಪಕ್ಷಿಗಳ ಪಾಲನೆಯೂ (Domestication of Animals) ಹೆಚ್ಚಿ ಆ ಪ್ರಮಾಣ ಮತ್ತಷ್ಟು ಹೆಚ್ಚಾಯಿತು. ಆದರೆ ಈಗ ಮಾಂಸಾಹಾರ ಸೇವನೆ ಅಪಾಯಕಾರಿ ಮಟ್ಟಕ್ಕೆ ಮುಟ್ಟಿದೆ. ಅದು ಆರೋಗ್ಯದ ಮೇಲೆ ಮಾತ್ರವಲ್ಲ, ಪ್ರಕೃತಿಯ ಮೇಲೆಯೂ ದುಷ್ಪರಿಣಾಮ ಬೀರುತ್ತಿದೆ.

ಮನುಷ್ಯನ ಪೂರ್ವಿಕರೆಲ್ಲರೂ ಮಿಶ್ರಾಹಾರಿಗಳೆ. ಹಾಗಾಗಿ ಯಾವುದೋ ಆಚರಣೆ ಅಥವ ಮತೀಯತೆಯ ಕಾರಣದಿಂದ ಯಾರಾದರೂ ಮಾಂಸಾಹಾರವನ್ನು ಕನಿಷ್ಠ, ನಿಕೃಷ್ಟ, ಅಪವಿತ್ರ ಎಂದರೆ ಅವರು ಅಜ್ಞಾನಿಗಳಲ್ಲದೆ, ಮತಾಂಧರಲ್ಲದೆ ಬೇರೇನೂ ಅಲ್ಲ. ಆದರೆ, ಅದೇ ತರಹದ ಅಜ್ಞಾನ ಅಥವ ಅಹಂಕಾರದಿಂದ ಮಾಂಸಾಹಾರವೇ ಉತ್ತಮ ಅಥವಾ ಅತ್ಯಗತ್ಯ ಎಂದು ಇಂದಿನ ಸಂದರ್ಭದಲ್ಲಿಯೂ ಹೇಳುವುದು ಸಮಂಜಸವಲ್ಲ, ಜವಾಬ್ದಾರಿಯುತ ನಡವಳಿಕೆಯೂ ಅಲ್ಲ. ಮದ್ಯಸೇವನೆಯ ರೀತಿಯೇ ಮಾಂಸಾಹಾರವನ್ನೂ ಸಂಪೂರ್ಣ ವರ್ಜಿಸಬೇಕು ಅಂತೇನೂ ಇಲ್ಲ. ಸಾದ್ಯವಾದರೆ ವರ್ಜಿಸಬೇಕು. ಇಲ್ಲವಾದರೆ ತುಂಬಾ ಮಿತಿಯಲ್ಲಿ, ವಿಶೇಷ ಸಂದರ್ಭಗಳಲ್ಲಿ ಮಾತ್ರ ತಿನ್ನಬೇಕು.

ನನ್ನ ಇಂದಿನ ವೈಯಕ್ತಿಕ ಅಭಿಪ್ರಾಯದಲ್ಲಿ, ಪ್ರಾಣಿಗಳಿಂದ ಸಿಗುವ ಉತ್ಪನ್ನಗಳನ್ನು ಅವುಗಳಿಂದ ಕದ್ದು ತಿನ್ನಬಹುದೇ ಹೊರತು (ಉದಾಹರಣೆಗೆ, ಹಸು ಅಥವ ಎಮ್ಮೆಯ ಹಾಲು, ಕೋಳಿಯ ಮೊಟ್ಟೆ), ಅವುಗಳನ್ನು ಕೊಂದು ತಿನ್ನಬಾರದು. ಪರಿಸರದ ಮೇಲೆ ಅತೀವ ಒತ್ತಡ ಹೇರದ ಸಸ್ಯಜನ್ಯ ಅಹಾರ ಪದಾರ್ಥಗಳು ಯಥೇಚ್ಛವಾಗಿ ಸಿಗುತ್ತಿರುವ ಈ ಕಾಲದಲ್ಲಿ ಪ್ರಾಣಿ ಪಕ್ಷಿಗಳನ್ನು ಮಾಂಸಕ್ಕಾಗಿ ಸಾಕುವುದು ಮತ್ತು ಅವುಗಳನ್ನು ಹಿಂಸಿಸಿ ಕೊಂದು ತಿನ್ನುವುದು ಅನೈತಿಕ ಮತ್ತು ನಿಸರ್ಗದ ವಿಕಾಸವಾದಕ್ಕೆ ವಿರುದ್ಧ.

ಮದ್ಯ

"ಕುಡಿದವರಿಗೆ ಅದು ಒಂದು ರೀತಿಯ ಸುಖ (hedonic pleasure) ನೀಡುತ್ತದೆ ಎನ್ನುವುದನ್ನು ಬಿಟ್ಟರೆ ಮದ್ಯವು ಆರೋಗ್ಯಕ್ಕೆ ಯಾವುದೇ ರೀತಿಯಲ್ಲಿ ಒಳ್ಳೆಯದು ಮಾಡುವುದಿಲ್ಲ ಮತ್ತು ಅದರಲ್ಲಿ ಯಾವುದೇ ರೀತಿಯ ಪೌಷ್ಟಿಕತೆ ಇಲ್ಲ." (Peter Attia. [2023]. Outlive. p. 321)

ಈ ಅಧ್ಯಾಯದ ಒಂದು ಕಡೆ ಪ್ರಸ್ತಾಪಿಸಿರುವಂತೆ ಏಳೆಂಟು ದಶಕಗಳ ಹಿಂದೆ ಸಿಗರೇಟು ಸೇದುವುದು ಫ್ಯಾಶನ್ ಮಾತ್ರವಾಗಿರಲಿಲ್ಲ, ಅದು ಅರೋಗ್ಯಕ್ಕೂ ಒಳ್ಳೆಯದು ಎಂದು ವೈದ್ಯರು ಹೇಳುತ್ತಿದ್ದರು ಮತ್ತು ಅದರ 'ಸತ್ಪರಿಣಾಮ'ಗಳ ಬಗ್ಗೆ ತಂಬಾಕು ಉದ್ಯಮದವರು ಜಾಹೀರಾತು ನೀಡುತ್ತಿದ್ದರು. 1964ರ ಸುಮಾರಿನಲ್ಲಿ ನಡೆದ ಕೆಲವು ವೈಜ್ಞಾನಿಕ ಸಂಶೋಧನೆಗಳ ಆಧಾರದ ಮೇಲೆ 'ಧೂಮಪಾನಿಗಳಿಗೆ ಶ್ವಾಸಕೋಶ ಕ್ಯಾನ್ಸರ್ ಬರುವ ಸಾಧ್ಯತೆ ಹೆಚ್ಚು' ಎನ್ನುವ ಸತ್ಯ ಪ್ರಕಟವಾಗುವ ತನಕವೂ ಇದೇ ಅಭಿಪ್ರಾಯ ಸಾರ್ವಜನಿಕ ವಲಯದಲ್ಲಿ ಮತ್ತು ಆರೋಗ್ಯ ವಲಯದಲ್ಲಿ ಇತ್ತು. ನಂತರವೇ "ಸಿಗರೇಟು ಸೇವನೆ ಆರೋಗ್ಯಕ್ಕೆ ಹಾನಿಕರ" ಎನ್ನುವ ಸತ್ಯಸಂಗತಿ ಜನರಿಗೆ ತಲುಪಲು ಆರಂಭವಾಗಿದ್ದು.

ಇಂತಹುದೇ ಒಂದು ಅವೈಜ್ಞಾನಿಕ ಮಾಹಿತಿ ಮತ್ತು ಅಸತ್ಯ ಮದ್ಯಸೇವನೆಯ ಕುರಿತಾಗಿ ಇರುವಂತಹುದು. ತಂಬಾಕು ಉದ್ಯಮದಂತೆ ಮದ್ಯೋದ್ಯಮವೂ ಬಹಳ ದೊಡ್ಡ ಉದ್ಯಮ ಮತ್ತು ಶಕ್ತಿಶಾಲಿ, ಪ್ರಭಾವಶಾಲಿ. ಹಾಗಾಗಿಯೆ "ಮಿತಪ್ರಮಾಣದ ಮದ್ಯಸೇವನೆ ಆರೋಗ್ಯಕ್ಕೆ ಒಳ್ಳೆಯದು" ಎನ್ನುವ ಕೃತ್ರಿಮ ಸಂಶೋಧನೆಗಳು ಈಗಲೂ ಪ್ರಕಟವಾಗುತ್ತಿರುತ್ತವೆ. ಇಂತಹ ಸಂಶೋಧನೆಗಳಿಗೆ ಧನಸಹಾಯ ಮಾಡಿದವರು ಯಾರು ಮತ್ತು ಈ ವಾದದಿಂದ ಯಾರಿಗೆ ಆರ್ಥಿಕವಾಗಿ ಲಾಭ ಎಂದು ನಾವು ಸೂಕ್ಷ್ಮವಾಗಿ ಅವಲೋಕಿಸಿದಾಗ ನಮಗೆ ಎಲ್ಲವೂ ನಿಚ್ಚಳವಾಗುತ್ತದೆ.

ವಿಶ್ವ ಆರೋಗ್ಯ ಸಂಸ್ಥೆಯು 2023ರಲ್ಲಿ ನೀಡಿರುವ ಅಧಿಕೃತ ಹೇಳಿಕೆಯ ಪ್ರಕಾರ, ಮದ್ಯಸೇವನೆಯ ವಿಚಾರಕ್ಕೆ ಬಂದರೆ ಎಷ್ಟೇ (ಕಡಿಮೆ) ಪ್ರಮಾಣದ ಮದ್ಯಸೇವನೆಯೂ ಆರೋಗ್ಯಕ್ಕೆ ಒಳ್ಳೆಯದಲ್ಲವೇ ಅಲ್ಲ. No level of alcohol consumption is safe for our health. ಕ್ಯಾನ್ಸರ್‌ಕಾರಕ ವಸ್ತುಗಳ Group 1 Carcinogen ಗುಂಪಿನಲ್ಲಿ ಕಲ್ನಾರು (Asbsestos), ತಂಬಾಕು, ವಿಕಿರಣಗಳ ಜೊತೆಗೂ ಮದ್ಯವೂ ಇದೆ. "Alcohol causes cancer through biological mechanisms as the compound breaks down in the body, which means that any beverage containing alcohol, regardless of its price and quality, poses a risk of developing cancer."

(https://www.who.int/europe/news/item/04-01-2023-no-level-of-alcohol-consumption-is-safe-for-our-health)

ವಿಶ್ವ ಆರೋಗ್ಯ ಸಂಸ್ಥೆಯ ಪ್ರಕಾರ:

1. ಮದ್ಯಸೇವನೆಯು ಕನಿಷ್ಠ 7 ರೀತಿಯ ಕ್ಯಾನ್ಸರ್‌ಕಾಯಿಲೆಗಳನ್ನು ಉಂಟುಮಾಡುತ್ತದೆ.
2. ಮದ್ಯಸೇವನೆಯಿಂದ ಬರುವ ಕ್ಯಾನ್ಸರ್ ಕಾಯಿಲೆಗಳು ಸ್ತ್ರೀಯರಿಗೆ ಮತ್ತು ಪುರುಷರಿಗೆ ಸಾಮಾನ್ಯವಾಗಿ ಒಂದೇ ತರಹದ್ದು ಆಗಿರುವುದಿಲ್ಲ.
3. ಮದ್ಯಸೇವನೆಯಿಂದ ಕ್ಯಾನ್ಸರ್ ಬರುವ ಸಾಧ್ಯತೆಯು ಮೊದಲ ಗುಟುಕಿನಿಂದಲೇ ಆರಂಭವಾಗುತ್ತದೆ.
4. ಮದ್ಯಸೇವನೆಯ ಜೊತೆಗೆ ತಂಬಾಕು ಸೇವನೆಯನ್ನೂ ಮಾಡುವುದು ಕ್ಯಾನ್ಸರ್ ಬರುವ ಸಾಧ್ಯತೆಯನ್ನು ಹೆಚ್ಚಿಸುತ್ತದೆ.
5. ಮದ್ಯಸೇವನೆಯಿಂದ ಬರುವ ಕ್ಯಾನ್ಸರ್ ರೋಗಗಳನ್ನು ತಡೆಗಟ್ಟಬಹುದು.

ಮತ್ತೊಮ್ಮೆ ಒತ್ತಿ ಹೇಳುವುದಾದರೆ, ಯಾವುದೇ ರೀತಿಯ ಮದ್ಯವಾಗಲಿ, ಎಷ್ಟೇ ಕಡಿಮೆ ಪ್ರಮಾಣದ ಮದ್ಯವಾಗಲಿ, ಆರೋಗ್ಯಕ್ಕೆ ಒಳ್ಳೆಯದಲ್ಲ. ಮದ್ಯದಿಂದ ವಿಚಿತ್ರವಾದ, ವಿಕೃತವಾದ ಸುಖ ಅಥವ ತೃಪ್ತಿ ಅಥವ ಮನಃಸ್ಥಿತಿ ಪ್ರಾಪ್ತವಾಗುತ್ತದೆ ಎನ್ನುವುದನ್ನು ಬಿಟ್ಟರೆ ಅದರಲ್ಲಿ ಏನೇನೂ ಇಲ್ಲ. ಮನುಷ್ಯರ ಆರೋಗ್ಯ ದೃಷ್ಟಿಯಿಂದ ಅದರ ಅಗತ್ಯವೇ ಇಲ್ಲ. ಇದನ್ನು ಹೊರತುಪಡಿಸಿ ಹೇಳುವ ಎಲ್ಲವೂ ಮದ್ಯಸೇವನೆಯ ಬಗೆಗಿನ ವೈಯಕ್ತಿಕ ಚಟ ಮತ್ತು ಆಯ್ಕೆಯ ಬಗ್ಗೆ ಕೆಲವರು ಕೀಳರಿಮೆಯಿಂದ ಮತ್ತು ತಮ್ಮ ದೌರ್ಬಲ್ಯ ಮತ್ತು ಅವಲಂಬನೆಗಳ ಕುರಿತು ಬೇಜವಾಬ್ದಾರಿಯಿಂದ ಹೇಳುವ ಅಪ್ರಾಮಾಣಿಕ ಹೇಳಿಕೆಗಳೇ ಹೊರತು, ಅವೇ ಸತ್ಯವಲ್ಲ.

ಉಪವಾಸ

ಮನುಷ್ಯರ ಎತ್ತರಕ್ಕೆ ಅನುಗುಣವಾಗಿ ಅವರ ದೇಹದ ತೂಕವೂ ಇಂತಿಷ್ಟೇ ಇದ್ದರೆ ಅವರು ಹೆಚ್ಚು ಅರೋಗ್ಯವಾಗಿ ಇರುವ ಸಾಧ್ಯತೆಗಳು ಹೆಚ್ಚು ಎಂದು ವಿಜ್ಞಾನ ಹೇಳುತ್ತದೆ. ಅದಕ್ಕಾಗಿಯೇ Body Mass Index (ದೇಹ ತೂಕದ ಸೂಚ್ಯಂಕ) ಎನ್ನುವ ಲೆಕ್ಕದ ಆಧಾರದ ಮೇಲೆ ಒಬ್ಬ ವ್ಯಕ್ತಿ ತುಂಬಾ ತೆಳುವೋ ಅಥವ ಓಕೆ ಅಂತಲೋ ಅಥವ ಸ್ಥೂಲದೇಹಿಯೋ ಎಂದು ತೀರ್ಮಾನಿಸುತ್ತಾರೆ. ವ್ಯಕ್ತಿಯ ತೂಕವನ್ನು ಆಕೆಯ ಎತ್ತರದ ಅಳತೆಯ ವರ್ಗದಿಂದ ಭಾಗಿಸಿದಾಗ (kg/m^2) ಬರುವ ಸಂಖ್ಯೆಯೇ ಆಕೆಯ BMI. (ಅಪ್ರಾಪ್ತರಿಗೆ ಮತ್ತು ವಯಸ್ಕರಿಗೆ ಬೇರೆಯೇ ರೀತಿ ಮಾನದಂಡಗಳಿವೆ.) ವಯಸ್ಕರಲ್ಲಿ BMI ಸಂಖ್ಯೆ 19ಕ್ಕಿಂತ ಕಡಿಮೆ ಇದ್ದರೆ ಆತ ತುಂಬಾ ಸಣಕಲ

(Underweight) ಮತ್ತು ಆತ ತನ್ನ ದೇಹತೂಕವನ್ನು, ವಿಶೇಷವಾಗಿ ಸ್ನಾಯು/ಮಾಂಸಖಂಡಗಳನ್ನು, ಹೆಚ್ಚಿಸಿಕೊಳ್ಳಬೇಕೆಂದೂ, 19ರಿಂದ 24ರವರೆಗೆ ಇರುವವರು ಸೂಕ್ತವಾದ ದೇಹತೂಕ ಹೊಂದಿದ್ದಾರೆ (Normal weight) ಎಂದೂ, 24ರಿಂದ 30ರವರೆಗೆ ಇರುವವರು ತೂಕ ಸ್ವಲ್ಪ ಹೆಚ್ಚಿಗೇ ಇದೆಯೆಂದೂ (Overweight) ಮತ್ತು ಅದು ಅನಾರೋಗ್ಯದ ಸಾಧ್ಯತೆಗಳನ್ನು ಹೆಚ್ಚಿಸುತ್ತದೆ ಎಂದೂ, 30ಕ್ಕಿಂತ ಹೆಚ್ಚಿಗೆ ಇರುವವರು ಮೈಯಲ್ಲಿ ಬಹಳ ಬೊಜ್ಜು ಮತ್ತು ಕೊಬ್ಬು ಇರುವ ಅನಾರೋಗ್ಯಕಾರಿ ಸ್ಥೂಲಕಾಯಿಗಳೆಂದೂ (Obese) ತಿಳಿಸುತ್ತದೆ.

ಉದಾಹರಣೆಗೆ, 5 ಅಡಿ 10 ಅಂಗುಲ ಎತ್ತರ ಇರುವ ಪುರುಷನ ತೂಕ 61ರಿಂದ 75 kg ಒಳಗೆ ಇದ್ದರೆ ಅದು ಸಮಂಜಸ. 61 ಕೇಜಿಗಿಂತ ಕಡಿಮೆ ಇದ್ದರೆ ಆತ ತೀರಾ ಬಡಕಲು ಎಂತಲೂ, 75 ಕೇಜಿಗಿಂತಲೂ ಹೆಚ್ಚು ಇದ್ದರೆ ದಢೂತಿ ಅಥವ ಸ್ಥೂಲಕಾಯಿ ಎಂತಲೂ ಆಗುತ್ತದೆ. (ದೇಹದಾರ್ಢ್ಯ ಪಟುಗಳ ದೇಹದಲ್ಲಿ ಕೊಬ್ಬಿನಂಶ ಕಡಿಮೆ ಇದ್ದು ಸ್ನಾಯುಖಂಡಗಳು (Muscles) ಜಾಸ್ತಿ ಇರುವ ಕಾರಣ ಅವರಿಗೆ ಈ ಮಾನದಂಡ ಅನ್ವಯವಾಗುವುದಿಲ್ಲ.)

ತಮ್ಮ ದೇಹ ತೂಕವನ್ನು ಇಳಿಸಿಕೊಳ್ಳಲು, ಅಂದರೆ ಅಗತ್ಯಕ್ಕಿಂತ ಹೆಚ್ಚಿಗಿರುವ ಕೊಬ್ಬನ್ನು ಕರಗಿಸಲು, ಸ್ಥೂಲದೇಹಿಗಳು ಹಲವು ತರಹದ ಪ್ರಯೋಗ ಮತ್ತು ಪ್ರಯತ್ನಗಳನ್ನು ಮಾಡುತ್ತಾರೆ. ಅವುಗಳಲ್ಲಿ ಪಥ್ಯಾಹಾರ (Diet/Calorie Restriction) ಮತ್ತು ಅರೆಬರೆ/ಮಧ್ಯಂತರ ಉಪವಾಸ (Intermittent Fasting) ಇತ್ತೀಚಿನ ದಿನಗಳಲ್ಲಿ ಬಹಳ ಜನಪ್ರಿಯವಾಗಿರುವ ವಿಧಾನಗಳು.

ಇಲ್ಲಿ ನಾವು ಪರಿಗಣಿಸಬೇಕಾದ ಪ್ರಮುಖ ಅಂಶ ಏನೆಂದರೆ, ಉಪವಾಸದ ಮೂಲಕವೇ ತೂಕ ಇಳಿಸಬೇಕು ಎನ್ನುವುದಕ್ಕಿಂತ ವ್ಯಾಯಾಮ ಮತ್ತು ನಿಯಮಿತ ಅಹಾರಸೇವನೆ ಮೂಲಕ ತೂಕ ಇಳಿಸುವುದು ಆರೋಗ್ಯಕ್ಕೆ ಒಳ್ಳೆಯದು. ಆದರೆ ಕಾರಣಾಂತರಗಳಿಂದ ಹೆಚ್ಚಿಗೆ ವ್ಯಾಯಾಮ ಮಾಡಲಾಗದ ಸ್ಥೂಲದೇಹಿಗಳು ಮೊದಲಿಗೆ ತಮಗೆ ಸೂಕ್ತವಾದ ವಿಧಾನದಿಂದ ತೂಕವನ್ನು ಇಳಿಸಿಕೊಳ್ಳುವುದು ಮುಖ್ಯವಾಗುತ್ತದೆ. ಆದರೆ ತೂಕ ಇಳಿಸಿಕೊಳ್ಳುವಾಗ ಕೊಬ್ಬಿನ ಜೊತೆಗೆ ದೇಹದ ಮಾಂಸಖಂಡಗಳೂ ಕರಗುತ್ತಿರುತ್ತವೆ ಹಾಗೂ ಅದು ಹೆಚ್ಚಾದರೆ ಅರೋಗ್ಯಕ್ಕೆ ಒಳ್ಳೆಯದಲ್ಲ ಎನ್ನುವುದನ್ನು ನಾವು ವಿಶೇಷವಾಗಿ ಗಮನಿಸಬೇಕು.

ಉಪವಾಸ ಇರದೇ ಕೇವಲ ಪಥ್ಯಾಹಾರದ ಮೂಲಕ ತೂಕ ಇಳಿಸಿಕೊಳ್ಳಬೇಕು ಎನ್ನುವ ಬಹುತೇಕರ ಇಂದಿನ ಆಯ್ಕೆ ಕೀಟೊ ಡಯಟ್ (The Ketogenic Diet). ಈ ಪಥ್ಯದಲ್ಲಿ ಅಕ್ಕಿ, ಗೋಧಿಯಂತಹ ಶರ್ಕರ

ಪಿಷ್ಟದ (Carbohydrates) ಆಹಾರವನ್ನು ತಿನ್ನದೇ ಕೊಬ್ಬಿನಂಶ ಮತ್ತು ಪ್ರೋಟೀನ್ ಇರುವ ಆಹಾರ ಪದಾರ್ಥಗಳನ್ನು ಮಾತ್ರವೇ ತಿನ್ನಬೇಕು. ಈ ಪಥ್ಯದಲ್ಲಿ ಇದ್ದಾಗ ದೇಹ ತನ್ನ ಕೆಲಸಕ್ಕಾಗಿ ದೇಹದಲ್ಲಿರುವ ಕೊಬ್ಬನ್ನೇ ಶಕ್ತಿಯಾಗಿ ಪರಿವರ್ತಿಸುತ್ತದೆ. ಆ ಮೂಲಕ ದೇಹದಲ್ಲಿ ಶೇಖರಣೆ ಆಗಿರುವ ಕೊಬ್ಬು ಕರಗಲು ಆರಂಭವಾಗುತ್ತದೆ. ಕಾಲಕ್ರಮೇಣ ದೇಹ ತೂಕವೂ ಕಡಿಮೆ ಆಗುತ್ತಾ ಹೋಗುತ್ತದೆ. ಹಾಗೆಯೇ ರಕ್ತದಲ್ಲಿಯ ಸಕ್ಕರೆ ಮತ್ತು ಇನ್ಸುಲಿನ್ ಅಂಶಗಳಲ್ಲಿಯೂ ಕಡಿತ ಆಗುತ್ತದೆ.

ತೂಕ ಇಳಿಸಿಕೊಳ್ಳಲು ಮಾಡುತ್ತಿರುವ ಇತ್ತೀಚಿನ ಇನ್ನೊಂದು ಜನಪ್ರಿಯ ವಿಧಾನ ಎಂದರೆ ಅರೆಬರೆ ಉಪವಾಸ. ಈ ವಿಧಾನದಲ್ಲಿ ದಿನಪೂರ್ತಿಯೇನೂ ಉಪವಾಸವಿರುವುದಿಲ್ಲ. ದಿನದ 24 ಗಂಟೆಯ ಅವಧಿಯಲ್ಲಿ ಸುಮಾರು 16 ಗಂಟೆಗಳ ಕಾಲ ಉಪವಾಸವಿದ್ದು, ಮಿಕ್ಕ 8 ಗಂಟೆಗಳ ಆವಧಿಯಲ್ಲಿ ನೀವು ನಿಮಗೆ ಬೇಕಾದ ಊಟ, ತಿಂಡಿ ಮಾಡಬಹುದು. ಆದರೆ ಅದನ್ನೂ ಸಂಯಮದಲ್ಲಿ ಮಾಡಬೇಕು. ಉದಾಹರಣೆಗೆ, ಬೆಳಗ್ಗೆ 9 ಗಂಟೆಗೆ ಮೊದಲ ತಿಂಡಿ ಅಥವ ಊಟ ಮಾಡುವುದು ಮತ್ತು ಸಂಜೆ 5 ಗಂಟೆಗೆ ಅಂದಿನ ಕೊನೆಯ ಊಟ ಮಾಡುವುದು. ಅಲ್ಲಿಂದ ಮಾರನೆಯ ದಿನ 9 ಗಂಟೆಯ ತನಕ ಏನನ್ನೂ ತಿನ್ನಬಾರದು. ಊಟದ ಸಮಯವನ್ನು ಬೆಳಗ್ಗೆ 10ರಿಂದ ಸಂಜೆ 6ರ ತನಕವೂ ರೂಢಿಸಿಕೊಳ್ಳಬಹುದು. ಒಟ್ಟಾರೆಯಾಗಿ ಸುಮಾರು 16 ಗಂಟೆಗಳ ಉಪವಾಸ ಇರಬೇಕು. ಇದನ್ನೂ ಸಹ ಅನೇಕರು ಯಶಸ್ವಿಯಾಗಿ ಬಳಸಿ ತೂಕ ಇಳಿಸಿಕೊಂಡಿದ್ದಾರೆ. ಈ ವಿಧಾನದಲ್ಲಿ ಇಂತಹುದೇ ತಿನ್ನಬೇಕು ಎನ್ನುವ ನಿರ್ಬಂಧಗಳಿಲ್ಲ. ಆದರೆ ತಿನ್ನುವ ಪ್ರಮಾಣದ ಮೇಲೆ ನಿಗಾ ಇಡಬೇಕು. ತಿನ್ನಲು ಮೀಸಲಿಟ್ಟಿರುವ ಕಡಿಮೆ ಅವಧಿಯಲ್ಲಿ ಮೊದಲಿಗಿಂತ ಹೆಚ್ಚಿಗೆ ಹೊಟ್ಟೆಬಿರಿಯೇ ತಿಂದರೆ ಇದರಿಂದ ಅಪೇಕ್ಷಿತ ಪರಿಣಾಮ ಕಾಣಿಸುವುದಿಲ್ಲ.

ಈ ಅರೆಬರೆ ಉಪವಾಸದಲ್ಲಿರುವಾಗ ವ್ಯಾಯಾಮವನ್ನೂ ಮಾಡುತ್ತಾ, ಅದರ ಅವಧಿಯನ್ನೂ ಹೆಚ್ಚಿಸುತ್ತಾ ಹೋದರೆ ಪರಿಣಾಮಗಳು ಬೇಗ ಗೋಚರಿಸುತ್ತವೆ ಮತ್ತು ಅದು ಒಳ್ಳೆಯ ರೀತಿಯೂ ಹೌದು. ಯಾಕೆಂದರೆ ಆಗ ಹೆಚ್ಚಿನ ಭಾಗ ಕೊಬ್ಬು ಮಾತ್ರ ಕರಗಿ, ದೇಹದ ಸ್ನಾಯುಖಂಡಗಳು ಬಲಗೊಳ್ಳುತ್ತ ಹೋಗುತ್ತವೆ.

ಉಪವಾಸ ಮತ್ತು ಕ್ಯಾನ್ಸರ್ ಜೀವಕೋಶಗಳು

ಕ್ಯಾನ್ಸರ್ ಎಂದರೇನು? ದೇಹದಲ್ಲಿರುವ ಜೀವಕೋಶಗಳಲ್ಲಿ ಕೆಲವು ಜೀವಕೋಶಗಳು ಅಸಹಜವಾಗಿ, ವೇಗವಾಗಿ, ಅನಿಯಂತ್ರಿತವಾಗಿ

ಬೆಳೆಯುವುದೇ ಕ್ಯಾನ್ಸರ್. ಬಹುತೇಕವಾಗಿ ಅದು ದುರ್ಮಾಂಸ. ಜೀವಕೋಶಗಳು ಒಂದು ನಿಶ್ಚಿತ ಮಾದರಿಯಲ್ಲಿ ವಿಭಜನೆಗೊಳ್ಳುತ್ತಿರುತ್ತವೆ ಮತ್ತು ಸಾಯುತ್ತಿರುತ್ತವೆ. ನಾವು ತಿನ್ನುವ ಆಹಾರ, ಕುಡಿಯುವ ನೀರು ಮತ್ತು ಉಸಿರಾಡುವ ಗಾಳಿಯನ್ನು ಶಕ್ತಿಮೂಲವಾಗಿ ಬಳಸಿಕೊಂಡು ಜೀವಕೋಶಗಳು ಬೆಳೆಯುತ್ತವೆ, ವಿಭಜನೆಗೊಳ್ಳುತ್ತವೆ. ಯಾವಾಗ ಜೀವಕೋಶಗಳು ವಿಭಜನೆ ಆಗದ ಸ್ಥಿತಿ ತಲುಪುತ್ತವೆಯೋ ಆಗ ಸಹಜ ಸಾವನ್ನು ಅಪ್ಪುತ್ತವೆ. ಇದು ಒಂದು ರೀತಿಯಲ್ಲಿ ಪೂರ್ವನಿರ್ಧರಿತ ಆತ್ಮಹತ್ಯೆ. ಜೀವಕೋಶಗಳಿಗೆ ಮಾರಣಾಂತಿಕ ಹಾನಿಯಾದಾಗಲೂ ಅವು ಸಾಯುತ್ತವೆ. ಆದರೆ ಇದರ ಸಾಧ್ಯತೆಗಳು ಕಡಿಮೆ. ಆದರೆ ಕ್ಯಾನ್ಸರ್ ಆದಾಗ ಏನಾಗುತ್ತದೆ ಅಂದರೆ, ತಮ್ಮ ಆಯಸ್ಸು ಮುಗಿದಾಗ ಒಂದು ಹಂತದಲ್ಲಿ ಸಾಯಬೇಕಾದ ಜೀವಕೋಶಗಳು ಸಾಯದೇ ಮತ್ತಷ್ಟು ಜೀವಕೋಶಗಳನ್ನು ಸೃಷ್ಟಿಸುತ್ತ, ಅಂದರೆ ನಿರಂತರವಾಗಿ ವಿಭಜನೆಗೊಳ್ಳುತ್ತ ವೃದ್ಧಿಯಾಗುತ್ತವೆ. ಕೆಲವೊಮ್ಮೆ ದೇಹದ ವಿವಿಧ ಭಾಗಗಳಿಗೆ ಹರಡಿಕೊಳ್ಳುವ ಈ ತಿಂಡಿಪೋತ, ಸಾವಿಲ್ಲದ ಜೀವಕೋಶಗಳು ಒಂದೆಡೆ ಸೇರಿಕೊಂಡು ಮಾಂಸದ ಗೆಡ್ಡೆಗಳಾಗುತ್ತವೆ. ಕೆಲವೊಮ್ಮೆ ಇದು ಅಪಾಯಕಾರಿಯಲ್ಲದ ಗೆಡ್ಡೆಯಾದರೆ, ಕೆಲಮೊಮ್ಮೆ ಮಾರಣಾಂತಿಕ ದುರ್ಮಾಂಸವಾಗುತ್ತದೆ. ಇದು ಆರಂಭಿಕ ಹಂತದಲ್ಲಿಯೇ ಪತ್ತೆಯಾಗಿ ಸೂಕ್ತ ಸಮಯದಲ್ಲಿ ಚಿಕಿತ್ಸೆ ಪಡೆಯದೇ ಹೋದರೆ ಮಾರಣಾಂತಿಕವಾಗುತ್ತದೆ.

ಧೂಮಪಾನ ಮತ್ತು ಮದ್ಯಸೇವನೆಯಿಂದ ಕೆಲವು ಕ್ಯಾನ್ಸರ್ ಕಾಯಿಲೆಗಳು ಬರುವ ಸಾಧ್ಯತೆ ಹೆಚ್ಚು ಎನ್ನುವುದನ್ನು ಹೊರತುಪಡಿಸಿದರೆ, ಮಿಕ್ಕ ಕ್ಯಾನ್ಸರ್ ಕಾಯಿಲೆಗಳು ಯಾವಾಗ ಬರುತ್ತವೆ ಮತ್ತು ಅವನ್ನು ಟ್ರಿಗರ್ ಮಾಡುವ ಅಂಶ ಯಾವುದು ಎನ್ನುವುದು ವಿಜ್ಞಾನಿಗಳಿಗೆ ಇನ್ನೂ ಗೊತ್ತಾಗಿಲ್ಲ. ಆದರೆ ಆರಂಭಿಕ ಹಂತಗಳಲ್ಲಿ ಪತ್ತೆಯಾದ ಕೆಲವು ಕ್ಯಾನ್ಸರ್‌ಗಳನ್ನು ಗುಣಪಡಿಸುವ ಕೆಲವು ಚಿಕಿತ್ಸೆಗಳು ಈಗ ಲಭ್ಯವಿವೆ. ಆದರೆ ಎಲ್ಲವನ್ನೂ ಅಲ್ಲ. ಕೆಲವು ರೀತಿಯ ಕ್ಯಾನ್ಸರ್ ಅಂತೂ ಸಂಪೂರ್ಣ ಮಾರಣಾಂತಿಕ. ಗುಣಪಡಿಸಲು ಸಾಧ್ಯವೇ ಇಲ್ಲ.

ಈಗಾಗಲೇ ಹೇಳಿದಂತೆ ನಾವು ತಿನ್ನುವ ಆಹಾರವೇ ಜೀವಕೋಶಗಳ ಬೆಳವಣಿಗೆಗೆ ಅಥವ ವೃದ್ಧಿಗೆ ಆಹಾರ. ಕ್ಯಾನ್ಸರ್ ಜೀವಕೋಶಗಳು ಇತರೆ ಸಹಜ ಜೀವಕೋಶಗಳಿಗಿಂತ ಹೆಚ್ಚಿನ ಆಹಾರ ಬಯಸುತ್ತವೆ. ಯಾಕೆಂದರೆ ಅವು ಅನಿಯಂತ್ರಿತವಾಗಿ ವಿಭಜನೆ ಆಗುತ್ತಲೇ ಇರುತ್ತವೆ. ಹಾಗಾಗಿ ಇತ್ತೀಚಿನ ಕ್ಯಾನ್ಸರ್ ಚಿಕಿತ್ಸೆಗಳಲ್ಲಿ ರೋಗಿಯನ್ನು ಸೂಕ್ತ ರೀತಿಯಲ್ಲಿ ಉಪವಾಸದಲ್ಲಿ ಇಡುವುದೂ ಒಂದು ಸಾಧ್ಯತೆಯಾಗಿ ಅಧ್ಯಯನ ಮಾಡಲಾಗುತ್ತಿದೆ. ಇದೇ

ಕ್ಯಾನ್ಸರ್ ಗುಣಪಡಿಸುವ ಚಿಕಿತ್ಸೆ ಅಲ್ಲ; ಆದರೆ ಈಗಾಗಲೇ ನೀಡುತ್ತಿರುವ ಕೀಮೋಥೆರಪಿಯಂತಹ ಚಿಕಿತ್ಸೆಯನ್ನು ಪರಿಣಾಮಕಾರಿ ಮಾಡಲು ಸಾಧ್ಯತೆ ಇರುವ ಒಂದು ಭಾಗ. ಸದ್ಯ ಚಾಲ್ತಿಯಲ್ಲಿರುವ ನಂಬಿಕೆ ಏನೆಂದರೆ, because cancer cells are so metabolically greedy, they are therefore more vulnerable than normal cells to a reduction of nutrients. (Outlive, p. 157)

ನಾಲಗೆ ಎನ್ನುವ ಇಂದ್ರಿಯದ ಮೂಲಕ ಸೇವಿಸಿದ್ದು ಮಾತ್ರವೇ ಆಹಾರವೇ?

ಆಹಾರ ಎಂದರೆ ಅದು ಬಾಯಿಯಿಂದ ಸೇವಿಸುವ ಪದಾರ್ಥಗಳು ಮಾತ್ರ ಎಂದು ನಾವು ಅಷ್ಟಕ್ಕೆ ಸೀಮಿತ ಮಾಡಿಕೊಳ್ಳುತ್ತೇವೆ. ಆದರೆ ನಮ್ಮ ದೈಹಿಕ ಮತ್ತು ಮಾನಸಿಕ ಆರೋಗ್ಯದ ದೃಷ್ಟಿಯಿಂದ ಈ ವಿಚಾರವನ್ನು ಹಿಗ್ಗಿಸಿ ನೋಡಿದಾಗ ಅದರಲ್ಲಿ ಮಿಕ್ಕ ನಾಲ್ಕು ಇಂದ್ರಿಯಗಳ ಮೂಲಕ ಸೇವಿಸುವುದೂ ಆಹಾರವೇ ಎನ್ನುವುದು ನಮಗೆ ಮನದಟ್ಟಾಗುತ್ತದೆ. ಹೇಗೆ ಕೆಲವು ಆಹಾರ ಪದಾರ್ಥಗಳು ನಮ್ಮ ದೇಹ ಮತ್ತು ಮನಸ್ಸಿನ ಮೇಲೆ ಪ್ರಭಾವ ಬೀರುತ್ತವೆಯೋ, ಅದೇ ರೀತಿ ಚರ್ಮ, ಕಿವಿ, ಮೂಗು, ಕಣ್ಣಿನ ಮೂಲಕ ನಾವು ಸ್ವೀಕರಿಸುವ ಅನುಭವ ಅಥವ ಸಂವೇದನೆಗಳೂ ನಮ್ಮ ದೇಹವನ್ನು ಮತ್ತು ಅಂಗಾಂಗಗಳನ್ನು ವಿಧವಿಧವಾಗಿ ಪ್ರಚೋದಿಸುತ್ತವೆ ಮತ್ತು ಮನಸ್ಸನ್ನು ಶಾಂತ ಅಥವ ವಿಕಾರಗೊಳಿಸುತ್ತವೆ. ನೆಮ್ಮದಿಯ ಜೀವನಕ್ಕೆ ಇವುಗಳ ಪಾತ್ರ ಏನು ಮತ್ತು ಎಷ್ಟು ಎನ್ನುವ ಕುರಿತು ಮುಂದಿನ ಅಧ್ಯಾಯದಲ್ಲಿ ವಿವರವಾಗಿ ಚರ್ಚಿಸಲಾಗಿದೆ. ದಯವಿಟ್ಟು ಗಮನಿಸಿ.

ಸಮಾಧಾನಿಯಾಗಿರಲು

ಬೆಟ್ಟದ ಮೇಲೊಂದು ಮನೆಯ ಮಾಡಿ
ಮೃಗಗಳಿಗಂಜಿದಡೆಂತಯ್ಯಾ.
ಸಮುದ್ರದ ತಡಿಯಲೊಂದು ಮನೆಯ ಮಾಡಿ
ನೊರೆತೆರೆಗಳಿಗಂಜಿದಡೆಂತಯ್ಯಾ.
ಸಂತೆಯೊಳಗೊಂದು ಮನೆಯ ಮಾಡಿ
ಶಬ್ದಕ್ಕೆ ನಾಚಿದಡೆಂತಯ್ಯಾ.
ಚೆನ್ನಮಲ್ಲಿಕಾರ್ಜುನದೇವ ಕೇಳಯ್ಯಾ
ಲೋಕದೊಳಗೆ ಹುಟ್ಟಿದ ಬಳಿಕ ಸ್ತುತಿನಿಂದೆಗಳು ಬಂದಡೆ
ಮನದಲ್ಲಿ ಕೋಪವ ತಾಳದೆ ಸಮಾಧಾನಿಯಾಗಿರಬೇಕು.

–ಅಕ್ಕಮಹಾದೇವಿ

ಜೀವನದಲ್ಲಿ ಆಗಾಗ್ಗೆ ಘಟಿಸುವ ಅನಿರೀಕ್ಷಿತ ಘಟನೆ ಹಾಗೂ ಆಘಾತಗಳಿಂದ ನಮ್ಮನ್ನು ರಕ್ಷಿಸಿಕೊಳ್ಳಲು ಸಾಮಾಜಿಕ ಬೆಂಬಲ ವ್ಯವಸ್ಥೆ (Social Support System) ಬಹಳ ಮುಖ್ಯ. ತನಗೆ ಯಾರೂ ಬೇಡ ಎಂದುಕೊಳ್ಳುವುದು ಅಹಂಕಾರವಷ್ಟೇ ಅಲ್ಲ, ಅದೊಂದು ಮಾನಸಿಕ ರೋಗ. ಅದು ಸಂಘಜೀವಿಯಾಗಿ ವಿಕಾಸಗೊಂಡ ಮನುಷ್ಯನ ನೈಸರ್ಗಿಕ ಗುಣಗಳಿಗೇ ವಿರೋಧಿಯಾದ ಅಸಹಜ ನಡವಳಿಕೆ.

ಹಾಗಾಗಿ, ಸ್ನೇಹ ಮತ್ತು ಸಂಬಂಧಗಳನ್ನು ಪೋಷಿಸಿ ರಕ್ಷಿಸಿಕೊಳ್ಳಿ. ಹತ್ತಿರದವರ ಕಷ್ಟಸುಖಕ್ಕೆ ಆಗಿ. ಆಪ್ತರ ಸಂಕಟ ಮತ್ತು ನೋವಿಗೆ ಕಿವಿಯಾಗಿ. ಹಾಗೆಯೇ ನಿಮ್ಮ ಸಂಕಟ ಮತ್ತು ನೋವುಗಳನ್ನು ಮುಚ್ಚಿಟ್ಟುಕೊಂಡು ಕೊರಗಬೇಡಿ. ಆಪ್ತರ ಹತ್ತಿರ ಹಂಚಿಕೊಳ್ಳಿ; ಸಹಾಯ ಪಡೆಯಿರಿ. ನಿಮಗಾದ ಮಾನಸಿಕ ಆಘಾತ ಮತ್ತು ನಿಮ್ಮ ಖಿನ್ನತೆಯ ಲಕ್ಷಣಗಳು ನಿಮ್ಮ ಅರಿವಿಗೇ ಬಂದಾಗ ಅದನ್ನು ಆಪ್ತರ ಬಳಿ ಹೇಳಿಕೊಳ್ಳಲು ಪ್ರಯತ್ನಿಸಿ. ಅದು ಸಾಧ್ಯವಾಗದೆ

ಹೋದಲ್ಲಿ ಮನೋವೈದ್ಯರನ್ನಾದರೂ ಕಾಣಿ. ಗಂಭೀರವಾದ ಮಾನಸಿಕ ಸಮಸ್ಯೆಗಳಿಗೆ ಮನೋವೈದ್ಯರಿಂದ ಸಲಹೆ ಅಥವ ಚಿಕಿತ್ಸೆ ಪಡೆಯುವುದು ಅವಮಾನವಲ್ಲ. ಪಡೆಯದೇ ಹೋದರೆ ಅದು ನಿಮ್ಮ ಮತ್ತು ನಿಮ್ಮ ಕುಟುಂಬದ ಮುಂದಿನ ಬದುಕು ಮತ್ತು ಭವಿಷ್ಯವನ್ನೇ ನಾಶ ಮಾಡಬಹುದು.

ಹಾಗೆಯೇ, ಕೌಟುಂಬಿಕ ಸಮಸ್ಯೆಗಳಿಗೆ, ವಿಶೇಷವಾಗಿ ವೈವಾಹಿಕ ಜೀವನಕ್ಕೆ ಸಂಬಂಧಿಸಿದಂತೆ ಗಂಭೀರ ಸಮಸ್ಯೆಗಳು ತಲೆದೋರಿ ಪರಸ್ಪರ ಮಾತುಕತೆಯ ಮೂಲಕ ಬಗೆಹರಿಯದೇ ಹೋದಾಗ ದಂಪತಿಗಳಿಬ್ಬರೂ ಜೊತೆಗೂಡಿ ಆಪ್ತಸಮಾಲೋಚಕರನ್ನು ಅಥವ ಮನೋವೈದ್ಯರನ್ನು ಭೇಟಿ ಮಾಡಿ. ನಿಮ್ಮ ಸಂಗಾತಿ ಬರಲು ಒಪ್ಪದೇ ಇದ್ದಲ್ಲಿ ಮೊದಲಿಗೆ ನೀವೇ ವೈದ್ಯರನ್ನು ಭೇಟಿ ಮಾಡಿ ಸಲಹೆ ಅಥವ ಮಾರ್ಗದರ್ಶನ ಪಡೆಯಿರಿ.

ಮಾನಸಿಕ ನೆಮ್ಮದಿ ಇಲ್ಲದ ಬದುಕು ದಾರುಣವಾದದ್ದು. ಅದು ಬಹಳ ದಿನ ಮುಂದುವರೆದರೆ ಅಲ್ಲಿಯವರೆಗೂ ಇಲ್ಲದ ದೈಹಿಕ ಕಾಯಿಲೆಗಳು ಒಂದಲ್ಲ ಒಂದು ಕಾರಣಕ್ಕೆ ಅಥವ ಒಂದಲ್ಲ ಒಂದು ರೀತಿಯಲ್ಲಿ ಆವರಿಸಲು ಆರಂಭಿಸುತ್ತವೆ.

ಹಾಗಾದರೆ, ನೆಮ್ಮದಿ ಮತ್ತು ಸಮಾಧಾನದ ಬದುಕು ಬದುಕುವುದು ಹೇಗೆ?

ಇದು ಬಹುತೇಕ ಸಂದರ್ಭದಲ್ಲಿ ವೈಯಕ್ತಿಕ ಪ್ರಯತ್ನ ಮತ್ತು ಮನಃಸ್ಥಿತಿಯ ಮೇಲೆ ಅವಲಂಬಿತವಾಗಿದೆ. ಅಂದರೆ, ಸ್ವಅರಿವು (Self-awareness) ಹಾಗೂ ಸ್ವಪ್ರಯತ್ನದಿಂದ ಶಾಂತಿ ಮತ್ತು ನೆಮ್ಮದಿ ಕಂಡುಕೊಳ್ಳಲು ಸಾಧ್ಯ. ಅದಕ್ಕೆ ಧ್ಯಾನ, ಪ್ರಾಣಾಯಾಮ, ಓದು, ಅಧ್ಯಯನಗಳು ಸಹಕಾರಿ.

ಸ್ನೇಹ ಮತ್ತು ಸಂಬಂಧಗಳ ಮೂಲಕ ನೆಮ್ಮದಿ ಕಂಡುಕೊಳ್ಳುವುದು ಇನ್ನೊಂದು ಬಗೆಯ ಸಾಧ್ಯತೆ. ಮನುಷ್ಯ ಎಷ್ಟಾದರೂ ಸಂಘಜೀವಿ. ಉತ್ತಮ ಕೌಟುಂಬಿಕ ಮತ್ತು ಸಾಮಾಜಿಕ ಸಂಬಂಧಗಳನ್ನು ರೂಢಿಸಿಕೊಳ್ಳುವ ಮೂಲಕವೂ ನಾವು ನೆಮ್ಮದಿಯನ್ನುಅಥವ ಸಾಮಾಜಿಕ ಬೆಂಬಲ ವ್ಯವಸ್ಥೆಯನ್ನು ಕಟ್ಟಿಕೊಳ್ಳಬಹುದು. ಆದರೆ ಅದಕ್ಕೆ ನಮಗೆ ವ್ಯವಸ್ಥೆಯ ಪರಿಚಯ ಇರಬೇಕು.

ನಾವು ಎಂತಹ ರಾಜಕೀಯ ಮತ್ತು ಸಾಮಾಜಿಕ ವ್ಯವಸ್ಥೆಯಲ್ಲಿ ಬದುಕುತ್ತಿದ್ದೇವೆ ಎನ್ನುವುದೂ ಸಹ ನಮ್ಮ ಮನಃಶಾಂತಿ ಮತ್ತು ನೆಮ್ಮದಿಯ ಮೇಲೆ ನೇರ ಪರಿಣಾಮ ಬೀರುತ್ತದೆ. ಈ ಆಧುನಿಕ ಯುಗದಲ್ಲಿ ಫ಼ಿನ್‌ಲ್ಯಾಂಡ್, ಡೆನ್ಮಾರ್ಕ್, ಐಸ್‌ಲ್ಯಾಂಡ್, ಇಸ್ರೇಲ್, ನೆದರ್‌ಲ್ಯಾಂಡ್ಸ್ ಸೇರಿದಂತೆ ವಿಶ್ವದ ಹತ್ತಾರು ಕಡೆ (https://en.wikipedia.org/wiki/World_Happiness_Report) ಅಲ್ಲಿಯ ಸಮುದಾಯಗಳು ಶಾಂತಿ ಮತ್ತು ನೆಮ್ಮದಿಯ ಬದುಕನ್ನು

ಬದುಕುತ್ತಿವೆ. ಈ ಬಹುತೇಕ ದೇಶಗಳಲ್ಲಿ ಸಮಾನವಾಗಿರುವ ಅಂಶವೆಂದರೆ ಅಲ್ಲಿಯ ಆಡಳಿತ ವ್ಯವಸ್ಥೆ; ಪ್ರಜಾಪ್ರಭುತ್ವ. ಅದೂ ಸಹ ಜವಾಬ್ದಾರಿಯುತ, ಪಾರದರ್ಶಕ, ಪಾಲ್ಗೊಳ್ಳುವಿಕೆಯ ಪ್ರಜಾಪ್ರಭುತ್ವ. ಬಹುಸಂಖ್ಯಾತ ಜನರಿಂದ ಅಲ್ಲಿಯ ನೆಲದ ಕಾನೂನುಗಳ ಪಾಲನೆ ಮತ್ತು ಸಂವಿಧಾನಕ್ಕೆ ನೀಡುವ ಗೌರವ, ಯೋಗ್ಯ ಮತ್ತು ಪ್ರಾಮಾಣಿಕ ವ್ಯಕ್ತಿಗಳು ರಾಜಕಾರಣದಲ್ಲಿ ಇರುವುದು ಮತ್ತು ಜನರೂ ಅಂತಹವರನ್ನೇ ಚುನಾಯಿಸುವುದರಿಂದಾಗಿ ಅಲ್ಲಿ ಸುಭದ್ರ ರಾಜಕೀಯ ಮತ್ತು ಸಾಮಾಜಿಕ ವ್ಯವಸ್ಥೆ ರೂಪುಗೊಂಡಿದೆ. ಬದುಕು ಮತ್ತು ಭವಿಷ್ಯದೆಡೆಗಿನ ಅನಿಶ್ಚಿತತೆ ಆ ದೇಶಗಳಲ್ಲಿ ಕಡಿಮೆ ಪ್ರಮಾಣದಲ್ಲಿ ಇರುತ್ತದೆ. ಜನರ ತೆರಿಗೆ ಹಣ ಸದುಪಯೋಗ ಆಗುತ್ತದೆ. ಜನಕಲ್ಯಾಣ ಯೋಜನೆಗಳು ಭ್ರಷ್ಟಾಚಾರರಹಿತವಾಗಿ ಜಾರಿಯಾಗುತ್ತಿರುತ್ತವೆ. ಕಾಲಕಾಲಕ್ಕೆ ಅಂದಿನ ಕಾಲದ ಅಗತ್ಯಕ್ಕೆ ತಕ್ಕಂತೆ ಹೊಸ ಕಾನೂನುಗಳು ಬರುತ್ತವೆ ಹಾಗೂ ಅನಗತ್ಯ ಮತ್ತು ಕಾಲಕ್ಕೆ ಹೊರತಾದ ಕಾನೂನುಗಳು ಹೋಗುತ್ತವೆ. ಜನರು ಸ್ವತಂತ್ರವಾಗಿ ಮತ್ತು ಸ್ವತಂತ್ರ ಮನೋಭಾವದಿಂದ ಬದುಕುತ್ತಾರೆ. ಬೇರೆಡೆಗಿಂತಲೂ ಹೆಚ್ಚಿನ ಜೀವನ ಸಾರ್ಥಕತೆಯನ್ನೂ, ಸಂತೋಷವನ್ನೂ ಪಡೆಯುತ್ತಾರೆ.

ಭಾರತದಲ್ಲಿಯೂ ಪ್ರಜಾಪ್ರಭುತ್ವ ಇದೆ. ಬಹುತೇಕರಿಗೆ ಅರಿವಾಗದೇ ಹೋಗಿರುವುದು ಏನೆಂದರೆ ರಾಜಕೀಯ ನಮ್ಮ ವೈಯಕ್ತಿಕ ಜೀವನವನ್ನೂ ಹೇಗೆ ನಿರ್ದೇಶಿಸುತ್ತದೆ ಎನ್ನುವುದು. ನಾವು ಏನನ್ನು ತಿನ್ನಬೇಕು, ಯಾವ ರೀತಿಯ ಉಡುಗೆ ತೊಡಬೇಕು, ಯಾವ ರಸ್ತೆಯಲ್ಲಿ ಹೋಗಬೇಕು, ಯಾವ ಉದ್ಯೋಗ ಮಾಡಬೇಕು, ನಾವಾಗಲಿ ನಮ್ಮ ಮಕ್ಕಳಾಗಲಿ ಏನನ್ನು ಓದಬೇಕು ಮತ್ತು ಏನನ್ನು ಓದಬಾರದು, ಯಾವುದನ್ನು ನೋಡಬೇಕು ಮತ್ತು ಯಾವುದನ್ನು ನೋಡಬಾರದು ಎನ್ನುವುದೂ ಸೇರಿದಂತೆ ಒಟ್ಟಾರೆಯಾಗಿ ನಾವು ಹೇಗೆ ಬದುಕಬೇಕು ಎನ್ನುವುದನ್ನು ಈ ಕಾಲಘಟ್ಟದಲ್ಲಿ ನಮ್ಮ ರಾಜಕೀಯ ವ್ಯವಸ್ಥೆ ಪ್ರತ್ಯಕ್ಷವಾಗಿ ಮತ್ತು ಪರೋಕ್ಷವಾಗಿ ನಿರ್ದೇಶಿಸುತ್ತಿರುತ್ತದೆ. ಹಾಗಾಗಿಯೇ ನಮ್ಮ ನೆಮ್ಮದಿಯ ಜೀವನಕ್ಕಾಗಿ ನಾವು ಕೇವಲ ನಮ್ಮ ವೈಯಕ್ತಿಕ ಬದುಕಿನ ಕಡೆ ಗಮನ ಕೊಡುವುದು ಮಾತ್ರವಲ್ಲದೆ ನಮ್ಮ ಸುತ್ತಮುತ್ತಲ ಸಾಮಾಜಿಕ ಸ್ಥಿತಿಯ ಕಡೆಗೂ ನಮ್ಮ ಆಡಳಿತ ವ್ಯವಸ್ಥೆಯ ಕಡೆಗೂ ಗಮನ ನೀಡಬೇಕು. ಪ್ರಜಾಪ್ರಭುತ್ವ ವ್ಯವಸ್ಥೆಯಲ್ಲಿ ಬದುಕುವಾಗ ಅಲ್ಲಿ ನಮ್ಮದೇನೂ ಪಾತ್ರವಿಲ್ಲ ಎನ್ನುವುದು ಅಜ್ಞಾನವಾಗುತ್ತದೆ ಮತ್ತು ಅಜ್ಞಾನ ಕ್ಲೇಶಕ್ಕೆ ನೂಕುತ್ತದೆ. ಅರಿವು ನಮಗೆ ಕ್ಲೇಶದಿಂದ ಮುಕ್ತಿ ಕೊಡುತ್ತದೆ.

ಅದಕ್ಕಾಗಿಯೇ ನಾವು ರಾಜಕೀಯವಾಗಿ ಮತ್ತು ಸಾಮಾಜಿಕವಾಗಿ ಚಿಂತಿಸಬೇಕು. ಈ ಅನಂತ ವಿಶ್ವದಲ್ಲಿ ನನ್ನ ಪಾತ್ರವೇನು, ಯಾವುದಕ್ಕೆ ನಾನು

ಬಾಧ್ಯಸ್ಥ ಮತ್ತು ಯಾವುದಕ್ಕೆ ಅಲ್ಲ ಎನ್ನುವುದನ್ನು ಅರಿಯಬೇಕು. ನಮ್ಮ ಜವಾಬ್ದಾರಿಗಳನ್ನು ನಿಭಾಯಿಸಬೇಕು. ನಮ್ಮ ಕೆಲಸದ ಪರಿಣಾಮ ಅಥವ ಫಲಿತಾಂಶಗಳು ನಮ್ಮ ಅಪೇಕ್ಷೆಗಿಂತ ಭಿನ್ನವಾಗಿ ಹೊರಹೊಮ್ಮಿದಾಗ ಅದಕ್ಕೆ ಕಾರಣಗಳನ್ನು ಕಂಡುಕೊಳ್ಳಬೇಕು. ಹೋರಾಡಬೇಕಾದಾಗ ಹೋರಾಡಬೇಕು. ಸುಮ್ಮನಿರಬೇಕಾದಾಗ ಸುಮ್ಮನಿರಬೇಕು. ಹೋರಾಡಬೇಕಾದ ಸಮಯದಲ್ಲಿ ಪಲಾಯನವಾದಿಯಾಗಿ ಸುಮ್ಮನಾಗಿಬಿಡುವುದು, ಸುಮ್ಮನಿರಬೇಕಾದ ಸಮಯದಲ್ಲಿ ಮೈಗುದ್ದಿಸಿಕೊಂಡು ಹೋರಾಡುವುದು ನಮ್ಮ ಸಮಾಧಾನವನ್ನು ಹಾಳುಮಾಡುತ್ತದೆ. ಇದೆಲ್ಲವೂ ಹೇಳುವುದಷ್ಟು ಸುಲಭವಲ್ಲವಾದರೂ, ನಮ್ಮ ಆಂತರ್ಯಕ್ಕೆ ನಾವು ಸುಳ್ಳುಗಳನ್ನು ಹೇಳಿಕೊಳ್ಳದೆ ಧೈರ್ಯವಾಗಿ ಮತ್ತು ಪ್ರಾಮಾಣಿಕವಾಗಿ ಬದುಕನ್ನು ಎದುರಿಸಬೇಕು. ಕೊನೆಗೂ, ಇರುವುದೊಂದೇ ಬದುಕು.

ನಿದ್ದೆ

ನೆಮ್ಮದಿಯ ಮತ್ತು ಆರೋಗ್ಯಪೂರ್ಣ ಬದುಕಿಗಾಗಿ ನಮ್ಮ ದೇಹಕ್ಕೆ ಅಗತ್ಯವಾದಷ್ಟು ನಿದ್ದೆ ಮಾಡುವುದು ಅತ್ಯಗತ್ಯ. ಇಂದಿನ ದಿನದಲ್ಲಿ ಇದು ಹೇಳಿದಷ್ಟು ಸುಲಭವಲ್ಲ. ಜನರ ನಿದ್ರೆಯನ್ನು ಕದಿಯುವಂತಹ ನಾನಾ ಉಪಕರಣಗಳು ಇಂದು ನಮ್ಮ ಕೈಯಲ್ಲಿಯೇ ಇವೆ. “ನಮ್ಮ ಅತ್ಯಂತ ದೊಡ್ಡ ಪ್ರತಿಸ್ಪರ್ಧಿ ಅಮಜಾನ್ ಪ್ರೈಮ್ ವಿಡಿಯೋ ಆಗಲಿ, ಯೂಟ್ಯೂಬ್ ಆಗಲಿ ಅಲ್ಲ; ನಿದ್ದೆಯೇ ನಮ್ಮ ಅತಿದೊಡ್ಡ ಸ್ಪರ್ಧಿ” ಎಂದು ವಿಶ್ವದ ಖ್ಯಾತ, ಶ್ರೀಮಂತ, ಅತಿದೊಡ್ಡ ಅನ್‌ಲೈನ್ ವಿಡಿಯೋ ಸ್ಟ್ರೀಮಿಂಗ್ ಕಂಪನಿಯಾದ ನೆಟ್‌ಫ್ಲಿಕ್ಸ್‌ನ ಮುಖ್ಯ ಕಾರ್ಯನಿರ್ವಹಣಾಧಿಕಾರಿ ಈಗ್ಗೆ ಆರು ವರ್ಷದ ಹಿಂದೆಯೇ ಹೇಳಿದ್ದ (https://www.independent.co.uk/tech/netflix-downloads-sleep-biggest-competition-video-streaming-ceo-reed-hastings-amazon-prime-sky-go-now-tv-a7690561.html).

ಕೇವಲ ನೆಟ್‌ಫ್ಲಿಕ್ಸ್‌ನಂತಹ OTT ವೇದಿಕೆಗಳು ಮಾತ್ರವೇ ನಮ್ಮ ನಿದ್ದೆಯನ್ನು ಕದಿಯುತ್ತಿಲ್ಲ, ಸ್ಮಾರ್ಟ್‌ಫೋನ್ ಮತ್ತು ಸಾಮಾಜಿಕ ಮಾಧ್ಯಮಗಳೂ ನಮ್ಮ ನಿದ್ದೆಯನ್ನು ಕದಿಯುತ್ತಿವೆ. ಅಮೆರಿಕದ ಪ್ರತಿಷ್ಠಿತ National Institute of Health ಸಂಸ್ಥೆಯ ಪ್ರಕಾರ ನಿದ್ರಾಹೀನತೆಯು ಇಲ್ಲಿ ಕೆಳಗೆ ಪಟ್ಟಿ ಮಾಡಿರುವ ಅನೇಕ ಸಮಸ್ಯೆಗಳಿಗೆ (ಹಾಗೂ ಇನ್ನೂ ಹೆಚ್ಚಿನವುಗಳಿಗೆ) ಪ್ರಮುಖ ಕಾರಣವಾಗಿದೆ: ನಿದ್ರೆಯಕೊರತೆ ಅಥವ ನಿದ್ರಾಹೀನತೆಯು ನಮ್ಮ ದೈನಂದಿನ ಕೆಲಸಗಳಿಗೆ, ಮಕ್ಕಳ ಕಲಿಕೆಗೆ, ವಾಹನ ಚಾಲನೆಗೆ ಮತ್ತು

ಸಾಮಾಜಿಕ ಕೆಲಸಕಾರ್ಯಗಳಿಗೆ ಅಡ್ಡಿಮಾಡಬಹುದು. ಏಕಾಗ್ರತೆಗೆ ಭಂಗ ತರಬಹುದು ಮತ್ತು ಸಂದರ್ಭಕ್ಕೆ ಸೂಕ್ತವಾಗಿ ಪ್ರತಿಕ್ರಿಯಿಸಲು ಆಗದಂತೆ ಮಾಡಬಹುದು. ಇತರರ ಭಾವನೆಗಳನ್ನು ಮತ್ತು ಮಾತುಗಳನ್ನು ಸರಿಯಾಗಿ ಅರಿಯಲು ಕಷ್ಟವಾಗಬಹುದು. ಗುಂಪಿನಲ್ಲಿರುವಾಗ ಅದು ನಮ್ಮನ್ನು ಹತಾಶೆ, ಕಿರಿಕಿರಿ, ದುಗುಡದ ವರ್ತನೆಗೆ ದೂಡಬಹುದು. ನಿದ್ರಾಹೀನತೆಯ ಲಕ್ಷಣಗಳು ಮಕ್ಕಳು ಮತ್ತು ವಯಸ್ಕರಲ್ಲಿ ಭಿನ್ನವಾಗಿರಬಹುದು. ನಿದ್ರೆಯ ಕೊರತೆಯಿರುವ ಮಕ್ಕಳು ಹೆಚ್ಚು ಸಮಯ ಎದ್ದಿದ್ದು ಬಹಳ ಸಕ್ರಿಯವಾಗಿರಬಹುದು ಮತ್ತು ಏಕಾಗ್ರತೆಯ ಸಮಸ್ಯೆಗಳು ಬರಬಹುದು. ಕೆಟ್ಟದಾಗಿ ಪಿರಿಪಿರಿ ಮಾಡುತ್ತ ವರ್ತಿಸಬಹುದು ಹಾಗೂ ಕಲಿಕೆಯಲ್ಲಿ ಹಿಂದುಳಿಯಬಹುದು. ಮತ್ತು ವಯಸ್ಕರ ಹೃದ್ರೋಗ, ಮೂತ್ರಪಿಂಡ ಕಾಯಿಲೆ, ಅಧಿಕ ರಕ್ತದೊತ್ತಡ, ಮಧುಮೇಹ, ಪಾರ್ಶ್ವವಾಯು, ಸ್ಥೂಲಕಾಯತೆ ಮತ್ತು ಖಿನ್ನತೆ ಸೇರಿದಂತೆ ಅನೇಕ ದೀರ್ಘಕಾಲೀನ ಆರೋಗ್ಯ ಸಮಸ್ಯೆಗಳಿಗೂ, ರೋಗನಿರೋಧಕ ಶಕ್ತಿ ಕ್ಷೀಣಿಸುವುದಕ್ಕೂ ಮತ್ತು ನಿದ್ರಾಹೀನತೆಗೂ ಸಂಬಂಧವಿದೆ. (https://www.mayoclinic.org/diseases-conditions/insomnia/expert-answers/lack-of-sleep/faq-20057757)

ಹಾಗಾಗಿ, ನಮ್ಮ ಮನಸ್ಸಿನ ಶಾಂತಿಗೆ ಮತ್ತು ಆರೋಗ್ಯಕ್ಕೆ ಅಗತ್ಯ ಪ್ರಮಾಣದಷ್ಟು ನಿದ್ರೆ ಮಾಡುವುದು ಅತ್ಯಗತ್ಯ. ಪರಿಣಿತ ವೈದ್ಯರ ಪ್ರಕಾರ, ಚೆನ್ನಾಗಿ ನಿದ್ರಿಸಲು ಈ ಕೆಳಗಿನ ಉಪಾಯ/ಸೂತ್ರಗಳನ್ನು ಪಾಲಿಸಬೇಕು:

- ನಿರ್ದಿಷ್ಟ ನಿದ್ರಾ ವೇಳಾಪಟ್ಟಿಯನ್ನು ಅಳವಡಿಸಿಕೊಳ್ಳಿ ಮತ್ತು ಅದಕ್ಕೆ ಬದ್ಧರಾಗಿ. (ರಾತ್ರಿ ಇಷ್ಟು ಹೊತ್ತಿಗೆ ಮಲಗಬೇಕು ಮತ್ತು ಬೆಳಗ್ಗೆ ಇಷ್ಟೊತ್ತಿಗೆ ಎದ್ದೇಳಬೇಕು.)
- ನೀವು ಯಾವಾಗ ಏನನ್ನು ತಿನ್ನುತ್ತೀರಿ ಮತ್ತು ಕುಡಿಯುತ್ತೀರಿ ಎನ್ನುವುದರ ಬಗ್ಗೆ ಗಮನ ಕೊಡಿ. (ನಿದ್ರೆ ಮಾಡುವುದಕ್ಕೆ ಕನಿಷ್ಠ ಒಂದು ಗಂಟೆಯ ಮೊದಲು ಊಟ ಮಾಡಿರಬೇಕು. ನಿದ್ರೆಯನ್ನು ದೂರ ಮಾಡುವ ಕಾಫಿ ಮುಂತಾದ ಕೆಫೀನ್ ಅಂಶಗಳಿರುವ ಹಾಗೂ ಸಕ್ಕರೆಯಿರುವ ಯಾವುದೇ ಪಾನೀಯಗಳನ್ನು ನಿದ್ರೆಗೆ ಮೊದಲು ಕುಡಿಯಬಾರದು. ಮದ್ಯಪಾನದಿಂದ ದೂರವಿರಬೇಕು.)
- ನಿದ್ರೆಗೆ ಸೂಕ್ತವಾದ ವಾತಾವರಣವನ್ನು ಸೃಷ್ಟಿಸಿಕೊಳ್ಳಿ. (ಮಲಗುವ ಕೋಣೆ ನಿದ್ರೆಗೆ ಅನುಕೂಲವಾಗಿ, ದೀಪ ಆರಿಸಿದರೆ ಕತ್ತಲು ಆವರಿಸುವಂತಹ ಹಾಗೂ ಶುಭ್ರ, ನಿಶ್ಯಬ್ದ ವಾತಾವರಣ ಇರಬೇಕು.)

- ಹಗಲಿನಲ್ಲಿ ನಿದ್ರಿಸುವುದನ್ನು ನಿಲ್ಲಿಸಿ ಅಥವ ಕಡಿಮೆ ಮಾಡಿ.
- ದಿನದಲ್ಲಿ ದೈಹಿಕ ವ್ಯಾಯಾಮಕ್ಕೂ ಸಮಯ ಕೊಡಿ.
- ಚಿಂತೆ ಮತ್ತು ಮಾನಸಿಕ ಕ್ಲೇಶಗಳನ್ನು ಸೂಕ್ತವಾಗಿ ನಿಭಾಯಿಸಿ. (ಧ್ಯಾನ, ಸಂಗೀತ, ಓದು, ಕೆಲಸಕಾರ್ಯ ಇತ್ಯಾದಿಗಳಲ್ಲಿ ತೊಡಗಿಕೊಳ್ಳುವ ಮೂಲಕ ಕ್ಲೇಶಗಳನ್ನು ಕಡಿಮೆ ಮಾಡಿಕೊಳ್ಳುವ ದಾರಿ ಕಂಡುಕೊಳ್ಳಬೇಕು.)

ಈಗ ಬಹಳ ಮುಖ್ಯವಾದ ಪ್ರಶ್ನೆ. ಹಾಗಿದ್ದಲ್ಲಿ ನಾವು ದಿನಕ್ಕೆ ಎಷ್ಟು ಗಂಟೆಗಳ ಕಾಲ ನಿದ್ರೆ ಮಾಡಬೇಕು? ಪರಿಣಿತ ವೈದ್ಯರ ಪ್ರಕಾರ ವಯಸ್ಕರು 7–9 ಗಂಟೆಗಳ ಕಾಲ ನಿದ್ರಿಸಬೇಕು. ಮಕ್ಕಳ ನಿದ್ರಾ ಅವಧಿ ತುಂಬಾ ಹೆಚ್ಚಿರುತ್ತದೆ ಹಾಗೂ ಅವರ ವಯೋಮಾನಕ್ಕೆ ಅನುಗುಣವಾಗಿ ಬದಲಾಗುತ್ತದೆ. 1 ವರ್ಷಕ್ಕಿಂತ ಚಿಕ್ಕ ಮಕ್ಕಳಿಗೆ 12–16 ಗಂಟೆಗಳ, 1–2 ವರ್ಷದ ಮಕ್ಕಳಿಗೆ 11–14 ಗಂಟೆಗಳ, 3–5 ವರ್ಷದ ಮಕ್ಕಳಿಗೆ 10–13 ಗಂಟೆಗಳ, 6–12 ವರ್ಷದ ಮಕ್ಕಳಿಗೆ 9–12 ಗಂಟೆಗಳ, 12–18 ವರ್ಷದ ಹದಿವಯಸ್ಕರಿಗೆ 8–10 ಗಂಟೆಗಳ ನಿದ್ರೆಯ ಅವಶ್ಯಕತೆ ಇರುತ್ತದೆ.

ಇಷ್ಟು ಪ್ರಮಾಣದ ನಿದ್ರೆಯ ಅವಶ್ಯಕತೆ ಇದೆ ಎಂದಾದಾಗ, ಯಾವಾಗ ಮಲಗಬೇಕು ಎನ್ನುವ ಪ್ರಶ್ನೆ ಉದ್ಭವಿಸುತ್ತದೆ. ಮಕ್ಕಳನ್ನು ರಾತ್ರಿ 9 ಗಂಟೆಗೆಲ್ಲ ಮಲಗಿಸಬೇಕು ಮತ್ತು ವಯಸ್ಕರೂ ಸಹ 9–10 ಗಂಟೆಯ ಸುಮಾರಿಗೆ ಮಲಗಬೇಕು. ರಾತ್ರಿ ಮಲಗಿದ ಸಮಯಕ್ಕೆ ಸೂಕ್ತವಾಗಿ ಬೆಳಗ್ಗೆ ಏಳಬೇಕು ಅಥವ ಬೆಳಗ್ಗೆ ಏಳುವ ಸಮಯಕ್ಕೆ ಸೂಕ್ತವಾಗಿ ರಾತ್ರಿ ಮಲಗುವ ಸಮಯವನ್ನು ಹೊಂದಿಸಿಕೊಳ್ಳಬೇಕು. ರಾತ್ರಿ ಬೇಗ ಮಲಗಿ ಬೆಳಗ್ಗೆ ಬೇಗ ಏಳುವುದು ಖಂಡಿತವಾಗಿ ಒಳ್ಳೆಯ ಅಭ್ಯಾಸ.

> *"Early to bed and early to rise makes a man healthy, wealthy, and wise."*
>
> —Benjamin Franklin

ನಾಲಗೆ ಎನ್ನುವ ಇಂದ್ರಿಯದ ಮೂಲಕ ಸೇವಿಸಿದ್ದು ಮಾತ್ರವೇ ಆಹಾರವೇ?

ಈ ಹಿಂದಿನ ಅಧ್ಯಾಯದಲ್ಲಿ ಸೂಚ್ಯವಾಗಿ ಪ್ರಸ್ತಾಪಿಸಿದಂತೆ ಕೇವಲ ನಾಲಗೆಯ ಮೂಲಕ ತೆಗೆದುಕೊಳ್ಳುವುದು ಮಾತ್ರವಷ್ಟೇ ಆಹಾರವಲ್ಲ. ಚರ್ಮ, ಕಿವಿ, ಮೂಗು, ಕಣ್ಣಿನ ಮೂಲಕ ನಾವು ಸ್ವೀಕರಿಸುವ ಅನುಭವ

ಅಥವ ಸಂವೇದನೆಗಳೂ ನಮ್ಮ ಅಹಾರಗಳೇ. ತಂಗಾಳಿ ನಮ್ಮ ಮನಸ್ಸಿಗೆ ಆಹ್ಲಾದವನ್ನು ಕೊಟ್ಟರೆ, ಬಿಸಿಗಾಳಿ ಅದರ ವಿರುದ್ಧ ಪರಿಣಾಮ ಉಂಟು ಮಾಡುತ್ತದೆ. ಕೆಲವು ರೀತಿಯ ಅಥವ ಕೆಲವರ ಸ್ಪರ್ಶಗಳು ನಮ್ಮ ಮನಸ್ಸಿನಲ್ಲಿ ಮತ್ತು ದೇಹದಲ್ಲಿ ವಿವಿಧ ರೀತಿಯ ಪರಿಣಾಮಗಳನ್ನು ಉಂಟು ಮಾಡುತ್ತವೆ. ತಾಯಿಯ ಸ್ಪರ್ಶ ಮಗುವಿಗೆ ಧೈರ್ಯ ತುಂಬಿದರೆ, ವಿಕೃತರ ಸ್ಪರ್ಶ ಮೈಯನ್ನು ಬೆಚ್ಚಿ ಬೀಳಿಸುತ್ತದೆ, ಮನಸ್ಸನ್ನು ಉದ್ವೇಗಕ್ಕೆ ದೂಡುತ್ತದೆ. ಸುವಾಸನೆ ಹಿತವಾದ ಭಾವನೆಗಳನ್ನು ತುಂಬಿದರೆ ದುರ್ಗಂಧ ಚಡಪಡಿಕೆ ಸೃಷ್ಟಿಸುತ್ತದೆ. ಧೂಳು, ಸಿಗರೇಟಿನ ಹೊಗೆ, ವಾಹನಗಳ ಮಾಲಿನ್ಯ ಕೆಲವರಲ್ಲಿ ಇದ್ದಕ್ಕಿದ್ದಂತೆ ಅಲರ್ಜಿ ಉಂಟು ಮಾಡಿ ನೆಗಡಿ, ಕೆಮ್ಮು ಬರಿಸುತ್ತದೆ. ಒಳ್ಳೆಯ, ಸುಂದರ ದೃಶ್ಯಗಳು ಮನಃಶಾಂತಿ ಹೆಚ್ಚಿಸಿದರೆ, ಕೆಟ್ಟ ದೃಶ್ಯಗಳು ಮನವನ್ನು ವಿಕಾರಕ್ಕೆ ದೂಡುತ್ತವೆ ಮತ್ತು ಕೆಲವೊಮ್ಮೆ ಲೈಂಗಿಕವಾಗಿ ಪ್ರಚೋದಿಸುತ್ತವೆ. ಹಾಗೆಯೇ ಮಾತುಗಳು. ಇಷ್ಟದ ಸಂಗೀತ, ಹಿತವಾದ ಸಂಭಾಷಣೆ, ಆಪ್ತರ ಒಡನಾಟ ಮನಸ್ಸಿಗೆ ಉಲ್ಲಾಸ, ಸ್ಥೈರ್ಯ, ಧೈರ್ಯ ಕೊಟ್ಟರೆ, ಮತ್ತೆ ಕೆಲವು ಮಾತುಗಳು ಎದೆಬಡಿತ ಮತ್ತು ಉಸಿರಾಟವನ್ನು ಹೆಚ್ಚಿಸುತ್ತವೆ. ರೋಮಾಂಚನ ಮೂಡಿಸುತ್ತವೆ. ಒಳ್ಳೆಯ ಭಾವಗಳು ಆಶಾವಾದವನ್ನು ಬೆಳೆಸುತ್ತವೆ ಮತ್ತು ದೀರ್ಘಕಾಲದಲ್ಲಿ ದೇಹದ ರೋಗನಿರೋಧಕ ಶಕ್ತಿಯನ್ನೂ ಹೆಚ್ಚಿಸುತ್ತವೆ. ಹಾಗಾಗಿ, ಕೇವಲ ಬಾಯಿಯಿಂದ ಸ್ವೀಕರಿಸುವ ಆಹಾರ ಮಾತ್ರವಲ್ಲ, ನಾವು ಇತರೆ ನಾಲ್ಕು ಪಂಚೇಂದ್ರಿಯಗಳ ಮೂಲಕ ಪಡೆಯುವ ಆಹಾರದ ಬಗ್ಗೆಯೂ ಎಚ್ಚರ ವಹಿಸಬೇಕು. ಕೆಟ್ಟ ವಾತಾವರಣದಿಂದ, ಕೆಟ್ಟ ಸಂದರ್ಭಗಳಿಂದ, ಕೆಟ್ಟ ಮಾತುಗಳಿಂದ ಆದಷ್ಟು ಬೇಗ ದೂರ ಸರಿಯಬೇಕು. ಇವೆಲ್ಲವನ್ನೂ ಪ್ರಜ್ಞಾಪೂರ್ವಕವಾಗಿ ಗಮನಿಸಬೇಕು.

ಧ್ಯಾನದಿಂದ, ಅದರಲ್ಲಿಯೂ ವಿಪಶ್ಯನ ಧ್ಯಾನದಿಂದ ನಾವು ಈ ವಿಚಾರದ ಬಗ್ಗೆ ಹೆಚ್ಚಿನ ಅರಿವು ಪಡೆಯಲು ಸಾಧ್ಯವಾಗುತ್ತದೆ. ವಿಪಶ್ಯನ ಧ್ಯಾನದಲ್ಲಿ ಸಿದ್ಧಿಯನ್ನು ಸಾಧಿಸುತ್ತ ಹೋದಹಾಗೆ, ನಮ್ಮ ಉಸಿರಾಟ ಮತ್ತು ದೇಹದ ವಿವಿಧ ಭಾಗಗಳ ಸಂವೇದನೆಯಲ್ಲಿ ಏರುಪೇರು ಆಗುವುದು ನಾವು ಧ್ಯಾನದಲ್ಲಿ ಇಲ್ಲದ ಸಂದರ್ಭದಲ್ಲಿಯೂ ನಮ್ಮ ಗಮನಕ್ಕೆ ಬರುತ್ತದೆ. ಸತ್ಯನಾರಾಯಣ ಗೊಯಂಕಾರವರು ಹೇಳಿದಂತೆ, "(ಈ ವಿಪಶ್ಯನ ಧ್ಯಾನದ ಅಭ್ಯಾಸದಿಂದ) ನಮ್ಮ ಉಸಿರಾಟವನ್ನು ಮತ್ತು ನಮ್ಮೊಳಗೆ ಏನಾಗುತ್ತಿದೆ ಎಂಬುದನ್ನು ಅರಿಯಬಲ್ಲೆವು. ಅದು ಉಸಿರೇ ಆಗಲಿ ಅಥವಾ ಸಂವೇದನೆಯೇ ಆಗಲಿ, ಮನಸ್ಸಿನ ಸಮತೋಲನವನ್ನು ಕಳೆದುಕೊಳ್ಳದೆ ಅದನ್ನು ಸುಮ್ಮನೆ ಗಮನಿಸುವುದನ್ನು ಕಲಿಯುತ್ತೇವೆ. ನಮ್ಮ ಕ್ಲೇಶಗಳನ್ನು

ಹೆಚ್ಚು ಮಾಡಿಕೊಳ್ಳುವುದನ್ನು ನಿಲ್ಲಿಸುತ್ತೇವೆ. ಜೊತೆಗೆ, ನಕಾರಾತ್ಮಕತೆ ಪ್ರಕಟವಾಗಿ ನಶಿಸಿಹೋಗಲು ಅನುವು ಮಾಡಿಕೊಡುತ್ತೇವೆ. ಈ ಸಾಧನೆಯನ್ನು ಎಷ್ಟು ಹೆಚ್ಚು ಅಭ್ಯಾಸ ಮಾಡುತ್ತಾರೋ, ಅಷ್ಟು ಹೆಚ್ಚು ವೇಗವಾಗಿ ಹೇಗೆ ನಕಾರಾತ್ಮಕತೆಯಿಂದ ಬೇಗ ಹೊರಬರಬಹುದು ಎಂಬುದನ್ನು ಸಾಧಕರು ಕಂಡುಕೊಳ್ಳುತ್ತಾರೆ. ಕ್ರಮೇಣ ಮನಸ್ಸು ವಿಕಾರದಿಂದ ಮುಕ್ತವಾಗುತ್ತದೆ. ಅದು ಪರಿಶುದ್ಧವಾಗುತ್ತದೆ."

ಹಾಗಾಗಿ, ಇನ್ನು ಮುಂದಕ್ಕೆ ನೀವು ನಿಮ್ಮ ಊಟದ ಬಗ್ಗೆ ಮಾತ್ರವಲ್ಲ, ನಿಮ್ಮ ಎಲ್ಲ ಪಂಚೇಂದ್ರಿಯಗಳ ಮೂಲಕ ದೇಹವನ್ನು ಪ್ರವೇಶಿಸುವ ಆಹಾರಗಳನ್ನೂ ಅರಿವಿನಲ್ಲಿ ನೋಡಿ. ಅಥವ, ಆ ಆಹಾರಗಳು ನಿಮ್ಮ ಮನಸ್ಸು ಮತ್ತು ದೇಹದ ಮೇಲೆ ಬೀರುವ ಪರಿಣಾಮಗಳನ್ನು ಗಮನಿಸುವ ಮೂಲಕ ಒಳ್ಳೆಯದನ್ನು ಸ್ವೀಕರಿಸಿ, ಕೆಟ್ಟದ್ದನ್ನು ತಿರಸ್ಕರಿಸಿ. ಸಮಚಿತ್ತಳಾಗುವತ್ತ, ಸಮಾಧಾನಿಯಾಗುವತ್ತ ಮುನ್ನಡೆಯಿರಿ.

ತಪ್ಪನ್ನು ಒಪ್ಪಿಕೊಳ್ಳಲು ನಿರಾಕರಿಸುವ ಮನೋಭಾವ ಮತ್ತು ಅಹಂಕಾರ

ಅಮೆರಿಕದ ಖ್ಯಾತ ಮನೋವೈದ್ಯ ಎಲ್ವಿನ್ ಸೆಮ್ರಡ್ ನಮ್ಮ ದುಃಖ ಮತ್ತು ಸಂಕಟಗಳ ಕುರಿತು ಹೀಗೆ ಹೇಳುತ್ತಾನೆ: ನಮಗೆ ನಾವೇ ಹೇಳಿಕೊಳ್ಳುವ ಸುಳ್ಳುಗಳೇ ನಮ್ಮ ದುಃಖ ಮತ್ತು ಸಂಕಟಗಳ ಅತಿಮುಖ್ಯ ಮೂಲಕಾರಣಗಳು. ("The greatest sources of our sufferings are the lies we tell ourselves."–Elvin Semrad)

ಹೌದು, ಹಲವು ಸಂದರ್ಭಗಳಲ್ಲಿ ನಾವು ಭ್ರಮೆ ಮತ್ತು ಅವಾಸ್ತವಿಕ ಕಲ್ಪನೆಗಳಲ್ಲಿ ಬದುಕುತ್ತೇವೆ. ನಮಗೆ ನಾವೇ ಸುಳ್ಳಿನ ಆಶ್ವಾಸನೆಗಳನ್ನು ಹೇಳಿಕೊಳ್ಳುತ್ತೇವೆ. ಕಣ್ಣ ಮುಂದಿನ ಸತ್ಯವನ್ನು ಕಾಣಲು ನಿರಾಕರಿಸುತ್ತೇವೆ. ಸತ್ಯವನ್ನು ಒಪ್ಪಿಕೊಳ್ಳುವುದು ಮನಸ್ಸಿಗೆ ಸಾಕಷ್ಟು ಕಿರಿಕಿರಿ ಮಾಡುತ್ತದೆ. ಹತಾಶೆಗೆ ಮತ್ತು ಖಿನ್ನತೆಗೆ ತಳ್ಳುವ ಭಯ ಮೂಡುತ್ತದೆ. ಹಾಗಾಗಿ ಸುಳ್ಳಿನ ಮಹಲುಗಳನ್ನು ಕಟ್ಟುತ್ತ ದಿನದೂಡುತ್ತೇವೆ. ಅದು ನಮ್ಮನ್ನು ಇನ್ನಷ್ಟು ಕಷ್ಟಗಳಿಗೆ ಮತ್ತು ವೈಫಲ್ಯಗಳಿಗೆ ದೂಡುತ್ತದೆ. ಇಂತಹ ವಿಷಚಕ್ರದಿಂದ ಹೊರಬರುವ ದಾರಿ ಗೊತ್ತಾಗದೇ ನರಳುತ್ತೇವೆ.

ಇನ್ನೊಂದು ಬಗೆಯದು, ನಮ್ಮಿಂದಾದ ತಪ್ಪನ್ನು ಒಪ್ಪಿಕೊಳ್ಳಲು ನಿರಾಕರಿಸುವ ದುರ್ಗುಣ. ಆ ತಪ್ಪುಗಳು ಸಣ್ಣವೂ ಆಗಿರಬಹುದು, ಗಂಭೀರವಾದದ್ದೂ ಆಗಿರಬಹುದು. ತಪ್ಪನ್ನು ಒಪ್ಪಿಕೊಂಡರೆ ಅಪಾಯಕ್ಕೆ ಸಿಲುಕುತ್ತೇವೆ ಎನ್ನುವ ಭಯಕ್ಕಿಂತ ನಮ್ಮ ಅಹಂಕಾರಕ್ಕೆ ಪೆಟ್ಟು ಬೀಳುತ್ತದೆ

ಎನ್ನುವುದೇ ಬಹುತೇಕ ಸಂದರ್ಭಗಳಲ್ಲಿ ನಮಗೆ ಅಸಹನೀಯ ವಿಚಾರ. ನಮ್ಮ ಬಹುತೇಕ ತಪ್ಪುಗಳು ಸಣ್ಣವೇ ಆಗಿರುತ್ತವೆ. ಅದನ್ನು ಒಪ್ಪಿಕೊಂಡು ಮುಂದುವರೆಯಲು ಇಷ್ಟವಿಲ್ಲದೆ ಆ ತಪ್ಪನ್ನು ಮುಚ್ಚಿಕೊಳ್ಳಲು ಮತ್ತೊಂದು ತಪ್ಪು ಮಾಡುತ್ತೇವೆ. ಸಹಜವಾಗಿ ಅದು ಹಿಂದಿನದಕ್ಕಿಂತ ಗುರುತರವಾದ ತಪ್ಪೇ ಆಗುತ್ತದೆ. ಈ ಕೆಟ್ಟ ಪ್ರಕ್ರಿಯೆ ಹೀಗೆಯೇ ಮುಂದುವರೆಯುತ್ತದೆ. ಈ ವಿಷವರ್ತುಲದಿಂದ ಹೊರಬರಲು ಅವಕಾಶಗಳಿದ್ದರೂ ನಮ್ಮ ಅಹಂಕಾರ ಅದಕ್ಕೆ ಅವಕಾಶ ಕೊಡುವುದಿಲ್ಲ. ಅಹಂಕಾರ ಉಳಿಸಿಕೊಂಡು ನೆಮ್ಮದಿ ಕಳೆದುಕೊಳ್ಳುತ್ತೇವೆ.

ಸತ್ಯ, ಸಹಜ ಸದ್ಭಾವ, ಸದ್ವರ್ತನೆ ಇದ್ದೊಡೆ ಸದ್ಭಕ್ತ. ಇದು ಹನ್ನೆರಡನೆಯ ಶತಮಾನದಲ್ಲಿ ಬಸವಣ್ಣ ಹೇಳಿದ ಮಾತು. ಇದನ್ನು ನಾವು ನಮ್ಮ ಬದುಕಿನಲ್ಲಿ ಅಳವಡಿಸಿಕೊಂಡು ಬಾಳಿದರೆ ಅನೇಕ ಕಷ್ಟಗಳಿಂದ, ಸಯಂಕೃತಾಪರಾಧಗಳಿಂದ ಪಾರಾಗುತ್ತೇವೆ. ಯಾರನ್ನೂ ಕಾಪಾಡದ ಸುಳ್ಳುಗಳಿಂದ ದೂರವಿರಬೇಕು; ಸರಳವಾಗಿ ಸಹಜವಾಗಿ ಬದುಕಬೇಕು; ಭಾವಶುದ್ಧಿ ಇರಬೇಕು; ಇತರರನ್ನು ಪ್ರೀತಿ, ವಿಶ್ವಾಸ, ಸೌಜನ್ಯ, ಗೌರವದಿಂದ ಕಾಣಬೇಕು. ಈ ಸರಳ ಸೂತ್ರಗಳು ನಮಗೆ ನಾವೇ ಹೇಳಿಕೊಳ್ಳುವ ಸುಳ್ಳುಗಳಿಂದ ಮತ್ತು ನಮ್ಮ ತಪ್ಪನ್ನು ಒಪ್ಪಿಕೊಳ್ಳಲಾಗದ ಅಪಾಯಕಾರಿ ಅಹಂನಿಂದ ನಮ್ಮನ್ನು ಕಾಪಾಡುತ್ತವೆ.

ರಕ್ತ ಮತ್ತು ಸಂಬಂಧ

> *"In every conceivable manner, the family is a link to our past, a bridge to our future."*
>
> —Alex Haley

ನಮ್ಮ ಇಂದಿನ ದೇಹದ ಮೂಲರೂಪ ಹಾಗೂ ಒಂದು ಹಂತದವೆರೆಗೆ ಆರೋಗ್ಯವೂ ಸಹ ನಮಗೆ ನಮ್ಮ ಪೂರ್ವಿಕರ ಕೊಡುಗೆ. ಸಹಸ್ರಾರು ವರ್ಷಗಳ ಕಾಲದಲ್ಲಿ ಬಾಳಿ ಅಳಿದ ಲಕ್ಷಾಂತರ ಸಂಖ್ಯೆಯ ನಮ್ಮ ಪೂರ್ವಿಕರ ರಕ್ತವೇ ನಮ್ಮಲ್ಲಿ ಹರಿಯುತ್ತಿರುವುದು. ಅಂದರೆ ಅವರೆಲ್ಲರ DNA ನಮ್ಮಲ್ಲಿ ಮಿಳಿತವಾಗಿ ಅದು ಈಗ ನಮ್ಮದೇ ಆಗಿದೆ. ಹಾಗಾಗಿಯೇ ಅವರಲ್ಲಿಯ ಕೆಲವು ಸದ್ಗುಣಗಳು ಅನುವಂಶಿಕವಾಗಿ ನಮಗೆ ಬಳುವಳಿಯಾಗಿ ಬಂದರೆ ಮತ್ತೆ ಕೆಲವು ದುರ್ಗುಣಗಳು ಶಾಪವಾಗಿ ಬರುತ್ತವೆ. ನಮ್ಮ ಜೀವಮಾನದ ಹಲವು ಗಂಭೀರ, ಮಾರಣಾಂತಿಕ ಕಾಯಿಲೆಗಳು ಅನುವಂಶೀಯ, ಪಿತ್ರಾರ್ಜಿತ (ಪಿತೃಗಳಲ್ಲಿ ತಾಯಿತಂದೆಗಳ ಎಲ್ಲಾ ಕಡೆಯ ಪೂರ್ವಿಕರೂ ಬರುತ್ತಾರೆ).

ಈ ಅನುವಂಶೀಯ ಕಾಯಿಲೆಗಳಲ್ಲಿ ಕೆಲವುಗಳಿಂದ ತಪ್ಪಿಸಿಕೊಳ್ಳಲು ಈಗಲೂ ಸಾಧ್ಯವಾಗಿಲ್ಲ. ಆದರೆ ಮತ್ತೆ ಹಲವು ಕಾಯಿಲೆಗಳನ್ನು ಆಧುನಿಕ ಔಷಧಗಳ ಬಳಕೆ ಮತ್ತು ಜೀವನಶೈಲಿಯ ಬದಲಾವಣೆಯಿಂದ ಯಶಸ್ವಿಯಾಗಿ ನಿಭಾಯಿಸುವುದು ಹೇಗೆ ಎಂದು ವಿಜ್ಞಾನ ನಮಗೆ ಇಂದು ತಿಳಿಸಿಕೊಡುತ್ತಿದೆ.

ಆದರೆ ನಾವು ನಮ್ಮ ಕೈಯಾರೆ ಸಂಪಾದನೆ ಮಾಡಿಕೊಳ್ಳುವ ಕಾಯಿಲೆಗಳಿಗೂ ನಮ್ಮ ಪೂರ್ವಿಕರಿಗೂ ಏನೇನೂ ಸಂಬಂಧವಿಲ್ಲ. ಈ ಕಾಯಿಲೆಗಳ ತೀವ್ರತೆ ಹೆಚ್ಚುಕಡಿಮೆ ಆಗಲು ನಮ್ಮ ಪೂರ್ವಿಕರ ಪಾತ್ರ ಒಂದು ಹಂತದವರೆಗೆ ಇದ್ದರೂ ಇವು ಸಂಪೂರ್ಣವಾಗಿ ಸ್ವಯಾರ್ಜಿತ.

ಹಾಗಾಗಿ ನಾವು ಈ ವಿಚಾರವಾಗಿ ಗತಿಸಿರುವ ನಮ್ಮ ಪಿತೃಗಳ ಬಗ್ಗೆ ಯೋಚಿಸುವುದನ್ನು ಬಿಟ್ಟು ನಮ್ಮ ಜೊತೆಗೆ ಈಗ ಬದುಕಿರುವ ರಕ್ತಸಂಬಂಧಿಗಳ, ಅದರಲ್ಲಿಯೂ ನಾವು ಸದ್ಯ ಯಾರೆಲ್ಲರ ಜೊತೆ ವಾಸಿಸುತ್ತಿದ್ದೇವೆಯೋ ಆ ಕುಟುಂಬಸದಸ್ಯರ ಕುರಿತು ಯೋಚಿಸೋಣ. ನಮ್ಮ ನೆಮ್ಮದಿಯ, ಆರೋಗ್ಯಪೂರ್ಣ ಬದುಕಿಗೆ ನಮ್ಮ ಪೂರ್ವಿಕರಿಗಿಂತ ಇವರೇ ಈಗ ನಮಗೆ ಹೆಚ್ಚು ಮುಖ್ಯ.

ಕುಟುಂಬವೆಂದರೆ ಈಗ ಬಹುತೇಕವಾಗಿ ಗಂಡ, ಹೆಂಡತಿ ಮತ್ತು ಒಬ್ಬರೋಇಬ್ಬರೋ ಮಕ್ಕಳು ಮಾತ್ರ. ಮಕ್ಕಳಿಗೆ ಮದುವೆ ಆದ ಮೇಲೆ ಅವರು ಪ್ರತ್ಯೇಕವಾಗಿ ವಾಸಿಸುವುದು ಈಗ ಸಹಜ ಅಥವ ಸರ್ವೇಸಾಮಾನ್ಯ. ಅಪರೂಪಕ್ಕೆ ದಂಪತಿಗಳಲ್ಲಿ ಒಬ್ಬರ ತಂದೆತಾಯಿ ಜೊತೆಗಿರುತ್ತಾರೆ. ಕೂಡುಕುಟುಂಬಗಳಂತೂ–ಅಂದರೆ ಹಿರಿಯ ದಂಪತಿಗಳು, ಮದುವೆಯಾಗಿ ಜೊತೆಗೇ ಇರುವ ಅವರ ಗಂಡುಮಕ್ಕಳು ಮತ್ತು ಸೊಸೆಯಂದಿರು, ಹಾಗೂ ಮೊಮ್ಮಕ್ಕಳು ಇರುವ ಕುಟುಂಬಗಳು–ಈಗ ಅಪರೂಪವೆಂದರೆ ಅಪರೂಪ. ಯಾವುದೇ ಕುಟುಂಬಗಳಲ್ಲಿ ಇರುವಂತೆ ಇವರಲ್ಲಿಯೂ ಬಗೆಹರಿಸಲಾಗದ ವೈಮನಸ್ಯಗಳು, ಸಮಸ್ಯೆಗಳೂ ಇರಬಹುದು ಅಥವ ಎಲ್ಲರೂ ಅನ್ಯೋನ್ಯವಾಗಿ ಇರಬಹುದು. ಮೇಲ್ನೋಟಕ್ಕೆ ಕಾಣುವುದೇ ನಿಜವಲ್ಲ.

ಕುಟುಂಬಗಳು ಎಷ್ಟೇ ಸಣ್ಣದಿರಲಿ, ದೊಡ್ಡದಿರಲಿ, ಅಲ್ಲೊಂದು ಪ್ರೀತಿ ಮತ್ತು ವಿಶ್ವಾಸಪೂರ್ವಕ ವಾತಾವರಣ ಇದ್ದರೆ ಮಾತ್ರ ಎಲ್ಲಾ ತಾಪತ್ರಯಗಳ ನಡುವೆಯೂ ಬದುಕು ಚೆನ್ನಾಗಿರುತ್ತದೆ. ಅದು ಇಲ್ಲದಿದ್ದಲ್ಲಿ, ಇಬ್ಬರೇ ಇದ್ದರೂ ಅದು ನರಕವಾಗಬಹುದು.

ಹಾಗಾಗಿ, ಜೀವನದಲ್ಲಿ ನೆಮ್ಮದಿ ಇರಬೇಕು ಮತ್ತು ಬದುಕನ್ನು ಅರ್ಥಪೂರ್ಣ ಮಾಡಿಕೊಳ್ಳಬೇಕು ಎನ್ನುವವರು ಜೊತೆಗಿರುವ ಕುಟುಂಬ ಸದಸ್ಯರೊಂದಿಗೆ ಹೊಂದಿಕೊಂಡು ಬಾಳುವುದನ್ನು ಕಲಿಯಬೇಕು. ಇದರಲ್ಲಿ

ಹಿರಿಯರ ಅಥವ ಮನೆಯಲ್ಲಿ ಇತರರಿಗಿಂತ ಬುದ್ಧಿವಂತರೂ ಪ್ರಜ್ಞಾವಂತರೂ ಆದವರ ಪಾತ್ರ ಬಹಳ ದೊಡ್ಡದು. ನಿಮ್ಮ ಮನೆಯಲ್ಲಿ ಅದು ಈ ಪುಸ್ತಕವನ್ನು ಓದುತ್ತಿರುವ ನೀವೇ ಇರಬಹುದು.

ಮೊದಲಿಗೆ ಮನೆಯ ಕೆಲಸಕಾರ್ಯಗಳನ್ನು, ಅಡಿಗೆ ಮತ್ತು ಪಾತ್ರೆ ತೊಳೆಯುವುದೂ ಸೇರಿದಂತೆ ಸಮಯ ಮತ್ತು ಶ್ರಮ ಬೇಡುವ ಕೆಲಸಗಳನ್ನು ಎಲ್ಲರೂ, ಹೆಣ್ಣುಗಂಡು ಎನ್ನದೆ, ಜೊತೆಗೂಡಿ ಮಾಡುವುದನ್ನು ಆರಂಭಿಸಿ. ಅಡಿಗೆ ಸಿದ್ಧವಾದ ಮೇಲೆ ಆ ಸಮಯದಲ್ಲಿ ಮನೆಯಲ್ಲಿರುವವರೆಲ್ಲ ಜೊತೆಗೆ ಕುಳಿತು ತಿನ್ನುವುದನ್ನು ಕಡ್ಡಾಯ ಮಾಡಿಕೊಳ್ಳಿ. ಬಿಡುವಿದ್ದಾಗ ಚದುರಂಗ, ಕೇರಂ ಸೇರಿದಂತೆ ಇತರೆ ಆಸಕ್ತಿಪೂರ್ಣ ಬೋರ್ಡ್ ಗೇಮ್‌ಗಳನ್ನು, ಕಾರ್ಡ್ಸ್ ಆಟಗಳನ್ನು ಆಡಿ. ಹಾಡಲು ಬರುವವರು ಹಾಡಿ; ಸಾಧ್ಯವಾದರೆ ಎಲ್ಲರೂ ಧ್ವನಿಗೂಡಿಸಿ, ಮನೆಯವರ ಕಲಾಪ್ರತಿಭೆಯನ್ನು ಪ್ರಶಂಸಿಸಿ ಪ್ರೋತ್ಸಾಹಿಸಿ. ಒಳ್ಳೆಯ ಪುಸ್ತಕಗಳನ್ನು ಓದಿ ಇತರರಿಗೂ ಅದರ ಪರಿಚಯ ಮಾಡಿ, ಅವರೂ ಅದನ್ನು ಓದುವಂತೆ ಪ್ರೇರೇಪಿಸಿ. ಎಲ್ಲರೂ ಜೊತೆಗೂಡಿ ಅಗಾಗ ಒಳ್ಳೆಯ ಸದಭಿರುಚಿಯ ಸಿನೆಮಾ, ನಾಟಕ, ನೃತ್ಯ, ಸಂಗೀತ ಇತ್ಯಾದಿ ಸಾಂಸ್ಕೃತಿಕ ಕಾರ್ಯಕ್ರಮಗಳನ್ನು ನೋಡಿ. ಹಬ್ಬಗಳಲ್ಲಿ ಮನೆಯನ್ನು ಸ್ವಚ್ಛ ಮಾಡುವುದು ಮತ್ತು ವಿಶೇಷ ಅಡಿಗೆ ಮಾಡುವುದು ಕೇವಲ ಹೆಂಗಸರ ಅಥವ ಒಬ್ಬಿಬ್ಬರ ಕೆಲಸವಾಗದೆ ಅದು ಎಲ್ಲರದೂ ಆಗಬೇಕು. ಅಗ ಅದು ಕೋಲಾಹಲದ ಹಬ್ಬವಾಗದೆ ಸಂತೋಷದ ಕಲರವದ ಹಬ್ಬವಾಗುತ್ತದೆ. ಮನೆಯ ಒಳಗೆ ಆಡಬಹುದಾದ ಆಟಗಳನ್ನು ಮಾತ್ರವಲ್ಲದೆ, ಹೊರಗೆಯೂ ಒಬ್ಬಿಬ್ಬರು ಸೇರಿ ಆಡಬಹುದಾದ (Ourdoor Games) ಬ್ಯಾಡ್ಮಿಂಟನ್, ಟೆನ್ನಿಸ್, ಟೇಬಲ್ ಟೆನ್ನಿಸ್‌ನಂತಹ ಆಟಗಳನ್ನು ಆಡಿ. ಅಗಾಗ ಎಲ್ಲರೂ ಜೊತೆಗೂಡಿ ಪಿಕ್‌ನಿಕ್ ಹೋಗಿ; ಲೋಕಪ್ರವಾಸ ಮಾಡಿ. ಹಾಗೆಯೇ ಅಗಾಗ ಮನೆಯವರೆಲ್ಲರೂ ಕುಳಿತು ಜವಾಬ್ದಾರಿ ಮತ್ತು ಸಹನೆಯಿಂದ ಸಾಮಾಜಿಕ ಮತ್ತು ರಾಜಕೀಯ ವಿಚಾರಗಳನ್ನು ಚರ್ಚಿಸಿ, ಚಿಕ್ಕಮಕ್ಕಳಿಗೆ ಪ್ರಜಾಪ್ರಭುತ್ವ ವ್ಯವಸ್ಥೆಯ ಮತ್ತು ಸಮಾಜದ ಪರಿಚಯ ಮಾಡಿಕೊಡಿ. ಇತರೆ ಕುಟುಂಬಸ್ಥರ ಅಭಿಪ್ರಾಯಗಳು ಮತ್ತು ಜೀವನದ ದೃಷ್ಟಿಕೋನಗಳು ನಮಗೆ ಆಘಾತ ಉಂಟುಮಾಡುವುದರಿಂದ ಇಂತಹ ಮಾತುಕತೆ ಮತ್ತು ಚರ್ಚೆಗಳು ನಮ್ಮನ್ನು ಕಾಪಾಡುತ್ತವೆ.

ಆದರೆ ಇವೆಲ್ಲವೂ ನಾನು ಇಲ್ಲಿ ಹೇಳಿದಷ್ಟು ಅಥವ ನಾವು ಊಹಿಸಿಕೊಂಡಷ್ಟು ಸುಲಭವಲ್ಲ. ಒಬ್ಬರಿಗೆ ಉಮೇದು ಬಂದಾಕ್ಷಣ ಉಳಿದವರೂ ಅದಕ್ಕೆ ಸಕಾರಾತ್ಮಕವಾಗಿ ಸ್ಪಂದಿಸಬೇಕು ಎಂದು ಭಾವಿಸುವುದು ತಪ್ಪಾಗುತ್ತದೆ. ಹಾಗಾಗಿ, ಮನೆಯವರನ್ನು ಬಲವಂತ ಮಾಡದೆ ಮತ್ತು ನಾವು

ಬೇಸರಿಸಿಕೊಳ್ಳದೆ ಹಾಗೂ ಹತಾಶರಾಗದೆ ನಮ್ಮ ಪ್ರಯತ್ನವನ್ನು ಅಪಾರ ತಾಳ್ಮೆಯಿಂದ ಮುಂದುವರೆಸಬೇಕು. ನಮ್ಮ ಮನಸ್ಥಿತಿ ಅಥವ ಸ್ವಭಾವ ಬದಲಾಗಲು ಸಮಯ ತೆಗೆದುಕೊಂಡ ಹಾಗೆ ಅವರ ಮನಸ್ಥಿತಿಯೂ ಬದಲಾಗಲು ಸಮಯ ಹಿಡಿಯುತ್ತದೆ. ಮೊದಲಿಗೆ ಮನೆಯವರ ಇಷ್ಟಾನಿಷ್ಟಗಳನ್ನು ಅರಿಯಲು ಪ್ರಯತ್ನಿಸಬೇಕು. ಇತರರ ಕೆಲಸಗಳಲ್ಲಿ ಮತ್ತು ವಿಚಾರಗಳಲ್ಲಿ ನಾವು ಪ್ರಾಮಾಣಿಕವಾದ ಆಸಕ್ತಿಯನ್ನು ತೋರಿಸಲು ಆರಂಭಿಸಿದರೆ, ಅವರಿಗೆ ಸಹಾಯದ ಅಗತ್ಯ ಇದ್ದಾಗ ಬೇಸರಿಸಿಕೊಳ್ಳದೆ ಅದನ್ನು ಮಾಡಿಕೊಟ್ಟರೆ, ಮುಂದಿನ ದಿನಗಳಲ್ಲಿ ಅವರೂ ನಮ್ಮ ವಿಚಾರಗಳಿಗೆ ಮತ್ತು ಬೇಡಿಕೆಗಳಿಗೆ ಸಕಾರಾತ್ಮಕವಾಗಿ ಸ್ಪಂದಿಸಲು ಆರಂಭಿಸುತ್ತಾರೆ. ಒಮ್ಮೆ ಅವರ ಮಾನಸಿಕತೆ ಬದಲಾದರೆ, ನಿಮ್ಮೊಡನೆ ಕೂಡಿ ಕೆಲಸ ಮಾಡಲು, ಊಟ ಮಾಡಲು, ಆಟ ಆಡಲು, ಹಾಡು ಹಾಡಲು, ಪ್ರವಾಸ ಬರಲು ಅಥವ ಇನ್ನಾವುದೇ ರೀತಿಯಲ್ಲಿ ದೈಹಿಕವಾಗಿ ಪಾಲ್ಗೊಳ್ಳಲು ಸಿದ್ಧವಾಗುತ್ತಾರೆ. ಮೊದಲಿಗೆ ಸಿದ್ಧವಾಗಬೇಕಾದದ್ದು ಮನಸ್ಸು. ಹಾಗಾಗಿಯೇ ತಾಳ್ಮೆಯಿಂದ ಪಯತ್ನ ಮುಂದುವರೆಸಿ ಮತ್ತು ಜೊತೆಗೂಡಲು ಆರಂಭಿಸಿದ ಮೇಲೆ ನಿರಂತರತೆ ಕಾಪಾಡಿಕೊಳ್ಳಿ. ನೆನಪಿರಲಿ: Blood is thicker than water. ಅಂದರೆ ಕೌಟುಂಬಿಕ ಸಂಬಂಧಗಳು ಮತ್ತು ಪರಸ್ಪರ ನಂಬಿಕೆ ಹಾಗೂ ನಿಷ್ಠೆಗಳು ಬಹಳ ಶಕ್ತಿಶಾಲಿ ಮತ್ತು ಅತ್ಯಂತ ಮುಖ್ಯವಾದವು. ನಮ್ಮ ಜೀವನದ ಏಳುಬೀಳುಗಳಲ್ಲಿ ನಿರಂತರವಾಗಿ ಜೊತೆಗೆ ಇರುವವರು ಕುಟುಂಬಸ್ಥರೇ. ಅವರ ಪ್ರೀತಿ, ಅಭಿಮಾನ, ವಿಶ್ವಾಸ, ಗೌರವ ಕಳೆದುಕೊಂಡು ಸಂಪಾದಿಸುವ ಯಾವುದೂ ದೊಡ್ಡದಲ್ಲ; ಬದುಕಿನಲ್ಲಿ ನೆಮ್ಮದಿ ನೀಡುವುದಿಲ್ಲ.

ಏಕಾಂತ ಮತ್ತು ಏಕಾಂಗಿತನ

ಹಸಿವಾದೊಡೆ ಭಿಕ್ಷಾನ್ನಗಳುಂಟು
ತೃಷೆಯಾದರೆ ಕೆರೆ ಹಳ್ಳ ಭಾವಿಗಳುಂಟು
ಶಯನಕ್ಕೆ ಹಾಳು ದೇಗುಲಗಳುಂಟು
ಚೆನ್ನಮಲ್ಲಿಕಾರ್ಜುನಯ್ಯ
ಆತ್ಮ ಸಂಗಾತಕ್ಕೆ ನೀನೆನಗುಂಟು...

–ಅಕ್ಕಮಹಾದೇವಿ

ಎಲ್ಲರೂ ಅಕ್ಕಮಹಾದೇವಿಯಾಗಲು ಸಾಧ್ಯವಿಲ್ಲ. ತಮ್ಮನ್ನೇ ತಾವು ಅರಿಯಲು ಮತ್ತು ತಮ್ಮ ಮಾನಸಿಕ ಅಸ್ವಸ್ಥತೆಗಳನ್ನು ಗುಣಪಡಿಸಿಕೊಳ್ಳಲು ಕೆಲವರಿಗೆ ಏಕಾಂತ ವರದಾನವಾದರೆ, ಏಕಾಂಗಿತನವು ಕೆಲವರನ್ನು

ನಾಶಮಾಡುವ ಶಾಪವೂ ಆಗಬಹುದು. ಏಕಾಂಗಿತನ ಅಥವ ಏಕಾಂಗಿಭಾವ ಎನ್ನುವುದು ನಿರ್ದಿಷ್ಟವಾಗಿ ಒಂದು ಬಗೆಯ ಮಾನಸಿಕ ಅಸ್ವಸ್ಥತೆ ಅಲ್ಲವಾದರೂ, ಅದು ನಮ್ಮ ಒಟ್ಟಾರೆ ಆರೋಗ್ಯದ ಮೇಲೆ ದುಷ್ಪರಿಣಾಮ ಬೀರುತ್ತದೆ.

ನೆನಪಿರಲಿ, ನಮ್ಮ ಕುಟುಂಬಸ್ಥರ ಮನಃಶಾಂತಿ ಮತ್ತು ಆರೋಗ್ಯ ನಮ್ಮ ನೆಮ್ಮದಿ ಮತ್ತು ಆರೋಗ್ಯದ ಮೇಲೆಯೂ ನೇರ ಪರಿಣಾಮ ಬೀರುತ್ತದೆ. ಹಾಗಾಗಿಯೇ ದೈಹಿಕ ಆರೋಗ್ಯವನ್ನು ಗಮನಿಸುವಂತೆ ಕುಟುಂಬಸ್ಥರ ಮಾನಸಿಕ ಆರೋಗ್ಯವನ್ನೂ ಹಿರಿಯರು ಅಥವ ಜವಾಬ್ದಾರಿ ಇರುವವರು ಆಗಾಗ ಗಮನಿಸಿಕೊಳ್ಳಬೇಕು. ಏಕಾಂಗಿತನ ಬಾಧಿಸುತ್ತಿರುವವರನ್ನು ಅದರಿಂದ ಹೊರತರುವ ಪ್ರಯತ್ನವನ್ನು ಮಾಡಬೇಕು. ಮತ್ತದು ಅವೈಚಾರಿಕವಾಗಿ, ಸಂವೇದನಾರಹಿತವಾಗಿ ಇರಬಾರದು. ಸಮಸ್ಯೆ ಗಂಭೀರವಾಗಿದೆ ಎಂದು ಗೊತ್ತಾದಾಗ ಪರಿಣಿತರ, ಮನೋವೈದ್ಯರ ಸಲಹೆ ಪಡೆಯಬೇಕು. ಸೂಕ್ತ ಚಿಕಿತ್ಸೆ ಕೊಡಿಸಬೇಕು.

ನಮಗೇ ಆ ಭಾವ ಇದೆ ಎಂದು ಗೊತ್ತಾದಾಗ ಏನು ಮಾಡುವುದು? ಎಷ್ಟೋ ಸಂದರ್ಭದಲ್ಲಿ ಇಂತಹದೊಂದು ಸಮಸ್ಯೆ ನಮಗಿದೆ ಎಂದು ಬಹುತೇಕರಿಗೆ ಅರಿವಿಗೇ ಬರುವುದಿಲ್ಲ. ಜೀವನದಲ್ಲಿ ನಿರಾಸಕ್ತಿ, ಹತಾಶೆ, ಖಿನ್ನತೆ ಕಾಡುತ್ತಿರುವವರಿಗೆ, ನಾನು ಇಂತಹ ಭಾವದಲ್ಲಿ ಇದ್ದೇನೆ ಎಂದು ಗೊತ್ತಾಗುವುದೇ ಪರಿಹಾರದ ಕಡೆಯ ಮೊದಲ ಹೆಜ್ಜೆ. ಅಂತಹ ಸಂದರ್ಭದಲ್ಲಿ ನಾವು ನಮ್ಮನ್ನು ಬಾಧಿಸುವ ಅಥವ ನಮ್ಮ ಏಕಾಂಗಿತನವನ್ನು ಹೆಚ್ಚಿಸುವ ವಾತಾವರಣದಿಂದ ಹೊರಬರಲು ಪ್ರಜ್ಞಾಪೂರ್ವಕವಾಗಿ ಪ್ರಯತ್ನಿಸಬೇಕು. ಒಳ್ಳೆಯ ಸಂಗೀತ ಕೇಳುವುದು, ಸ್ವತಃ ಹಾಡುವುದು, ನೃತ್ಯ ಮಾಡುವುದು, ವ್ಯಾಯಾಮದಲ್ಲಿ ತೊಡಗುವುದು, ಬರೆಯುವುದು, ಆಪ್ತರನ್ನು ಭೇಟಿ ಮಾಡುವುದು, ಇಷ್ಟವಾದ ಕಾರ್ಯಕ್ರಮಗಳಲ್ಲಿ ಭಾಗವಹಿಸುವುದು, ಪ್ರಯಾಣ ಮಾಡುವುದು, ಹೀಗೆ ಯಾವ ಕೆಲಸಗಳು ನಮ್ಮನ್ನು ಅಪಾಯಕಾರಿ ಪರಿಸರದಿಂದ ಹೊರಬರಲು ಸಹಕರಿಸುತ್ತವೆಯೋ ಅದನ್ನು ಮಾಡಲು ಆರಂಭಿಸಬೇಕು. ಕುಟುಂಬಸ್ಥರಿಗೆ ಮತ್ತು ಹಿತೈಷಿಗಳೊಂದಿಗೆ ನಮ್ಮ ಸಮಸ್ಯೆ ಮತ್ತು ಮನಸ್ಸಿನಲ್ಲಿ ಮೂಡುವ ಆತಂಕಕಾರಿ ಆಲೋಚನೆಗಳನ್ನು ಹಂಚಿಕೊಳ್ಳಬೇಕು. ಸಾಧ್ಯವಾದರೆ ಮನೋವೈದ್ಯರನ್ನು ಭೇಟಿ ಮಾಡಬೇಕು. ಅಥವ ಮನೆಯವರು ಆ ವಿಚಾರ ಪ್ರಸ್ತಾಪಿಸಿದರೆ ಅದನ್ನು ಅವಮಾನವೆಂದು ಭಾವಿಸದೆ ಸ್ಪಂದಿಸಬೇಕು. ವೈದ್ಯರು ಸೂಚಿಸುವ ಸಲಹೆಯನ್ನು ಸ್ವೀಕರಿಸಬೇಕು, ಔಷಧಗಳನ್ನು ತಪ್ಪಿಸದೆ ತೆಗೆದುಕೊಳ್ಳಬೇಕು. ಏಕಾಂಗಿಭಾವದಿಂದ ಹೊರಬಂದಾಗ ಮತ್ತೆ ಹಿಂದಿನ ಪರಿಸ್ಥಿತಿಗೆ ಅಥವ ಪರಿಸರಕ್ಕೆ ಹೋಗದ

ರೀತಿಯಲ್ಲಿ ಮುಂಜಾಗ್ರತೆ ವಹಿಸಬೇಕು. ಮನಸ್ಥಿತಿ ಸರಿಹೋದ ಮೇಲೆ ಜೀವನವನ್ನು ಅರ್ಥೈಸಿಕೊಳ್ಳಲು ಪ್ರಯತ್ನಿಸಬೇಕು. ಏಕಾಂಗಿತನವನ್ನು ಸುರಕ್ಷಿತ ಮತ್ತು ಸಂತೋಷದಾಯಕ ಏಕಾಂತವನ್ನಾಗಿ ಪರಿವರ್ತಿಸಲು ಮಾರ್ಗೋಪಾಯಗಳನ್ನು ಪ್ರಜ್ಞಾಪೂರ್ವಕವಾಗಿ ಕಂಡುಕೊಳ್ಳಬೇಕು.

ಎರಡು ಕೋಣೆಗಳ ನೀಂ ಮಾಡು ಮನದಾಲಯದಿ
ಹೊರಕೋಣೆಯಲಿ ಲೋಗರಾಟಗಳನಾಡು
ವಿರಮಿಸೊಬ್ಬನೆ ಮೌನದೊಳಮನೆಯ ಶಾಂತಿಯಲಿ
ವರಯೋಗಸೂತ್ರವಿದು – ಮಂಕುತಿಮ್ಮ.

–ಡಿ. ವಿ. ಗುಂಡಪ್ಪ

ಪ್ರೀತಿ, ಪ್ರೇಮ, ಕಾಮ, ಮತ್ತು ಮದುವೆ

ಲೈಂಗಿಕಕ್ರಿಯೆಯ ಆಸೆಗಳಿಲ್ಲದ ಪ್ರೀತಿಯಿಂದ ಯಾರಿಗೂ ತೊಂದರೆಯಿಲ್ಲ. ಆದರೆ ಕೆಲವು ಪ್ರೇಮಸಂಬಂಧಗಳು ಮತ್ತು ವಿವಾಹೇತರ ಪ್ರಣಯ ಪ್ರಕರಣಗಳು ಅದರಲ್ಲಿ ತೊಡಗಿದವರ ಜೀವನವನ್ನೇ ನಾಶ ನಾಡುವಷ್ಟು ಅಪಾಯಕಾರಿಯಾಗುತ್ತವೆ. ಸದ್ಯ ಯಾವುದೇ ಪ್ರೇಮ ಸಂಬಂಧದಲ್ಲಿ (Dating, Live-in Relationship) ಅಥವ ವಿವಾಹಬಂಧದಲ್ಲಿ ಇಲ್ಲದ ವಯಸ್ಕರಿಬ್ಬರ ನಡುವೆಯ ಪ್ರೇಮವಾಗಲಿ, ಪರಸ್ಪರ ಒಪ್ಪಿತ ಲೈಂಗಿಕ ಕ್ರಿಯೆಯಾಗಲಿ (Consensual Sex) ಅನೈತಿಕವಲ್ಲ ಮತ್ತು ಯಾವುದೇ ರೀತಿಯಲ್ಲಿ ಕಾನೂನುಬಾಹಿರವಲ್ಲ. ವಯಸ್ಕರು ಅಪ್ರಾಪ್ತರೊಡನೆ ಮಾಡುವ ಯಾವುದೇ ತರಹದ ಲೈಂಗಿಕ ಚಟುವಟಿಕೆ ಮಾತ್ರ ಗಂಭೀರ ಮತ್ತು ಶಿಕ್ಷಾರ್ಹ ಅಪರಾಧ.

ನಮ್ಮಲ್ಲಿ ಇತ್ತೀಚಿಗೆ ರೂಪುಗೊಂಡಿರುವ ಆರ್ಥಿಕ ಮತ್ತು ಸಾಮಾಜಿಕ ವ್ಯವಸ್ಥೆಯ ಕಾರಣ ಪ್ರೇಮ ಮತ್ತು ವಿವಾಹೇತರ ಪ್ರಣಯ ಪ್ರಕರಣಗಳ ಪ್ರಮಾಣ ಈಗ ಹಿಂದಿಗಿಂತ ಹೆಚ್ಚು. ಹಾಗಾಗಿ ಇವು ಕುಟುಂಬಗಳಲ್ಲಿ ಮತ್ತು ಸಮಾಜದಲ್ಲಿ ಸೃಷ್ಟಿಸುವ ಕಂಪನಗಳೂ ಈಗ ಸಹಜವಾಗಿಯೇ ಹೆಚ್ಚಾಗಿವೆ. ಆದರೆ ಈ ಪ್ರೇಮ ಮತ್ತು ಕಾಮ ಸಂಬಂಧಿ ಪ್ರಸಂಗಗಳನ್ನು ಸಂಬಂಧಪಟ್ಟವರು ನೈತಿಕತೆ ಮತ್ತು ಜವಾಬ್ದಾರಿಯಿಂದ ನಿರ್ವಹಿಸಿದರೆ ಕೆಟ್ಟ ಪರಿಣಾಮಗಳ ಸಾಧ್ಯತೆಗಳು ಕಡಿಮೆಯಾಗುತ್ತದೆ. ಆದರೆ ಅಂತಹ ಪ್ರಬುದ್ಧತೆ ಎಲ್ಲರಿಗೂ ಇರುವುದಿಲ್ಲ. ಅದರ ಜೊತೆಗೆ, “ಕಾಮಾತುರಾಣಾಂ ನ ಭಯಂ, ನ ಲಜ್ಜಾ”. ಎಲ್ಲಾ ಮುನ್ನೆಚ್ಚರಿಕೆಗಳನ್ನು ಗಾಳಿಗೆ ತೂರಿ ಮುಂದುವರೆಯುವ

ಭಂಡ ಧೈರ್ಯವನ್ನು ಕಾಮಾತುರತೆ ನೀಡುತ್ತದೆ. ಆದರೆ ಎಲ್ಲರೂ ಬೇಜವಾಬ್ದಾರಿಯವರಾಗಲಿ, ಕಾಮಾತುರರಾಗಲಿ, ವಿಕೃತರಾಗಲಿ ಅಲ್ಲ.

ಸದ್ಯ ಒಂದು ಸಂಬಂಧದಲ್ಲಿ ಇರುವವರು ಅದನ್ನು ಸಂಪೂರ್ಣವಾಗಿ ಗೌರವಿಸಬೇಕು. ಅದರಲ್ಲಿಯೂ ವಿವಾಹಿತರಂತೂ, ಆ ಬಂಧದಲ್ಲಿ ಇರುವ ತನಕವೂ ಪರಸ್ಪರ ನಿಷ್ಠರಾಗಿರಬೇಕು. ಅದು ಅಸಾಧ್ಯ ಎನ್ನಿಸಿದ ಸಂದರ್ಭದಲ್ಲಿ ಆಪ್ತಸಮಾಲೋಚಕರ ಅಥವ ಹಿತೈಷಿಗಳ ಸಹಾಯ, ಸಲಹೆ ಪಡೆಯಬೇಕು. ತಮ್ಮ ವಿವಾಹೇತರ ಸಂಬಂಧಗಳು ಕೇವಲ ಒಬ್ಬಿಬ್ಬರ ಮೇಲಷ್ಟೇ ಅಲ್ಲದೆ ಪರಸ್ಪರರ ಕುಟುಂಬಗಳ ಮೇಲೆಯೂ ಗಂಭೀರ ಪರಿಣಾಮ ಬೀರುತ್ತದೆ ಮತ್ತು ಇತರರಿಗೆ ಅದು ಗೊತ್ತಾದರೆ ಯಾರಿಗೆ ಬೇಕಾದರೂ ಅದು ಸಾರ್ವಜನಿಕ ಅವಮಾನ, ಹಲ್ಲೆ, ಕೊಲೆಯಂತಹ ಗಂಭೀರ ಅಪಾಯವನ್ನೂ ತಂದೊಡ್ಡಬಹುದು ಎಂಬ ಅರಿವು ಎಲ್ಲರಲ್ಲಿ ಇರಬೇಕು. ಅದರಿಂದ ಸಾಧಿಸುವುದಾದರೂ ಏನನ್ನು ಎನ್ನುವ ಪ್ರಶ್ನೆಯನ್ನು ಪ್ರೇಮಾತುರರು ಅಥವ ಕಾಮಾತುರರು ಹಾಕಿಕೊಳ್ಳಬೇಕು.

ನಿಮಗೆ ಗೊತ್ತಿರಲಿ, ಇಂತಹ ವಿವಾಹೇತರ ಪ್ರೇಮ ಅಥವ ಕಾಮ ಪ್ರಸಂಗಗಳಲ್ಲಿ ಪಾಲ್ಗೊಂಡವರು ಕೆಲವು ಕಾಲದ ಮಟ್ಟಿಗಾದರೂ ನೆಮ್ಮದಿ ಇಲ್ಲದ ಜೀವನ ಸಾಗಿಸುತ್ತಾರೆ. ಕೆಲವರಂತೂ ಭಯ ಮತ್ತು ಆತಂಕಗಳಿಂದ ದಿನ ದೂಡುತ್ತಾರೆ. ಮಾನಸಿಕ ಅಸ್ವಸ್ಥರೂ ಆಗಬಹುದು. ಆಗ ಅದು ಸಹಜವಾಗಿಯೇ ಅವರ ದೀರ್ಘಕಾಲೀನ ಆರೋಗ್ಯದ ಮೇಲೆಯೂ ಪರಿಣಾಮ ಬೀರುತ್ತದೆ.

ಹಾಗಾಗಿ, ನಿಮ್ಮ ಸಂಗಾತಿಯನ್ನು ಆಳವಾಗಿ ಪ್ರೀತಿಸಿ. ಸಂಬಂಧದಲ್ಲಿ ಪ್ರೀತಿ ಕಡಿಮೆ ಆಗುತ್ತಿದೆ ಎಂದಾಗ ಅದಕ್ಕೆ ಪರಿಹಾರಗಳನ್ನು ಹುಡುಕಿಕೊಳ್ಳಿ ಮತ್ತು ಪ್ರೀತಿಯನ್ನು ಕಾಲಕಾಲಕ್ಕೆ ನವೀಕರಿಸಿಕೊಳ್ಳಿ. ನಿಮ್ಮ ಆಸೆ ಮತ್ತು ಸಮಸ್ಯೆಗಳನ್ನು ಸಂಗಾತಿಯ ಬಳಿ ಮುಕ್ತವಾಗಿ ಹಂಚಿಕೊಳ್ಳಿ. ಜೊತೆಗೂಡಿ ಬದುಕುವುದು ಸಾಧ್ಯವೇ ಇಲ್ಲ ಅಂದಾಗ ಪರಸ್ಪರ ಚರ್ಚೆ ಮಾಡಿ. ಎಲ್ಲಾ ಆಯಾಮಗಳಿಂದ ಆಲೋಚಿಸಿ ನಿರ್ಧಾರಕ್ಕೆ ಬನ್ನಿ. ಬೇರೆ ಆಗುವುದೇ ಎಲ್ಲರಿಗೂ ಕ್ಷೇಮ ಎನ್ನುವ ಸ್ಥಿತಿ ಮುಟ್ಟಿದರೆ ಸೌಹಾರ್ದ ವಾತಾವರಣದಲ್ಲಿ ಬೇರೆ ಆಗಿ. ಆದರೆ, ಒಂದು ಸಂಬಂಧದಲ್ಲಿ ಇರುವ ತನಕವೂ ಪರಸ್ಪರ ನಿಷ್ಠರಾಗಿರಿ. ಒಬ್ಬರಿಗೆ ನಿಷ್ಠೆ ಇರಲಿಲ್ಲ ಎಂದ ಮಾತ್ರಕ್ಕೆ ಇನ್ನೊಬ್ಬರು ಅದೇ ತಪ್ಪು ಮಾಡಬೇಕು ಎಂದೇನೂ ಇಲ್ಲ. ಹಾಗೆಂದು ಇನ್ನೊಬ್ಬರ ಘೋರ ತಪ್ಪನ್ನು ಕ್ಷಮಿಸಬೇಕು ಅಥವ ಮರೆಯಬೇಕು ಎಂತಲೂ ಅಲ್ಲ. ಜವಾಬ್ದಾರಿ ಮತ್ತು ಪ್ರಬುದ್ಧತೆಯಿಂದ ಪರಿಸ್ಥಿಯನ್ನು ನಿಭಾಯಿಸಿ.

ಹಾಗೆಯೇ, ಯಾವುದೇ ಸಂಬಂಧ ವಿಷಪೂರಿತವಾಗಿದೆ (Toxic Relationship) ಮತ್ತು ಅದರ ಮುಂದುವರಿಕೆಯಿಂದ ಮುಂದಿನ ಬಾಳು ದುರ್ಭರ ಎನ್ನಿಸಿದರೆ, ಯಾರು ಏನೇ ಹೇಳಲಿ, ಧೈರ್ಯ ಮಾಡಿ ಅಂತಹ ಸಂಬಂಧದಿಂದ ಹೊರನಡೆಯಿರಿ. ಬದುಕಿಗಿಂತ ದೊಡ್ಡದು ಇನ್ನೊಂದಿಲ್ಲ.

ನೆನಪಿರಲಿ, ಇಂತಹ ದುರದೃಷ್ಟಕರ ಪರಿಸ್ಥಿತಿಯನ್ನು ಎದುರಿಸುವುದು ಇಲ್ಲಿ ಹೇಳಿದಷ್ಟು ಸುಲಭವಲ್ಲ. ಆದರೆ ಅಸಾಧ್ಯವೂ ಅಲ್ಲ. ಇಂತಹ ವಿಚಾರಗಳಲ್ಲಿ ಮೊದಲಿಗಿಂತ ಉತ್ತಮ ಬೆಂಬಲ ವ್ಯವಸ್ಥೆ (Support System) ಈಗಿನದು. ಮತ್ತು, ಮತ್ತೊಮ್ಮೆ ಮೊದಲಿನಿಂದ ಜೀವನ ಕಟ್ಟಿಕೊಳ್ಳುವುದು ಈಗ ಕಷ್ಟವೂ ಅಲ್ಲ.

ದಯೆ, ಕ್ಷಮೆ, ಪಶ್ಚಾತ್ತಾಪ ಮತ್ತು ಕೃತಜ್ಞತೆ

ದಯವಿಲ್ಲದ ಧರ್ಮ ಅದೇವುದಯ್ಯಾ?
ದಯವೇ ಬೇಕು ಸಕಲ ಪ್ರಾಣಿಗಳೆಲ್ಲರಲ್ಲಿ.
ದಯವೇ ಧರ್ಮದ ಮೂಲವಯ್ಯಾ
ಕೂಡಲಸಂಗಯ್ಯನಂತಲ್ಲದೊಲ್ಲನಯ್ಯಾ.

–ಬಸವಣ್ಣ

ಈ ವಿಶ್ವದಲ್ಲಿ ನಾವು ಮನುಷ್ಯರಷ್ಟೇ ಇಲ್ಲ. ಇಲ್ಲಿ ಕೋಟ್ಯಾಂತರ ಜೀವರಾಶಿಗಳಿವೆ. ಎಲ್ಲಾ ಜೀವರಾಶಿಗಳಿಗೂ ನಮ್ಮಂತೆಯೇ ಬದುಕಿದೆ, ನೋವಿದೆ, ನಲಿವಿದೆ, ಸಾವಿದೆ ಎಂದು ಭಾವಿಸಿದಾಗ ನಮ್ಮಲ್ಲಿ ಮೂಡುವ ಭಾವ ಪವಿತ್ರವಾದುದು. ಅದೇ ದಯೆ. ಅದೇ ಧರ್ಮದ ಮೂಲ.

ಸಕಲ ಜೀವರಾಶಿಗಳಿಗೂ ನಾವು ದಯೆಯನ್ನು ಹರಿಸಿದಾಗ, ಸಹಮಾನವರೆಡೆಗೆ ನಮ್ಮ ಭಾವ ಹೇಗಿರಬೇಕು? ಅದರಲ್ಲಿಯೂ ನಮ್ಮ ಸಹಾಯದ ಅಗತ್ಯ ಇರುವವರೆಡೆಗೆ, ದೀನದುರ್ಬಲರೆಡೆಗೆ, ಅಸಹಾಯಕರೆಡೆಗೆ? ಜೀವನ ಬಹುತೇಕ ಎಲ್ಲರಿಗೂ ಕೆಲವು ಅನುಕೂಲಗಳನ್ನೂ, ಕೆಲವು ಅನಾನುಕೂಲತೆಗಳನ್ನೂ ಒದಗಿಸಿರುತ್ತದೆ. ನಮಗೆ ಅನುಕೂಲವಿದ್ದಾಗ, ಅನಾನುಕೂಲತೆ ಇರುವವರಿಗೆ ಸಹಾಯ ಮಾಡದೆ ಇದ್ದರೆ, ಅದೆಂತಹ ಬದುಕು? ಅದು ಮನೋದಾರಿದ್ರ್ಯದ ಬದುಕು. ಹಾಗಾಗಿ, ಇತರರ ಕಷ್ಟಸುಖಗಳಿಗೆ, ಅವರ ಅನಿವಾರ್ಯ ಅವಶ್ಯಕತೆಗಳಿಗೆ ದಯವಿಟ್ಟು ದಯೆ ಮತ್ತು ಅನುಕಂಪದಿಂದ ಸ್ಪಂದಿಸಿ. ನಿಮ್ಮ ಬಲ ಹಿಗ್ಗುತ್ತದೆ. ಮನಸ್ಸೂ ಹಿಗ್ಗುತ್ತದೆ.

ಹಾಗೆಯೇ, ಕ್ಷಮೆ. ನಮಗೆ ಮೋಸ ಅಥವ ವಿಶ್ವಾಸದ್ರೋಹ ಮಾಡಿದವರೆಲ್ಲರೂ ಅಪರಿಚಿತರೇ, ಅನ್ಯರೇ ಆಗಬೇಕಿಲ್ಲ. ನಮ್ಮವರಿಂದಲೂ ಆಗಬಹುದು. ಅವರು ಯಾಕಾಗಿ ಹಾಗೆ ಮಾಡಿದರು ಮತ್ತು ಅವರಿಗಿದ್ದ ಅನಿವಾರ್ಯತೆ ಏನು ಎನ್ನುವುದನ್ನು ನಾವು ವಿವೇಚನೆಯಿಂದ ಪರಿಶೀಲಿಸಬೇಕು. ಆಪ್ತರ ದ್ರೋಹ ಅಥವ ತಪ್ಪು ಕ್ಷಮಾರ್ಹವಾಗಿದ್ದರೆ ಅವರನ್ನು ಕ್ಷಮಿಸಿ ನಾವು ಮುನ್ನಡೆಯಬೇಕು. ಇಲ್ಲವಾದರೆ ಬಸವಣ್ಣನವರು ಹೇಳಿದಂತೆ, "ಮನೆಯೊಳಗಣ ಕಿಚ್ಚು ಮನೆಯ ಸುಟ್ಟಲ್ಲದೆ ನೆರೆಮನೆಯ ಸುಡುವುದೆ?" ನಮ್ಮ ಸಿಟ್ಟು, ಆಕ್ರೋಶ, ದ್ವೇಷ, ಸೇಡಿನ ಮೊದಲ ಬಲಿಪಶುಗಳು ನಾವೇ ಅಲ್ಲದೆ ಬೇರೆಯವರಲ್ಲ. ಕ್ಷಮಾಗುಣ ಅತ್ಯಂತ ದೊಡ್ಡ ಗುಣ. ಆದರೆ ಕ್ಷಮಾರ್ಹವಲ್ಲದ ತಪ್ಪುಗಳನ್ನೂ ಕ್ಷಮಿಸಿದರೆ, ಅದು ನಮ್ಮ ತಪ್ಪಾಗುತ್ತದೆ. ಅಂತಹ ಸಂದರ್ಭದಲ್ಲಿ ಕಾನೂನಾತ್ಮಕ ಹೋರಾಟಗಳೂ ಸೇರಿದಂತೆ ಯಾವೆಲ್ಲಾ ರೀತಿಯಲ್ಲಿ ನ್ಯಾಯ ಪಡೆಯಲು ಸಾಧ್ಯವೋ ಅವೆಲ್ಲವನ್ನೂ ಮಾಡಬೇಕು ಮತ್ತು ಅವರು ಮತ್ತೊಮ್ಮೆ ಅಂತಹ ಅಪರಾಧಗಳನ್ನು ಮಾಡಲಾಗದಂತೆ ನಿರ್ಬಂಧಿಸಬೇಕು. ಇವುಗಳ ಹೊರತಾದ, ಆಪ್ತರ, ಹಿತೈಷಿಗಳ, ಹೆತ್ತವರ, ಒಡಹುಟ್ಟಿದವರ, ಕುಟುಂಬಸ್ಥರ ಅಪ್ರಜ್ಞಾಪೂರ್ವಕ, ಕ್ಷಮಾರ್ಹ ತಪ್ಪುಗಳನ್ನು ಕ್ಷಮಿಸಿ ಮುನ್ನಡೆಯಿರಿ. ಹಾಗೆ ಮಾಡುವುದರಿಂದ ನಿಮ್ಮನ್ನು ಹಿಡಿದಿಟ್ಟಿರುವ ಮಾನಸಿಕ ಸಂಕೋಲೆಗಳಿಂದ ಬಿಡುಗಡೆಗೊಂಡು ಹಿರಿದಾದುದನ್ನು ಸಾಧಿಸುತ್ತೀರಿ.

ಇನ್ನೊಬ್ಬರ ತಪ್ಪುಗಳನ್ನು ಕ್ಷಮಿಸುವ ಬಗ್ಗೆ ಯೋಚಿಸುವಾಗ ನಾವು ನಮ್ಮ ತಪ್ಪು ಮತ್ತು ಪಾಪಗಳ ಬಗ್ಗೆಯೂ ಆತ್ಮಾವಲೋಕನ ಮಾಡಿಕೊಳ್ಳಬೇಕು. ನಮ್ಮ ಎಲ್ಲಾ ತಪ್ಪು ಮತ್ತು ಪಾಪಗಳಿಗೆ ಈ ಲೋಕವ್ಯವಹಾರದ ಪ್ರಕಾರ ಶಿಕ್ಷೆ ಆಗಬಹುದು, ಆಗದಿರಲೂಬಹುದು. ನಮ್ಮ ತಪ್ಪನ್ನು ಒಪ್ಪಿಕೊಂಡು ನಮ್ಮಿಂದ ಯಾರಿಗೆ ನೋವು, ಮೋಸ, ವಿಶ್ವಾಸದ್ರೋಹ ಆಗಿರುತ್ತದೆಯೋ ಅವರಿಂದ ಕ್ಷಮೆ ಬೇಡಿದರೆ ಅದು ಅಲ್ಲಿಗೇ ಮುಗಿಯುತ್ತದೆಯೇ? ಇನ್ನು ಯಾರ ಅರಿವಿಗೂ ಬಾರದ, ಆದರೆ ನಮ್ಮ ಅರಿವಿಗೆ ಬಂದಿರುವ ನಮ್ಮ ತಪ್ಪುಗಳನ್ನು ಕ್ಷಮಿಸುವವರು ಯಾರು? ಇದಕ್ಕಿರುವ ಉತ್ತರಗಳೇ ಪಶ್ಚಾತ್ತಾಪ (Repentance) ಅಥವ ಪ್ರಾಯಶ್ಚಿತ್ತ (Atonement). ಪ್ರಾಯಶ್ಚಿತ್ತ ನಮ್ಮನ್ನು ಅನೇಕ ಮಾನಸಿಕ ಕ್ಲೇಶಗಳಿಂದ ಪಾರು ಮಾಡುತ್ತದೆ. ತಪ್ಪು ಮಾಡದವರು ಯಾರಿದ್ದಾರೆ? ಆದರೆ ಮಾಡಿದ ತಪ್ಪನ್ನೇ ಮತ್ತೆ ಮಾಡುವುದು ಸರಿಯಲ್ಲ. ಪದೇಪದೇ ಮಾಡುವ ತಪ್ಪುಗಳು ಕ್ರಮೇಣ ಪಾಪವಾಗುತ್ತವೆ. ಹಾಗಾಗಿ ಪ್ರಾಮಾಣಿಕವಾದ ಪ್ರಾಯಶ್ಚಿತ್ತವು ನಾವು ತಪ್ಪಿನ ಪುನರಾವರ್ತನೆ ಮಾಡದಂತೆ ನಮ್ಮನ್ನು ಕಾಪಾಡುತ್ತದೆ.

ಕೃತಜ್ಞತೆಯ ಭಾವ ಇಲ್ಲವಾದರೆ ನಾವು ಭಾವಹೀನರು. ಜಡಚೇತನರು. ನಮ್ಮ ಹುಟ್ಟು ಮತ್ತು ಬದುಕೇ ಹೆತ್ತ ತಾಯಿಯ ಭಿಕ್ಷೆ. ಕೆಲವರ ಸಹಾಯ ಸ್ವಚ್ಛಂದವಾಗಿ ಕಾಣಿಸಿದರೆ ಮತ್ತೆ ಕೆಲವು ಪ್ರಚ್ಛನ್ನ. ನಾವು ತಿನ್ನುವ ಆಹಾರ, ಧರಿಸುವ ಬಟ್ಟೆ, ವಾಸವಿರುವ ಮನೆ, ಹೀಗೆ ಎಲ್ಲವೂ ಇನ್ನೊಬ್ಬರ ದೈಹಿಕ ಮತ್ತು ಮಾನಸಿಕ ಶ್ರಮದಿಂದ ನಮಗೆ ದಕ್ಕಿರುವುದು. ನಮ್ಮ ಶ್ರಮವೂ ಹೀಗೆಯೇ ಯಾರಿಗೋ ಯಾವುದೋ ರೀತಿಯಲ್ಲಿ ಸಹಾಯಕಾರಿ ಆಗುತ್ತಿರುತ್ತದೆ. ಯಾರ ಮೇಲೆಯೂ ಅವಲಂಬಿತವಾಗದೆ ನಾನು ಬದುಕುತ್ತೇನೆ ಎಂದು ಯಾರಾದರೂ ತೀರ್ಮಾನಿಸಿದರೆ ಅವರು ಮೂರ್ಖರು. ನಾಗರಿಕ ಸಮಾಜದಲ್ಲಿಯಂತೂ ಹಾಗೆ ಬದುಕಲು ಸಾಧ್ಯವೇ ಇಲ್ಲ. ಏಕಾಂಗಿಯಾಗಿ ಕಾಡಿನಲ್ಲಿಯೂ ಹಾಗೆ ಬಹುದಿನ ಬದುಕಲಾಗುವುದಿಲ್ಲ. ಹಾಗಿರುವಾಗ, ನಾವು ನಮ್ಮ ಬದುಕಿಗೆ ಯಾರೆಲ್ಲರಿಗೂ ಕೃತಜ್ಞರಾಗಿರಬೇಕೋ ಅವರನ್ನು ಆಗಾಗ ಕೃತಜ್ಞತೆಯಿಂದ ಸ್ಮರಿಸಿಕೊಂಡರೆ ಅದು ನಮ್ಮ ದೇಹ ಮತ್ತು ಮನಸ್ಸಿನಲ್ಲಿ ಉದ್ದೀಪಿಸುವ ಭಾವಗಳು ನಮ್ಮನ್ನು ಇನ್ನೊಂದು ಸ್ತರಕ್ಕೆ ಏರಿಸುತ್ತವೆ. ನನ್ನ ಪ್ರಕಾರ ಅದೇ ಅಧ್ಯಾತ್ಮ.

ಹೆತ್ತವರು, ಪೋಷಕರು, ಪ್ರೀತಿ ಹಂಚಿದ ಒಡಹುಟ್ಟಿದವರು, ವಿದ್ಯೆ ಕಲಿಸಿದ ಗುರುಗಳು, ಜೀವನದ ಯಾವುದ್ಯಾವುದೋ ಹಂತದಲ್ಲಿ ನಮ್ಮ ಜೊತೆಗೆ ಬಂದು ಈ ಹುಲುಮಾನವ ಬದುಕನ್ನು ಸಹನೀಯಗೊಳಿಸಿದವರು, ಪ್ರೀತಿ ಕೊಟ್ಟ ಗಂಡಹೆಂಡತಿಮಕ್ಕಳು, ನ್ಯಾಯ-ನೀತಿಯ ವ್ಯವಸ್ಥೆ ಕಟ್ಟಲು ಶ್ರಮಿಸುತ್ತಿರುವ ಪುಣ್ಯಾತ್ಮರು; ಇವರಿಲ್ಲದೆ ಹೋಗಿದ್ದರೆ ನಮ್ಮ ಬದುಕೊಂದು ಬದುಕಾಗುತ್ತಿತ್ತೆ? ಹಾಗೆಯೇ ನಮ್ಮ ಪೂರ್ವಿಕರು; ನಾಡು ಕಟ್ಟಿದವರು. ಇವರೆಲ್ಲರಿಗೂ ನಮ್ಮ ಧನ್ಯವಾದ ಮತ್ತು ಕೃತಜ್ಞತೆ ಇಲ್ಲವಾದರೆ ನಮ್ಮ ಬಾಳಿಗೆ ಅರ್ಥವುಂಟೆ? ಹೆತ್ತವಳೂ ಸೇರಿದಂತೆ ಇವರಲ್ಲಿ ಎಷ್ಟೊ ಜನರ ಬಗ್ಗೆ ಈಗ ನಮ್ಮಲ್ಲಿ ಒಳ್ಳೆಯ ಭಾವ ಇಲ್ಲದಿರಬಹುದು. ಭಿನ್ನಾಭಿಪ್ರಾಯಗಳು ಮೂಡಿರಬಹುದು. ಪರಸ್ಪರ ಮುನಿಸಿಕೊಂಡಿರಬಹುದು. ಆದರೂ ಜೀವನದಲ್ಲಿ ಸಹಾಯ ಮಾಡಿದವರನ್ನು, ಕಷ್ಟಕಾಲದಲ್ಲಿ ಜೊತೆಗೆ ನಿಂತವರನ್ನು ಆಗಾಗ ನೆನಪಿಸಿಕೊಳ್ಳಿ, ಮನಸ್ಸಿನಲ್ಲಿಯೇ ಕೃತಜ್ಞತೆಯ ಭಾವ ತಾಳಿ. ಆ ಸುಂದರ ಮತ್ತು ಶಕ್ತಿಶಾಲಿಯಾದ ಅಧ್ಯಾತ್ಮಿಕ ಭಾವ ನಿಮ್ಮ ನರನಾಡಿಗಳಲ್ಲಿ ಚೈತನ್ಯದ ಪ್ರವಾಹವನ್ನು ಹರಿಸುತ್ತದೆ.

ಒಳ್ಳೆಯ ಬದುಕಿನ ಸೂತ್ರಗಳು

ಇದೊಂದು ವಿಚಿತ್ರ ಪ್ರಪಂಚ. ತಲೆಬುಡ ಇಲ್ಲದ ಪ್ರಪಂಚ. ಎಷ್ಟೋ ಸಲ ನಮಗೆ ಹೀಗೆ ಅನ್ನಿಸುತ್ತದೆ, ಅಲ್ಲವೇ? ಇಲ್ಲಿ ಹೇಗೆ ನಡೆದುಕೊಳ್ಳುವುದು ಮತ್ತು ಏನು ಮಾಡಿದರೆ ಒಳ್ಳೆಯದು ಎನ್ನುವುದು ಒಮ್ಮೊಮ್ಮೆ ಗೊತ್ತೇ

ಆಗುವುದಿಲ್ಲ. ಅವಮಾನ, ಸೋಲು, ಬೇಸರ, ಅಪಾಯ ಯಾವಾಗಲಾದರೂ ಎದುರಾಗಬಹುದು. ನಮ್ಮ ತಪ್ಪಿಲ್ಲದೆಯೂ ಕಷ್ಟ ಮತ್ತು ಶಿಕ್ಷೆ ಅನುಭವಿಸಬೇಕಾಗಿ ಬರಬಹುದು. ಇಂತಹ ಜೀವನದಲ್ಲಿ ಆತ್ಮಸಂತೋಷದ ಮಾತಿರಲಿ, ಆಶಾವಾದ ಇಟ್ಟುಕೊಳ್ಳುವುದೇ ದೊಡ್ಡ ಸವಾಲು.

ಇಂತಹ ಅರ್ಥವಾಗದ ಪ್ರಪಂಚದಲ್ಲಿಯೂ ಆಶಾವಾದದಿಂದ ಬದುಕುತ್ತ, ಒಳ್ಳೆಯದನ್ನು ಮಾಡುತ್ತ, ಜೀವನದ ಅರ್ಥವನ್ನು ಕಂಡುಕೊಳ್ಳುತ್ತ, ನಮಗಿರುವ ಈ ಒಂದೇ ಒಂದು ಬದುಕನ್ನು ಸಾರ್ಥಕ ಮಾಡಿಕೊಳುವುದು ಹೇಗೆ ಎನ್ನುವ ಪ್ರಶ್ನೆಗೆ ಅರ್ಧ ಶತಮಾನದ ಹಿಂದೆ ಒಬ್ಬ ಯುವಕ ಬಹಳ ಸರಳ ಸೂತ್ರಗಳನ್ನು ರೂಪಿಸಿದ. ಆತನ ಹೆಸರು ಕೆಂಟ್ ಎಂ. ಕೀತ್. ಅವರ "Anyway: The Paradoxical Commandments" ಎನ್ನುವ "Do Good Anyway" ಸೂತ್ರಗಳು ವಿಶ್ವದಾದ್ಯಂತ ಕೋಟ್ಯಾಂತರ ಜನರಿಗೆ ಸ್ಫೂರ್ತಿ ನೀಡಿವೆ, ಬದುಕಿನ ಕುರಿತು ಆಶಾವಾದ ಹೆಚ್ಚಿಸಿವೆ ಮತ್ತು ಸದಾ ಒಳ್ಳೆಯದನ್ನು ಮಾಡಲು ಪ್ರೇರೇಪಿಸುತ್ತಿವೆ. ಅವರ "Anyway: The Paradoxical Commandments" ಪುಸ್ತಕವನ್ನು ನಾನು ಕನ್ನಡಕ್ಕೆ ಅನುವಾದ ಮಾಡಿದ್ದು, ಅದಕ್ಕೆ "ಏನೇ ಆಗಲಿ, ಒಳ್ಳೆಯದನ್ನೇ ಮಾಡಿ; ಮಾಡುತ್ತಲೇ ಇರಿ" ಎಂದು ಹೆಸರಿಟ್ಟು ಪ್ರಕಟಿಸಿದ್ದೆ. ಈಗ ನೀವು ಓದುತ್ತಿರುವ ಈ "ಸಹಜ ಜೀವನ" ಪುಸ್ತಕವನ್ನು ಪ್ರಕಟಿಸಿರುವ ವೀರಲೋಕ ಪ್ರಕಾಶನ ಸಂಸ್ಥೆಯವರೇ ಅದನ್ನು "ಒಳ್ಳೆಯ ಬದುಕಿನ ಸೂತ್ರಗಳು" ಎನ್ನುವ ಹೆಸರಿನಲ್ಲಿ ಮರುಪ್ರಕಟಣೆ ಮಾಡಿದ್ದಾರೆ.

ಸಾರ್ಥಕ ಮತ್ತು ಅರ್ಥಪೂರ್ಣ ಬದುಕಿಗೆ ಕೆಂಟ್ ಎಂ. ಕೀತ್ ಕೊಟ್ಟಿರುವ ಆ ಹತ್ತು ವಿರುದ್ಧಾರ್ಥದ ಸೂತ್ರಗಳು ಹೀಗಿವೆ:

ಜನರು ತರ್ಕಹೀನರು, ಯುಕ್ತಾಯುಕ್ತ ಪರಿಜ್ಞಾನ ಇಲ್ಲದವರು,
ಹಾಗೂ ಸ್ವಕೇಂದ್ರಿತ ಸ್ವಾರ್ಥಿಗಳು.
ಏನೇ ಇರ್ಲಿ, ಅವರನ್ನು ಪ್ರೀತಿಸಿ.

ನೀವು ಒಳ್ಳೆಯದನ್ನು ಮಾಡಿದ್ದರೆ ಜನ ನೀವು ಸ್ವಾರ್ಥದ
ದುರುದ್ದೇಶಗಳನ್ನಿಟ್ಟುಕೊಂಡು ಮಾಡುತ್ತಿದ್ದೀರಿ ಎಂದು ನಿಂದಿಸುತ್ತಾರೆ.
ಯಾರು ಏನೇ ಹೇಳ್ಲಿ, ಒಳ್ಳೆಯದನ್ನು ಮಾಡಿ.

ನೀವು ಜೀವನದಲ್ಲಿ ಯಶಸ್ವಿಯಾದರೆ ನಿಮಗೆ ಖೋಟಾ ಸ್ನೇಹಿತರು,
ನಿಜವಾದ ಶತ್ರುಗಳು ಸಿಗುತ್ತಾರೆ.
ಆದ್ರೂ ಯಶಸ್ವಿಯಾಗಿ.

ನೀವು ಇಂದು ಮಾಡುವ ಒಳ್ಳೆಯ ಕೆಲಸವನ್ನು ಜನ ನಾಳೆ ಮರೆತುಬಿಡುತ್ತಾರೆ.

ಆದ್ರೂ ಒಳ್ಳೆಯದನ್ನು ಮಾಡಿ.

ಪ್ರಾಮಾಣಿಕತೆ ಮತ್ತು ಮುಕ್ತ ಮನಸ್ಸು ನಿಮ್ಮನ್ನು ದುರ್ಬಲರನ್ನಾಗಿ ಮಾಡುತ್ತದೆ.

ಏನೇ ಆಗ್ಲಿ, ಪ್ರಾಮಾಣಿಕರಾಗಿ, ಮುಕ್ತಮನಸ್ಸಿನಿಂದ ಇರಿ.

ಉನ್ನತವಾದ ದೊಡ್ಡದೊಡ್ಡ ಆಲೋಚನೆಗಳ ಉನ್ನತ ಮನುಷ್ಯರನ್ನು ಕೀಳು ಆಲೋಚನೆಗಳ ಸಣ್ಣ ಜನರು ಹೊಡೆದುರುಳಿಸಬಹುದು.

ಆದ್ರೂ ದೊಡ್ಡದಾಗಿಯೇ ಆಲೋಚಿಸಿ.

ಜನ ದೀನದುರ್ಬಲರ ಬಗ್ಗೆ ವಿಶ್ವಾಸ ತೋರುತ್ತಾರೆ, ಆದರೆ ಸಬಲರನ್ನೆ ಹಿಂಬಾಲಿಸುತ್ತಾರೆ.

ಹಾಗಿದ್ರೂ ಕೆಲವಾದರೂ ದೀನದುರ್ಬಲರ ಪರ ಹೋರಾಡಿ.

ನೀವು ವರ್ಷಗಳ ಕಾಲ ಕಟ್ಟಿದ್ದು ರಾತ್ರೋರಾತ್ರಿ ಹಾಳುಗೆಡವಲ್ಪಡಬಹುದು.

ಏನೇ ಆಗ್ಲಿ, ಕಟ್ಟಿಯೇ ಕಟ್ಟಿ.

ಜನರಿಗೆ ನಿಜವಾಗಲೂ ಸಹಾಯ ಬೇಕು, ಆದರೆ ನೀವು ಅವರಿಗೆ ಸಹಾಯ ಮಾಡಿದರೆ ಅವರು ನಿಮ್ಮ ಮೇಲೆಯೇ ಆಕ್ರಮಣ ಮಾಡಬಹುದು.

ಆದ್ರೂ, ಸಹಾಯ ಮಾಡಿ.

ನಿಮ್ಮ ಕೈಲಾದುದನ್ನು, ನಿಮ್ಮೆಲ್ಲ ಒಳ್ಳೆಯದನ್ನು ಜಗತ್ತಿಗೆ ನೀಡಿ; ಆಗಲೂ ಜನ ನಿಮ್ಮ ಹಲ್ಲುದುರಿಸಬಹುದು.

ಆದ್ರೂ ನಿಮ್ಮೆಲ್ಲ ಒಳ್ಳೆಯದನ್ನು ಜಗತ್ತಿಗೆ ನೀಡಿ.

ದಯವಿಟ್ಟು ಇವುಗಳನ್ನು ನಿಮ್ಮ ಜೀವನದಲ್ಲಿಯೂ ಅಳವಡಿಸಿಕೊಳ್ಳಿ. ಸಂತೋಷದ, ಅರೋಗ್ಯಪೂರ್ಣ ದೀರ್ಘಾಯುಷ್ಯದ, ಹೆಚ್ಚಿನ ವಿಷಾದಗಳಿಲ್ಲದ ಸಾರ್ಥಕ ಬದುಕು ನಿಮ್ಮದಾಗಲಿ.

ಓಂ ಸರ್ವೇ ಭವಂತು ಸುಖಿನಃ
ಸರ್ವೇ ಸಂತು ನಿರಾಮಯಾಃ
ಸರ್ವೇ ಭದ್ರಾಣಿ ಪಶ್ಯಂತು
ಮಾ ಕಶ್ಚಿದ್ ದುಖಃ ಭಾಗ್ಭವೇತ್.

ಓಂ ಅಸತೋಮಾ ಸದ್ಗಮಯ
ತಮಸೋಮಾ ಜ್ಯೋತಿರ್ಗಮಯ
ಮೃತ್ಯೋರ್ಮಾ ಅಮೃತಂಗಮಯ
ಓಂ ಶಾಂತಿ ಶಾಂತಿ ಶಾಂತಿಃ.

ಅರ್ಥ:

ಎಲ್ಲರೂ ಸುಖವಾಗಿರಲಿ
ಎಲ್ಲರೂ ಆರೋಗ್ಯವಾಗಿರಲಿ
ಎಲ್ಲರೂ ಒಳ್ಳೆಯದನ್ನೇ ನೋಡುವಂತಾಗಲಿ
ಯಾರಿಗೂ ದುಃಖವಾಗದಿರಲಿ.

ಅಸತ್ಯದಿಂದ ಸತ್ಯದೆಡೆಗೆ,
ಅಜ್ಞಾನವೆಂಬ ಕತ್ತಲಿನಿಂದ ಜ್ಞಾನ ಎಂಬ ಬೆಳಕಿನ ಕಡೆಗೆ
ಮೃತ್ಯುವಿನಿಂದ ಅಮೃತತ್ವದೆಡೆಗೆ
ಸಾಗೋಣ.
ಎಲ್ಲೆಡೆಯೂ ಶಾಂತಿ ನೆಲೆಸಲಿ.

ಯಾರ್‍ಯಾರ ನೆನೆಯಲಿ...

ಇತ್ತೀಚಿನ ವರ್ಷಗಳಲ್ಲಿ ಓದಿದ ಕೆಲವು ಪುಸ್ತಕಗಳ ಹಿನ್ನೆಲೆಯಲ್ಲಿ ಆರೋಗ್ಯ, ಮನಃಶಾಂತಿ, ಜೀವನದ ಸಾರ್ಥಕತೆಯ ಬಗ್ಗೆ ಕನ್ನಡದಲ್ಲಿ ಒಂದು ಪುಸ್ತಕ ಬರೆಯಬೇಕು ಎಂದು ಆಗಾಗ ತೀವ್ರವಾಗಿ ಅನ್ನಿಸುತ್ತಿತ್ತು. ಕಳೆದ ವರ್ಷ Outlive ಪುಸ್ತಕ ಓದಿದ ಮೇಲೆಯಂತೂ ಅದು ಇನ್ನೂ ಹೆಚ್ಚಾಯಿತು. ಆದರೆ ಆದರಲ್ಲಿ ಏನೆಲ್ಲಾ ಇರಬೇಕು ಎನ್ನುವುದು ಸ್ಪಷ್ಟವಾಗಲಿಲ್ಲ ಮತ್ತು ನನ್ನ ಇತರೆ ರಾಜಕೀಯ ಕೆಲಸಗಳಿಂದಾಗಿ ಅದನ್ನು ಬರೆಯಲು ಬೇಕಾದ ಸ್ಫೂರ್ತಿ ಮತ್ತು ಒತ್ತಡ ಸೃಷ್ಟಿಯಾಗಲಿಲ್ಲ.

ಇತ್ತೀಚಿನ ದಿನಗಳಲ್ಲಿ ಏರುಪೇರಾಗುತ್ತಿದ್ದ ನನ್ನ ಆರೋಗ್ಯವನ್ನು ಸರಿ ಮಾಡಿಕೊಳ್ಳಲು ಮತ್ತು ತೂಕವನ್ನು ಇಳಿಸಿಕೊಳ್ಳಲು ನಾನು ಕಳೆದ ವರ್ಷದ ಸೆಪ್ಟೆಂಬರ್–ಅಕ್ಟೋಬರ್ ತಿಂಗಳಿನಲ್ಲಿ ಮೈಸೂರಿನ ಬಳಿಯ ಪ್ರಗುಣ ಯೋಗಶಾಲೆಯವರು ಆಯೋಜಿಸಿದ್ದ ಒಂದು ತಿಂಗಳ ಯೋಗ ತರಬೇತಿ ಶಿಬಿರದಲ್ಲಿ ಭಾಗವಹಿಸಿದೆ. ಆ ಶಿಬಿರದಲ್ಲಿ ಪಾಲ್ಗೊಂಡಿದ್ದ ಒಂದೆರಡು ವಾರದಲ್ಲಿಯೇ ನನಗೆ ಈ ಪುಸ್ತಕ ಹೇಗಿರಬೇಕು ಎಂದು ಸ್ಪಷ್ಟವಾಯಿತು. ಪುಸ್ತಕದ ಸ್ವರೂಪದ ಕುರಿತು ಅಲ್ಲಿಯೇ ಒಂದಷ್ಟು ಟಿಪ್ಪಣಿ ಮಾಡಿಕೊಂಡೆ. ಹಾಗಾಗಿ ಈ ಪುಸ್ತಕ ಬರೆಯಲು ಬಹಳ ದೊಡ್ಡ ಪ್ರೇರಣೆ ಎಂದರೆ ಪ್ರಗುಣ ಯೋಗಶಾಲೆಯಲ್ಲಿ ನಾನು ಕಳೆದ ಸಮಯ ಮತ್ತು ಅಲ್ಲಿ ಸಿಕ್ಕ ತರಬೇತಿ. ಅದಕ್ಕಾಗಿ ನಾನು ಪ್ರಗುಣ ಯೋಗಶಾಲೆಗೆ ಮತ್ತು ಅಲ್ಲಿಯ ಯೋಗಶಿಕ್ಷಕಿ ಶ್ರೀಮತಿ ಕಾದಂಬರಿಯವರಿಗೆ ವಿಶೇಷ ಧನ್ಯವಾದಗಳನ್ನು ತಿಳಿಸುತ್ತೇನೆ.

ನನ್ನ ಅನೇಕ ಸಾಮಾಜಿಕ ಮತ್ತು ರಾಜಕೀಯ ಕೆಲಸಗಳ ಬಗ್ಗೆ ನನ್ನ ಶ್ರೀಮತಿ ಸುಪ್ರಿಯಾರಿಗೆ ಕೆಲವು ಅಸಮಾಧಾನಗಳಿವೆ. ಇಷ್ಟೆಲ್ಲಾ ಕಷ್ಟಪಟ್ಟು, ಆರೋಗ್ಯ ಕೆಡಿಸಿಕೊಂಡು, ಹಣ ಮತ್ತು ಸಮಯ ವ್ಯಯಿಸಿ ಮಾಡುವ ಕೆಲಸಗಳಿಗೆ ಈ ದಿನಮಾನಗಳಲ್ಲಿ ಅರ್ಥ ಇದೆಯೇ ಎನ್ನುವುದೇ ಆ ಅಸಮಾಧಾನದ ಮೂಲ. ಅಷ್ಟಾದರೂ, ಅಂತಹ ಅಸಮಾಧಾನ ಅಥವ ಬೇಸರದ ನಡುವೆಯೂ, ಆಕೆ ಇಲ್ಲಿಯವರೆಗೂ ನನ್ನ ಎಲ್ಲಾ ತೀರ್ಮಾನಗಳನ್ನು ಬೆಂಬಲಿಸಿ ಸಕ್ರಿಯವಾಗಿ ಸಹಾಯ ಮಾಡಿದ್ದಾರೆ ಮತ್ತು ಜೊತೆಗೆ ನಿಂತಿದ್ದಾರೆ. ಆದರೆ ಇಂತಹ ಒಂದು ಪುಸ್ತಕ ಬರೆಯುವ ವಿಚಾರವನ್ನು ಅವರಿಗೆ ತಿಳಿಸಿದಾಗ ಮಾತ್ರ ಪ್ರತಿಕ್ರಿಯೆ ಭಿನ್ನವಾಗಿತ್ತು. ಸ್ವಲ್ಪವೂ ಯೋಚನೆ ಮಾಡದೆ, "ಒಳ್ಳೆಯ ಯೋಚನೆ. ನಿನ್ನ ಇತರೆ ಕೆಲಸಗಳಿಗಿಂತ ಇದು ಹೆಚ್ಚು ಉಪಯೋಗಕಾರಿ.

ಬೇಗ ಬರೆದು ಪ್ರಕಟಿಸು" ಎಂದು ಪ್ರೋತ್ಸಾಹಿಸಿದರು. ಮಗ ಅಮೋಘನೂ ಸಹ ಬೆಂಬಲಿಸಿ ಮಾತನಾಡಿದ್ದಷ್ಟೇ ಅಲ್ಲದೆ ಯಾವಾಗ ಮುಗಿಯುತ್ತದೆ ಎಂದು ಆಗಾಗ ಕೇಳುತ್ತಿದ್ದ. ಹಾಗೆಯೇ, ಬರವಣಿಗೆಗೆ ಕಂಪ್ಯೂಟರ್ ಬೇಕು ಎಂದಾಗಲೆಲ್ಲ ತಕ್ಷಣವೇ ತನ್ನ ಕಂಪ್ಯೂಟರ್ ಬಿಟ್ಟುಕೊಟ್ಟು ಸಹಕರಿಸಿದ್ದಾನೆ. ಇವರಿಬ್ಬರ ಈ ರೀತಿಯ ನೈತಿಕ ಬೆಂಬಲ ಮತ್ತು ಪ್ರೋತ್ಸಾಹ ಇಲ್ಲದಿದ್ದರೆ ಈ ಪುಸ್ತಕ ಬರೆಯಲು ಆಗುತ್ತಿರಲಿಲ್ಲ. ಅದಕ್ಕೆ ಇವರಿಬ್ಬರಿಗೂ ನನ್ನ ಪ್ರೀತಿ ಮತ್ತು ಧನ್ಯವಾದಗಳು.

ನಾನು ಪ್ರಗುಣ ಯೋಗಶಾಲೆಯಲ್ಲಿ ಯೋಗ ತರಬೇತಿ ಪಡೆಯುತ್ತಿದ್ದಾಗಲೇ ಮುಂದಿನ ದಿನಗಳಲ್ಲಿ ನಾನೂ ಯೋಗ ತರಬೇತಿ ಶಿಬಿರಗಳನ್ನು ಆಯೋಜಿಸಬೇಕು ಎಂದು ತೀರ್ಮಾನಿಸಿ ಅದಕ್ಕೆ ಯೋಜನೆ ರೂಪಿಸಿದ್ದೆ. ಅದಕ್ಕೆ ಪೂರಕವಾಗಿ ಸ್ಪಂದಿಸಿ ಅದು ಸಾಧ್ಯವಾಗುವಂತೆ ಮಾಡಿದ್ದು ಶ್ರೀಮತಿ ಮಾಲಿನಿ ಮತ್ತು ಶ್ರೀ ವಿಜಯ್ ಕುಮಾರ್ ದಂಪತಿಗಳು. ಬೆಂಗಳೂರಿನ ಹೊರವಲಯದಲ್ಲಿರುವ ಅವರ ತೋಟದ ಮನೆಯಲ್ಲಿ "ಸಜೀವ ಯೋಗಶಿಬಿರ"ದ ಆಯೋಜನೆಗೆ ಅವಕಾಶ ಮಾಡಿಕೊಟ್ಟಿದ್ದಷ್ಟೇ ಅಲ್ಲದೆ, ಸ್ವತಃ ಅತ್ಯುತ್ತಮ ಯೋಗಪಟು ಮತ್ತು ಯೋಗಶಿಕ್ಷಕಿಯೂ ಆಗಿರುವ ಶ್ರೀಮತಿ ಮಾಲಿನಿಯವರು ಶಿಬಿರದಲ್ಲಿ ಸಹಶಿಕ್ಷಕಿಯಾಗಿ ಮತ್ತು ಸಹಆಯೋಜಕಿಯಾಗಿ ಭಾಗವಹಿಸಿ ಅದರ ಯಶಸ್ಸಿಗೆ ಸಹಕರಿಸಿದರು. ಈ ಶಿಬಿರಗಳ ಸಂದರ್ಭದಲ್ಲಿಯೆ ಈ ಪುಸ್ತಕದ ಬರವಣಿಗೆಗೆ ಬೇಕಾದ ಹಲವಾರು ಅಂಶಗಳು ದೊರಕಿದವು. ಅಲ್ಲಿ ಶಿಬಿರಾರ್ಥಿಗಳಿಗೆ ಕಲಿಸಿದ ಮತ್ತು ಹೇಳಿದ ಹತ್ತಾರು ವಿಚಾರಗಳು ಈ ಪುಸ್ತಕದಲ್ಲಿ ಅಡಕವಾಗಿವೆ. ಹಾಗೆಯೇ, ಈ ಪುಸ್ತಕದ ಬರವಣಿಗೆ ಮುಗಿಸಲು ಸ್ವಲ್ಪ ಏಕಾಂತದ ಅವಶ್ಯಕತೆ ಇದೆ ಎಂದಾಗ ಈ ದಂಪತಿಗಳು ಅದಕ್ಕೆ ತಮ್ಮ ತೋಟದ ಮನೆಯಲ್ಲಿ ಅವಕಾಶವನ್ನೂ ಮಾಡಿಕೊಟ್ಟರು. ಅದಕ್ಕಾಗಿ ಇವರಿಗೆ ವಿಶೇಷ ಧನ್ಯವಾದಗಳು.

ಈ ಪುಸ್ತಕವನ್ನು ಪ್ರಕಟಿಸಲು ಯಾವ ಪ್ರಕಾಶನ ಸಂಸ್ಥೆಯನ್ನು ಸಂಪರ್ಕಿಸಬೇಕು ಎಂದು ಆಲೋಚಿಸಿದಾಗ ನನಗೆ ಮೊದಲಿಗೆ ನೆನಪಾಗಿದ್ದೇ ವೀರಕಪುತ್ರ ಶ್ರೀನಿವಾಸ್ ಮತ್ತು ಅವರ ವೀರಲೋಕ ಪ್ರಕಾಶನ. ಅವರಿಗೆ ಫೋನ್ ಮಾಡಿ ನಿಮ್ಮ ಪ್ರಕಾಶನ ಸಂಸ್ಥೆಯಿಂದ ಇದನ್ನು ಪ್ರಕಟಿಸಲು ಸಾಧ್ಯವೇ ಎಂದು ಕೇಳಿದಾಗ ತಕ್ಷಣವೇ ಒಪ್ಪಿಕೊಂಡ ಶ್ರೀನಿವಾಸ್, ಬಹಳ ಕಡಿಮೆ ಅವಧಿಯಲ್ಲಿ ಪುಸ್ತಕವನ್ನು ವಿನ್ಯಾಸ ಮಾಡಿಸಿ, ಮುದ್ರಿಸಿ, ಪ್ರಕಟಿಸಿದ್ದಾರೆ. ಇಂತಹ ವೃತ್ತಿಪರತೆ ಕನ್ನಡದ ಪ್ರಕಾಶನ ವಲಯದಲ್ಲಿ ಬಹಳ ಅಪರೂಪ. ಪ್ರಕಟಿಸಿದ ವೀರಕಪುತ್ರ ಶ್ರೀನಿವಾಸರಿಗೆ ಮತ್ತು ಅವರ ಸಂಸ್ಥೆಯ ವಿನ್ಯಾಸಕಾರರಿಗೆ ಹಾಗೂ ಸಿಬ್ಬಂದಿಗೆ ಧನ್ಯವಾದಗಳು.

ಕೊನೆಯದಾಗಿ, ಓದುಗರಿಗೆ ಪೀಠಿಕೆಯಲ್ಲಿ ಮಾಡಿದ್ದ ಮನವಿಯನ್ನೆ ಇಲ್ಲಿ ಮತ್ತೊಮ್ಮೆ ಮಾಡುತ್ತಿದ್ದೇನೆ. ಇದು ಮೊದಲ ಆವೃತ್ತಿ. ಆದರೆ ಇದು ಕಾಲಕಾಲಕ್ಕೆ ಪರಿಷ್ಕೃತವಾಗುತ್ತ ಹಿಗ್ಗುತ್ತದೆ. ಅದಕ್ಕೆ ನಿಮ್ಮ ಸಹಾಯ ಬೇಕು. ಈ ಪುಸ್ತಕದಲ್ಲಿ ಎಲ್ಲಿಯೇ ಆಗಲಿ, ಕಾಗುಣಿತ ಮತ್ತು ವ್ಯಾಕರಣದ ದೋಷಗಳೂ ಸೇರಿದಂತೆ ಯಾವುದೇ ಲೋಪ ಇರುವುದು ನಿಮ್ಮ ಗಮನಕ್ಕೆ ಬಂದರೆ, ಅವೈಜ್ಞಾನಿಕ ಅಥವ ಅವೈಚಾರಿಕ ವಿಚಾರ ಇದೆ ಎಂದು ಸ್ಪಷ್ಟವಾಗಿ ಕಂಡುಬಂದರೆ, ಅಥವ ಇತ್ತೀಚಿನ ವೈಜ್ಞಾನಿಕ ಸಂಶೋಧನೆಗಳು ಮತ್ತು ಅಧ್ಯಯನಗಳು ಇಲ್ಲಿರುವುದಕ್ಕಿಂತ ಭಿನ್ನ/ವ್ಯತಿರಿಕ್ತ ಅಭಿಪ್ರಾಯ ಕೊಟ್ಟಿರುವುದು ತಿಳಿದುಬಂದರೆ, ಅಥವ ಪೂರಕವಾಗಿ ಯಾವ ಹೆಚ್ಚುವರಿ ಮಾಹಿತಿ ಸೇರಿಸಿದರೆ ಅದು ಈ ಪುಸ್ತಕಕ್ಕೆ ಪರಿಪೂರ್ಣತೆ ನೀಡುತ್ತದೆ ಎಂದು ಅನ್ನಿಸಿದಲ್ಲಿ, ದಯವಿಟ್ಟು ಅದನ್ನು ravikreddy@gmail.comಗೆ ಇಮೇಲ್ ಮಾಡುವ ಮೂಲಕ ಅಥವ ನನ್ನ 96860-80005 ಸಂಖ್ಯೆಗೆ WhatsApp ಸಂದೇಶ ಕಳುಹಿಸುವ ಮೂಲಕ ನನ್ನ ಗಮನಕ್ಕೆ ತನ್ನಿ. ನಿಮ್ಮ ಸಮಯ ಮತ್ತು ಸಹಾಯಕ್ಕೆ ನಾನು ಕೃತಜ್ಞ. ಪುಸ್ತಕವನ್ನು ಕೊಂಡು ಓದಿದ್ದಕ್ಕೆ ಧನ್ಯವಾದಗಳು ಮತ್ತು ಅಭಿಪ್ರಾಯ ತಿಳಿಸಿ ಪುಸ್ತಕವನ್ನು ಇನ್ನಷ್ಟು ಪರಿಪೂರ್ಣ ಮಾಡಲು ಸಹಾಯ ಮಾಡುವವರಿಗೆ ಮುಂಗಡ ಧನ್ಯವಾದಗಳು.

ಏನೇ ಆಗಲಿ, ಒಳ್ಳೆಯದನ್ನೇ ಮಾಡಿ; ಮಾಡುತ್ತಲೇ ಇರಿ.

ಲೋಕಾಃ ಸಮಸ್ತಾಃ ಸುಖಿನೋ ಭವಂತು. ಸರ್ವೇ ಸಂತು ನಿರಾಮಯ.

ಇಂತಿ ನಮಸ್ಕಾರಗಳು.

05-02-2024 **–ರವಿ ಕೃಷ್ಣಾರೆಡ್ಡಿ**

ಬೆಂಗಳೂರು

ವೀರಲೋಕದ ಪ್ರಕಟಣೆಗಳು

1. ಕೈ ಹಿಡಿದು ನೀ ನಡೆಸು ತಂದೆ–ವಿಶ್ವೇಶ್ವರ ಭಟ್ 250/–
2. ವಿಶ್ವಸುಂದರಿ–ಕುಂ. ವೀರಭದ್ರಪ್ಪ....................160/–
3. ನಿಮಗೆಷ್ಟು ಹಣ ಬೇಕು?–ಅನಂತ ಹುದೆಂಗಜೆ....................250/–
4. ಆರ್ಟ್ ಆಫ್ ಸಕ್ಸಸ್–ರಮೇಶ್ ಅರವಿಂದ್ 120/–
5. ಮನಿ ಮನಿ ಎಕಾನಮಿ–ರಂಗಸ್ವಾಮಿ ಮೂಕನಹಳ್ಳಿ....................160/–
6. ಇವರು ಅವರು ದೇವರು–ಜೋಗಿ....................200/–
7. ಲಾಸ್ಟ್ ಡೇಸ್ ಆಫ್ ಲೆಜೆಂಡ್ಸ್–ಗಣೇಶ್ ಕಾಸರಗೋಡು 225/–
8. ಒಳ್ಳೆಯ ಬದುಕಿನ ಸೂತ್ರಗಳು–ರವಿ ಕೃಷ್ಣಾರೆಡ್ಡಿ....................150/–
9. ಸೋಲೆಂಬ ಗೆಲುವು–ದೀಪಾ ಹಿರೇಗುತ್ತಿ....................150/–
10. ಬೆಳ್ಳಿತೆರೆಯ ಬಂಗಾರದ ಗೆರೆ–ಗಣೇಶ್ ಕಾಸರಗೋಡು 150/–
11. ನಟನ ಕಥೆ–ಮಂಡ್ಯ ರಮೇಶ್–ಎನ್. ಧನಂಜಯ 250/–
12. ತ್ಯಾಗಕ್ಕಿಲ್ಲ ನೂಕುನುಗ್ಗಲು–ಡಾ. ಗವಿಸ್ವಾಮಿ ಎನ್. 140/–
13. ಬದುಕೇ ಭಗವಂತ–ಡಾ. ಡಿ.ಎಸ್. ಶ್ರೀನಿವಾಸ ಪ್ರಸಾದ್ 170/–
14. ಮಾದಕ ದೊರೆ–ಸಂತೋಷಕುಮಾರ ಮೆಹೆಂದಳೆ....................375/–
15. ದ್ವೈತ–ರಾಘವ್ 140/–
16. ಹೃದಯದ ಮಾತು ಕೇಳಿ–ಮಂಜುನಾಥ್ ಚಾಂದ್....................150/–
17. ಹಿಂದಿನ ನಿಲ್ದಾಣ–ಶುಭಶ್ರೀ ಭಟ್ಟ....................120/–
18. ಪ್ರೀತ್‌ಸು–ರಾಜೀವ ನಾರಾಯಣ ನಾಯಕ 170/–
19. ಕೃಷಿ ಯಾಕೆ ಖುಷಿ?–ನರೇಂದ್ರ ರೈ ದೇರ್ಲ....................140/–
20. ಕ್ಷಯ–ಡಾ. ವಾಸುದೇವ ಶೆಟ್ಟಿ....................120/–
21. ಅರ್ಧ ಬಿಸಿಲು ಅರ್ಧ ಮಳೆ...–ಸದಾಶಿವ ಸೊರಟೂರು....................120/–
22. ಯಾರೂ ಹೇಳದ ಕಥೆಗಳು–(ಸಂ.) ಸುದರ್ಶನ ಚೆನ್ನಂಗಿಹಳ್ಳಿ....................150/–
23. ಕಥಾ ಸಾಗರಿ–ನಾಗವೇಣಿ ವೆಂ. ಹೆಗಡೆ ಹೆಗ್ಗರ್ಸಿಮನೆ....................120/–
24. ಮೆಮರೀಸ್ ಆಫ್ ಬಾರ್ಸಾ–ರಂಗಸ್ವಾಮಿ ಮೂಕನಹಳ್ಳಿ....................160/–
25. ಮೇರುನಟ–ಡಾ. ಶರಣು ಹುಲ್ಲೂರು....................240/–
26. ನಾ ಸೆರೆಹಿಡಿದ ಕನ್ಯಾಸ್ತ್ರೀ–ಶಶಿಧರ ಹಾಲಾಡಿ 200/–
27. ಟ್ರಾಯ್–ಗಾಯಿತ್ರಿ ರಾಜ್....................200/–
28. ಫಾರೆಸ್ಟರ್ ಪೊನ್ನಪ್ಪ–ನೌಶಾದ್ ಜನ್ನತ್ತ್....................300/–
29. ವಿಶ್ವಯಾನಕ್ಕೆ ಗಣಿತವಾಹನ–ಎಸ್.ವಿ. ಶ್ರೀನಿವಾಸಮೂರ್ತಿ 200/–
30. ಲೆಟ್ಸ್ ಮೇಕ್ ಎ ಶಾರ್ಟ್ ಫಿಲಂ–ಜಯರಾಮಾಚಾರಿ 120/–

31. ಕುಣಿಗಲ್ ಟು ಕಂದಹಾರ್–ಮಂಜುನಾಥ್ ಕುಣಿಗಲ್ 260/–
32. ಗದಾಯುದ್ಧಂ–ಡಾ. ಎಂ.ಎ. ಜಯರಾಮ್ ರಾವ್ 350/–
33. ಫೀನಿಕ್ಸ್–ದೀಪಾ ಹಿರೇಗುತ್ತಿ 120/–
34. ಹಿಟ್ಲರ್ ಲವ್ ಪಾಲಿಟಿಕ್ಸ್–ಸತೀಶ ಬಳೆಗಾರ 170/–
35. ಭಾನುಮತಿಯ ಪರಿವಾರ–ಕುಮಾರಸ್ವಾಮಿ ತೆಕ್ಕುಂಜ 140/–
36. ನೀ ದೂರ ಹೋದಾಗ–ಫೌಝಿಯ ಸಲೀಂ 220/–
37. ವ್ಯಗ್ರ ಮತ್ತು ಇತರ ಕಾದಂಬರಿಗಳು–ಕುಮಾರ ಬೇಂದ್ರೆ 180/–
38. ಸತ್ಯದ ಅನಾವರಣ–ಕೆ.ಎಸ್. ರಮಾಸುಂದರಿ 100/–
39. ಅಂತಾರಾಷ್ಟ್ರೀಯ ಕುಂಬಳಕಾಯಿ ಮತ್ತು ಇತರ ಕಥೆಗಳು–ಅಬ್ದುಲ್ ರಶೀದ್ 120/–
40. ಅನಾಥ ಪ್ರೀತಿಯ ಅನುಬಂಧ–ಬಿ. ಮಂಜುನಾಥ್ ಕಾಮತ್ ಹಾಲಾಡಿ 140/–
41. ಹಕ್ಕಿ ಮತ್ತು ಹುಡುಗಿ (ಕವನ ಸಂಕಲನ)–(ಸಂ.) ಪ್ರಜಾವಾಣಿ ಬಳಗ 150/–
42. ಹಾವಿನ ಮನೆ–ಅನು ಬೆಳ್ಳೆ (ರಾಘವೇಂದ್ರ ಬಿ. ರಾವ್) 250/–
43. ಈಗಲ್ಸ್ ಲೈನ್–ರಾಜೇಶ್ ಕುಮಾರ್ ಕಲ್ಯಾ 220/–
44. ನಂಬಿಕೆಯೆಂಬ ಗಾಳಿಕೊಡೆ–ಡಾ. ಪ್ರೇಮಲತ ಬಿ. 180/–
45. 10 ಕುಟುಂಬ 18 ಗೋತ್ರದ ಗೌಡ ಪರಂಪರೆ–ಮುತ್ತೂರು ಅನಂತರಾಜ ಗೌಡ 300/–
46. ಗಿಳಿಯು ಬಾರದೆ ಇರದು (ಕಥಾಸಂಕಲನ)–ಪಿ.ಎಸ್. ಶ್ರೀಧರನ್ ಪಿಳ್ಳ (ಅನುವಾದ: ಮೇರಿ ಜೋಸೆಫ್) 85/–
47. ಒಂದು ಆದಿಮ ಪ್ರೇಮ (ಕವನ ಸಂಕಲನ)–ನಂದಿನಿ ಹೆದ್ದುರ್ಗ 150/–
48. ಮಣ್ಣೇ ಮೊದಲು... (ಕವನ ಸಂಕಲನ)–ಪಾಮುಗುರು 120/–
49. ಬಿಂಜೆಮುಳ್ಳು (ಕವನ ಸಂಕಲನ)–ಫಾಲ್ಗುಣ ಗೌಡ ಅಚವೆ 120/–
50. ಅಮೋಘವರ್ಷ–ಡಾ. ಲಕ್ಷ್ಮಣ ಕೌಂಟೆ 420/–
51. ಗಾಯಗೊಂಡ ಸಾಲುಗಳು (ಕವನ ಸಂಕಲನ)–ಸದಾಶಿವ ಸೊರಟೂರು 110/–
52. ನಿನ್ನ ಧ್ಯಾನದ ನೂರೊಂದು ಹಣತೆ (ಕವನ ಸಂಕಲನ)–ವಾಸುದೇವ ನಾಡಿಗ್ 170/–
53. ಕ್ರಿಕೆಟಾಯಣ–ಎಚ್. ಪ್ರೇಮಾನಂದ ಕಾಮತ್ 230/–
54. ಹೂವಿನಕೊಲ್ಲಿ–ಅಬ್ದುಲ್ ರಶೀದ್ 270/–
55. ಕನಸುಗಳ ಶ್ರಾದ್ಧ–(ಅನುವಾದ) ಡಾ. ಗೀತಾ ಸುನಿಲ್ ಕಶ್ಯಪ್ 200/–
56. ವೀರ ಸಿಂಧೂರ ಲಕ್ಷ್ಮಣ–ಕೌಂಡಿನ್ಯ 190/–
57. ಸಹಭಾಷಿಕರ ಕನ್ನಡ ಪ್ರೇಮ–ಡಾ. ಡಿ.ಎಸ್. ಶ್ರೀನಿವಾಸ ಪ್ರಸಾದ್ 400/–
58. ಚಿತ್ರ–ವಿಚಿತ್ರ–ರವೀಂದ್ರ ವೆಂಶಿ 220/–
59. ಜನಮಿತ್ರ ಅರಸು–ಡಾ. ಡಿ.ಎಸ್. ಚೌಗಲೆ 80/–
60. ಹಂಸಾಕ್ಷರ–ಜಯರಾಮಾಚಾರಿ 165/–
61. ನದಿಯೊಂದು ಕಡಲ ಹುಡುಕುತ್ತಾ–ಸಂತೆಬೆನ್ನೂರು ಫೈಜ್ನಟ್ರಾಜ್ 180/–

62. ನೀಲಿ ಮತ್ತು ಸೇಬು–ಸುಧಾ ಆಡುಕಳ....................................180/–
63. ಕಾಗೆ ಮೇಷ್ಟ್ರು–ವಿಕ್ರಮ ಹತ್ವಾರ....................................125/–
64. ಪರಿಮಳದ ಪಡಸಾಲೆ (ಎಸ್. ದಿವಾಕರ್ ಪ್ರಪಂಚಕ್ಕೊಂದು ಪ್ರವೇಶಿಕೆ)....................190/–
65. ಈ ಹೊತ್ತಿನ ಕಥೆಗಳು–(ಸಂ) ವಿಜಯ ಕರ್ನಾಟಕ....................................250/–
66. ನಿಶ್ಚಲವ ಕಲಕಿದ ಹಕ್ಕಿ–ವಿಕ್ರಮ ಹತ್ವಾರ....................................100/–
67. ಹರಿವ ಕನ್ನಡಿ–ಸ್ವಯಂಪ್ರಭಾ ಮಹೇಶ....................................120/–
68. ನರಕದ ಕೆನ್ನಾಲಿಗೆಯಂಥ ನಿನ್ನ ಬೆನ್ನಹುರಿ–ಅಬ್ದುಲ್ ರಶೀದ್ 130/–
69. ಚಿಕ್ಕಪುಟ್ಟಮ್ಮನವರ ಗೃಹನ್ಯಾಯ–ಕೆ. ಸತ್ಯನಾರಾಯಣ 140/–
70. ಹಕ್ಕಿ ಅಟೆಂಡೆನ್ಸ್–ಡಾ. ಲೀಲಾ ಅಪ್ಪಾಜಿ.................................... 595/–
71. ದಡ ಸೇರದ ದೋಣಿಗಳು–ಬೇಲೂರು ರಾಮಮೂರ್ತಿ....................................275/–
72. ನಿಷಿತೆ–ಪ್ರೀತಿನಿ ಧನಂಜಯ....................................250/–
73. ಮಲೆನಾಡ ಅಜ್ಜಿ–ಶೋಭಾ ರಾವ್ 175/–
74. ಮಲ್ಲಿಮಲ್ಲಿಗಿ–ಎಂ.ಎಲ್. ಪ್ರಸನ್ನ....................................210/–
75. ಬೆಳವಡಿ ಮಲ್ಲಮ್ಮ–ಕೌಂಡಿನ್ಯ....................................
76. ಆರೋಹಣ–ವಿವೇಕಾನಂದ ಕಾಮತ್ 190/–
77. ಕಂದಕ–ಭಾರದ್ವಾಜ ಕೆ. ಆನಂದತೀರ್ಥ 265/–
78. ಕ್ರಮಣ–ಭಾರದ್ವಾಜ ಕೆ. ಆನಂದತೀರ್ಥ....................................375/–
79. ವ್ಯಾಘ್ರಹತ್ಯೆಯ ನಿಗೂಢಗಳು–ಡಾ. ಟಿ.ಎಸ್. ವಿವೇಕಾನಂದ 200/–
80. ಹಿಮಾಲಯದ ನರಭಕ್ಷಕಗಳು–ಡಾ. ಟಿ.ಎಸ್. ವಿವೇಕಾನಂದ 675/–
81. ಪರಿಸರ ನಿಘಂಟು–ಡಾ. ಟಿ.ಎಸ್. ವಿವೇಕಾನಂದ 625/–
82. ಪ್ರೀತಿಯೆನುವ ಮಾಯೆ–ಬಿ.ಆರ್. ಲಕ್ಷ್ಮಣರಾವ್....................................320/–
83. ಸಹಜ ಜೀವನ–ರವಿ ಕೃಷ್ಣಾರೆಡ್ಡಿ 160/–

www.ingramcontent.com/pod-product-compliance
Lightning Source LLC
LaVergne TN
LVHW060119051026
849517LV00007B/2345